ஒரு முள் ஒரு மலர்

முதற்பதிப்பு: 2023

First Edition: 2023

Oru Mul Oru Malar

ஒரு முள் ஒரு மலர்

Indira Soundarajan

இந்திரா சௌந்தர்ராஜன்

ISBN: 978-93-5695-634-6

Pustaka
EBooks | Audiobooks | Paperback

Pustaka Digital Media Pvt. Ltd.
#7-002, Mantri Residency,
Bannerghatta Main Road, Bengaluru - 560 076
Karnataka, India

+91 7418555884

ஒரு முள் ஒரு மலர்

இந்திரா செளந்தர்ராஜன்

Pustaka
EBooks | Audiobooks | Paperback

1

அத்தியாயம்

சென்னை குமுறிக்கொண்டிருந்தது! வானில் மழை மேகம் போர்வையை விரித்திருக்கும் நிலையில், அங்கங்கே மின்னலின் கரகாட்டம்!

டி.வி. நியூஸிலும் மிரட்டிக்கொண்டிருந்தார்கள். 'பலத்த மழை நிச்சயம். தொடர்ந்து சுனாமி, நிலநடுக்கம் என்று எல்லாமே சர்வ நிச்சயம்' என்பதுபோல் ஒருவர் பேசிக்கொண்டிருந்தார்.

அதைக் கேட்டபடி இருந்தாள் சுவாதி. இருபத்தி நான்கு வயது பூங்கொத்து... சோஃபாவில் சர்வசாதாரணமாய் பத்மாசனமிட்டு அமர்ந்திருந்தாள். அவள் தலைக்கு மேல் மின்விசிறியின் மந்தமான சுழற்சி. கூடவே க்ரக்... க்ரக்... என்கிற அதன் மின்சார பாஷை! அண்ணாந்து பார்த்தவள் எழுந்து சென்று ஒன்றில் இருந்ததை நான்குக்கு மாற்றி படுவேகமெடுக்கச் செய்தாள். பின் திரும்ப வந்து அமர்ந்தாள். ஒருமாதிரி அசௌகரியமாய் அவள் இருப்பதை முகபாவனைகள் உணர்த்தின. அதேவேளை சமையல்கட்டில் இருந்து கையில் காப்பியோடு வந்த அவள் அம்மா பத்மாவிற்கு மின்விசிறியின் பேயோட்டம் கோபத்தை வரவழைத்தது.

“இப்பதான் குறைச்சுவெச்சுட்டுப் போனேன்... அதுக்குள்ள திருப்பிவெச்சிட்டியா என்ன பொண்ணுடி நீ?” - என்று சடைத்துக்கொண்டாள், பத்மா. அப்படியே காப்பியையும் நீட்டினாள்.

சுவாதி, பத்மாவின் சடைப்பை லட்சியமே செய்யவில்லை. மாறாக அவள் தந்த காப்பியை ஒரு உறிஞ்சு உறிஞ்சிவிட்டு முகம் சுளிக்கத் தொடங்கினாள்.

“என்னடி?”

“செகண்ட் டைம் டிகாக்ஷனா?”

“கொன்னுடுவேன் ஃப்ரெஷ்ஷா போட்ருக்கேன்.”

“சகிக்கல. பேசாம இந்தக் காப்பிப்பொடி பிராண்ட மாத்து...”

“நீ உன் போக்க முதல்ல மாத்து... இதே காப்பியைக் குடிச்ச உன் அத்தை கம்ப்ளைன்ட் பண்ணல, உன் அப்பா கம்ப்ளைன்ட் பண்ணல. அவ்வளவு ஏன் ரேவதியும் பேசாம குடிச்சிட்டுத்தான் இன்டர்வியூவுக்குப் போயிருக்கா. உனக்கு மட்டும் ஏண்டி இப்படி ஒரு நாக்கு...?”

பத்மா அப்படிக் கேட்ட மறுநொடி,

சுவாதியிடம் ஒரு பலமான மாற்றம்!

“ஆமா ரேவதி எங்க போயிருக்கான்னு சொன்னே?”

என்று பாய்ன்ட்டாகக் கேட்கவும் வசமாக அவளிடம் அகப்பட்டுக் கொண்டுவிட்டதைப்போல் பத்மாவிடமும் ஒரு திணறல்...

“அது... அது... வெளியே போயிருக்கான்னு சொன்னேன்...”

“இல்ல... வேற ஒண்ணு சொன்னே...?”

“என்ன சொன்னேன்?”

“அதை நீதான் சொல்லணும்.”

“எதுக்குடி இப்ப என்னை இப்படிக் குடையறே? டி.வி வேற கரன்ட்டுக்குக் கேடா அதுபாட்டும் ஓடிக்கிட்டு இருக்கு பார்...”

“அத்தை ரூம்ல 24 மணிநேரமும் ஓடிக்கிட்டு இருக்கு. அங்க போய்ச் சொல்லியா இப்படி?”

“உன்கிட்ட என்னால பேசமுடியாதுடி. நீ ஆட்டைத் தூக்கி மாட்டுல போடுவே, மாட்டைத் தூக்கி ஆட்டுல போடுவே. ஆளைவிடு...”

பத்மா விலக முற்பட, சுவாதி விடுவதாயில்லை. அவளை வார்த்தைகளால் இழுக்கத் தொடங்கினாள்.

“எங்க ஓடுறே நில்லு, முதல்ல என் கேள்விக்குப் பதில் சொல்லிட்டுப் போ.”

“அடுப்புல வேலை இருக்கு... உன்னோட வம்பிளுக்க எனக்கு சக்தி கிடையாது...”

“இந்தக் கதையெல்லாம் வேண்டாம். ரேவதி எங்க போயிருக்கா அதை முதல்ல சொல்லு...”

“அதான் வெளிய போயிருக்கான்னு சொன்னேன்ல...”

“இல்ல... இன்டர்வியூவுக்குன்னு சொன்னே. இப்ப அப்படியே மாத்திப்பேசறே?”

சற்றுக் கோபமாய் சுவாதி கேட்க, பத்மாவும் மௌனமாகிப் பின் கலைந்து, “ஆமாண்டி இன்டர்வியூவுக்குத்தான் போயிருக்கா, இப்ப அதுக்கென்னடி?” என்றும் திருப்பிக் கேட்டாள். அதைக்கேட்ட சுவாதியின் கண்கள் அகண்டுவிட்டன! அதில் ஆவேசம் நன்றாகத் தெரிந்தது. பத்மாவிடமும் ஒருவித இனம்புரியாத பதற்றம். இவர்கள் இருவரின் சத்தமான பேச்சு பக்கத்து அறையில் இருந்த தேவகி அத்தையை ஹாலுக்கு வரவழைத்துவிட்டது. அத்தைக்கு அறுபது வயதாகிறது! இன்றைக்கும் தன் காரியங்களைத்தானே பார்த்துக்கொள்கிறாள். சென்னையின் மாறிவிட்ட க்ளைமேட் தேவகியை மப்ளர் அணிந்துகொள்ள வைத்திருந்தது. அந்த மப்ளரைத் தளர்த்தியபடியே,

“என்ன சப்தம் பத்மா?” என்றபடி வந்தாள்.

“ஒண்ணுமில்லக்கா... இவளுக்கு காப்பி நல்லா இல்லையாம். அதான் கதகளி ஆடிக்கிட்டிருக்கா...”

“பேச்ச மாத்தாதே... ரேவதி இன்டர்வியூவுக்குத்தான் போயிருக்கான்னு ஏன் என்கிட்ட சொல்லாம மறைச்சே... அதைச்சொல் முதல்ல...”

இடையிட்டு வெடித்தாள் சுவாதி. அதேவேளை மெயின் டோரைத் திறந்துகொண்டு மழைத்தூறலில் நனைந்தவர்களாய் அப்பா ராமநாதனும் அவள் சகோதரி ரேவதியும் உள்நுழைந்து கொண்டிருந்தனர்.

இருவரையும் திரும்பிப் பார்த்தாள் சுவாதி. டி.வி. ஓடிக்கொண்டிருக்க, காப்பியும் ஆறிக்கொண்டிருக்க சுவாதி நின்று பார்த்த கோலமே ராமநாதனுக்கும், ரேவதிக்கும் எல்லாவற்றையும் புரிய வைத்துவிட்டது.

அந்த நொடி அங்கே ஒரு இனம்புரியாத அமைதி!

சுவாதி மட்டும் மிக ஆவேசமாக அங்கிருந்து விலகி அறைக்குள் நுழைந்து கதவைப் படாரென்று சாத்திக்கொண்டாள். ராமநாதன் சோஃபாவில் அமர்ந்து ஷீவைக் கழட்டியபடியே, “என்ன இவ இன்டர்வியூ போனது தெரிஞ்சிடிச்சா?” என்று தொடங்கினார்.

“ஆமாங்க... வாய்தவறிச் சொல்லிட்டேன்.”

“நீ அவ வரைல எப்பத்தான் திருந்தப் போறியோ?”

“என்ன நீங்க... நான் என்ன தப்புப் பண்ணினேன். திருந்தணும்கறீங்க.”

“அடப்போ பத்மா... நம்ப பிள்ளைங்ககிட்ட நமக்கே நடந்துக்கத் தெரியலேன்னா எப்படி? இதுக்காக நான் உன்னை ஒரு ட்ரெய்னிங் சென்டருக்கா அனுப்பமுடியும்?”

ராமநாதன் அலுத்துக்கொள்ள, அதுவரை வாயே திறக்காத ரேவதி “விடுங்கப்பா... அவளை நான் சமாளிச்சுக்கறேன். இதுக்காக நீங்க சண்டைபோட வேண்டாம்...” என்றவளாக, அசுர வேக ஃபேனை பழையபடி ஒன்றுக்குக் குறைத்தாள். “இப்ப எதுக்கு ஃபேன்... வெளிய மழை பெய்யும்போது”

என்றபடியே ஸ்விட்சை அணைத்தாள். அப்படியே டிவி.யையும் அணைத்தவள், ஆறிவிட்ட காப்பியை எடுத்துக்கொண்டு சமையல் கட்டுக்குச் சென்று, அதை பேசினில் கொட்டிவிட்டு, தேய்க்கும் இடத்தில் போட்டாள்.

பின் எதையோ மறந்துவிட்டவள்போல் வேகமாக ஹாலுக்குவந்து தன் தோள் பையிலிருந்த ஃபைலை எடுத்து பீரோவில் முதல் காரியமாக வைத்துப் பூட்டிவிட்டும் வந்தாள்.

பார்த்துக்கொண்டே இருந்த அத்தை தேவகி, ராமநாதனைப் பார்த்து அது முள்ளுன்னா, இது மலர்டா. பாரு, சொல்லாமலே எவ்வளவு பதவிசா நடந்துக்கறா. அதுவும் இருக்கே ராட்சஸி..." என்று கையை விசைக்க "ஐயோ அக்கா... மெல்லப் பேசு, அவ வந்துடப்போறா" என்றார் ராமநாதன்.

"வரட்டும்டா... நானே நாக்கப் பிடுங்கிக்கறமாதிரி கேக்கறேன். அவ ஆட்டம் சகிக்க முடியலடா. அவளுக்கு நீ ரொம்பவே இடம் கொடுக்கறே... அவ்வளவுதான் சொல்வேன் தெரிஞ்சிக்கோ..."

"ஐய்யோ அக்கா, நீ போ உள்ள... எல்லாம் அப்புறம் பேசிக்கலாம்."

"இப்படி ஒவ்வொரு தடவையும் நீ பேசறதாலதான் அவ இப்படி நடந்துக்கறா..." என்று தேவகி சொல்லும்போது காலிங்பெல் சப்தம்! எட்டிப் பார்க்கவும் பீஸாக்காரன் அதற்கான பாக்கெட்டோடு நின்றுகொண்டிருந்தான். ராமநாதன் பார்க்கவும், சுவாதிங்கறவங்க ஆர்டர் பண்ணியிருந்தாங்க..." என்றான்.

"எவ்வளவுப்பா?"

"நானூத்தி அறுபது ரூபா சார்..."

அவன் பில்லோடு பாக்ஸை நீட்ட, ராமநாதனும் பர்ஸில் இருந்து பணத்தைக் கொடுத்து பாக்ஸைப் பெற்றுக்கொண்டார். அவன் விலகவும், சுவாதியும் காத்திருந்ததுபோல, கதவைத் திறந்துகொண்டு வந்தாள். தலையைப் பின்புறமாய்க் கட்டிக்கொண்டே வந்தவள் ராமநாதன் கையிலிருந்த பாக்ஸைப்

பிடுங்கியவளாகத் திரும்ப தன் அறைநோக்கிச் சென்று கதவைத் தாழிட்டுக்கொண்டாள்.

"பாத்தியா, எவ்வளவு திமிரு பாத்தியா? இப்ப இந்த வீட்ல சாப்பிட என்னடா இல்லை? எதுக்கு இப்படி ஆர்டர் பண்றா? அதுவும் என்ன குறைஞ்ச விலையா? நானூத்தி அறுபது ரூபா! அந்தக்காலத்துல என் ஒரு மாச சம்பளம்டா ராமநாதா இது..."

அத்தை தேவகி பொருமத் தொடங்க,

"விடுக்கா... எல்லாம் போகப்போகச் சரியாயிடும்" என்றபடியே பாத்ரூம் நோக்கிப் போனார் ராமநாதன், தேவகியும் உடைமாற்றிக்கொண்டு வந்தாள். பத்மா முகத்தில் கலவர ரேகைகள்!

ரேவதி தன் வலக்கையை அவள் முகம் முன் விசைத்து 'ஏன் இப்படி இருக்கே?' என்று கேட்காமல் கேட்டாள். பத்மாவும் திரும்பித் திரும்பிப் பார்த்தவளாக "போன விஷயம் என்னாச்சு?" என்று கேட்க, அவளை அப்படியே தள்ளிக்கொண்டு பால்கனி பக்கம் போனாள் ரேவதி.

வெளியே தெரு தெரிந்தது! சென்னையின் சிறப்பம்சமான மழைநீர்த் தேங்கலும் அதனூடே திணறியபடி செல்லும் வாகனங்களும் கண்ணில்பட்டன. பார்த்தபடி பேசத் தொடங்கினர்.

"என்னாச்சு ரேவதி...?"

"வேலை கிடைச்சிடும்மா... இன்டர்வியூவை நல்லா முடிச்சுட்டேன்."

"விவரமா சொல்... இங்க சென்னைலயேவா? இல்ல வெளியூரா?"

"இரண்டுமில்ல..."

"அப்புறம்?"

"யு.எஸ்."

"யு மீன் அமெரிக்கா?"

“யெஸ்...”

“நிஜமா?”

“ம்”

“ஐய்யோ என் கண்ணு...”

பத்மா குதூகலமாகி,

ரேவதிக்கு திருஷ்டி கழித்தாள். கழித்த வேகத்தில் முகத்தில் மாற்றம்!

“என்னாச்சு?”

“இங்க இவளை எப்படிடி சமாளிக்கிறது. நீயும் போயிட்டா அப்புறம் என் கதி?”

“யோசிப்போம். அதுக்கும் ஒருவழி வெச்சிருக்கேன்.”

“என்ன?”

“பேசாம ஒரு அமெரிக்க மாப்பிள்ளையைப் பாத்து கல்யாணம் பண்ணிடுவோம். வேலை கிடைச்சுதான் யு.எஸ். போகணுமா? ஒருத்தன் பெண்டாட்டியாவும் போகலாமில்லியா?”

“இவ குணத்துக்கும், ஜாதகத்துக்கும் வரன் கிடைக்கணுமேடி.”

“கிடைக்கும்மா... பாசிடிவா யோசிம்மா...”

“என்னமோடி... நீங்க ரெண்டுபேரும் குழந்தைகளா இருந்தவரை வீடே சொர்க்கமாத்தான் இருந்தது. வளர வளரத்தான் பிரச்சனையே...”

“அதுக்கென்ன பண்றது, நீதானே எங்க ரெண்டுபேரையும் உன் வயித்துல சுமந்து பெத்தே? எனக்கே இந்த விஷயத்துல அடிக்கடி ஒரு கேள்வி கேட்கத் தோணும்? எப்படி இவ்வளவு பர்வர்டடா, பொறாமையோட, தனக்குத்தான் முதல்ல எதுவும் கிடைக்கணும்னு நினைக்கற ஒரு கேரக்டரை நீ பெத்தே? நம்ப முன்னோர்கள்ல எந்தத் தாத்தா பாட்டியாவது இப்படி இருந்திருக்காங்களா?”

ரேவதி கேட்க பத்மா கனத்த மௌனத்தோடு ஒரு பார்வை பார்த்தாள். அதில் ஆயிரம் அர்த்தங்கள்! அப்போது சுவாதியும் அவர்களை நோக்கி வந்தபடி இருந்தாள்.

"அங்க என்ன ஒதுங்கி நின்னு ரகசியம் பேசிக்கிட்டு இருக்கீங்க. இன்னிக்கு இன்டர்வியூவை மறைச்ச மாதிரி நாளைக்கு என்கிட்ட எதை மறைக்கலாம்னு சதித்திட்டமோ?" என்று கேட்டபடியே வந்தவளை ரேவதி புன்னகையோடு எதிர்கொள்ளத் தொடங்கினாள்.

"சுவாதி... நீயா ஏதாவது கற்பனை பண்ணிக்காதே. இந்த வேலை கிடைச்சாதான் கிடைக்கும். எனக்கே நம்பிக்கையில்லை. அதான் அம்மாகிட்ட மட்டும் சொல்லிட்டுப் போனேன். அப்பாகிட்டகூட நான் சொல்லல..."

"அப்ப எப்படி ரெண்டுபேரும் சேர்ந்து ஒண்ணா வந்தீங்க?"

"அது தற்செயலா நடந்தது சுவாதி. இது ஒரு சின்ன விஷயம். இதுக்கு இவ்வளவு கோபமா?"

"என்ன சின்ன விஷயம்? அன்னிக்கு அப்படித்தான் எக்ஸ்பிரஸ் மாலுக்குப் போயிருக்கே எனக்குத் தெரியாம? அதுக்கும் முந்தி உன் ஃப்ரெண்ஸோட ஏதோ ரிசார்ட்டுக்குப் போய்ட்டு வந்துருக்கே. நான் இங்க வீட்ல தேவுடு காத்துக்கிட்டு இருக்கேன்..."

"இதோ பார். உனக்குப் பிடிச்ச விஷயத்தை நீ பண்றே. எனக்குப் பிடிச்சதை நான் பண்றேன். இப்பகூட 460 ரூபாய்க்கு பீசா வாங்கி நீ மட்டும்தான் சாப்ட்டே நான் எனக்கு வேணும்னு கேட்டேனா?"

"என்னடி... என்னையே மடக்கறியா? உனக்குத்தான் பீசா பிடிக்காதே. நீ ஏன் கேட்கப்போறே?"

அவர்கள் அடித்துக்கொள்ளாத குறையாகப் பேசிக்கொள்ள, ராமநாதனும் அவர்களை நோக்கி வந்தவராய் "எதுவா இருந்தாலும் உள்ளவந்து பேசுங்க, அங்க நின்னு பேசவேண்டாம்..." என்றார்.

மூவரும் மெல்ல உள்வரத் தொடங்க, ராமநாதன் அப்படியே அக்காவான தேவகியின் அறைக்குப்போய், "அக்கா உன் மாத்திரை மருந்தை எல்லாம் வாங்கிட்டு வந்துட்டேன்... ஷெல்ப்ல இருக்கு பார்த்து எடுத்துக்கோ..." என்றார். தேவகியோ அவரை முறைத்துக்கொண்டே இருந்தாள். அவருக்கும் தெரிந்தது. ஆனாலும் கண்டுகொள்ளாதபடி வெளியேறப் பார்த்தவரை "நில்லுடா" என்றாள். அவரும் நின்றார்.

"இப்படி என்னைப் பாரு..."

அவரும் ஏறிட்டார்.

"வேண்டாம் வேண்டாம்னு அன்னிக்கே நான் அடிச்சு சொன்னேன். கேட்டியா?"

"விடுக்கா... இப்ப என்னக்கா ஆயிடுச்சு?"

"என்ன ஆயிடுச்சா... நீ வீட்ல இருந்து பார் தெரியும்!"

"கல்யாணமாயிட்டா எல்லாம் சரியாயிடும்கா..."

"அது சரி... இவ விரும்பறமாதிரி ஒரு மாப்ளையை உன்னால பாக்க முடியும்னு நீ நம்பறியா?"

"ஏன்கா முடியாது..."

"ராமநாதா... நீ தேவை இல்லாம சிலுவை சுமக்கறே... இதை நான் பலதடவை சொல்லிட்டேன். புரிஞ்சுக்கோ?"

பதிலுக்கு ராமநாதன் அக்காவை நெருங்கி அவள் கைகளைப் பற்றிக்கொண்டார். கண்கள் கலங்கிவிட்டிருந்தன.

"அக்கா... சுவாதி என்வரைல அதிர்ஷ்ட தேவதை! உனக்கே தெரியும் அவ வந்தப்புறம்தான் நான் எல்லா விஷயத்துலயும் ஜெயிச்சேன். கடவுள் அவளைக் கொஞ்சம் பொறாமையோடையும், ஆற்றாமையோடையும் படைச்சிட்டதுக்கு நாம என்ன பண்ணமுடியும்? அது இயற்கை..."

அவ இன்னொரு வீட்டுக்குப்போய் நல்லவிதமா வாழவேண்டியவ... அதுவரை கொஞ்சம் பொறுத்துக்கோ...

தயவுசெய்து இனி அவளப்பத்தி என்கிட்டே தப்பா பேசாதே. அவளா நீயான்னா நான் அவ பக்கம்தான் நிப்பேன். இப்படி சொல்றதுக்காக என்னை மன்னிச்சிடு...” என்று கூறவும் தேவகியிடம் ஸ்தம்பிப்பு!

——

2

அத்தியாயம்

ராமநாதனின் வெட்டு ஒன்று துண்டு இரண்டு என்கிற பதில் தேவகியைச் சற்று நிலைகுலையச் செய்துவிட்டது... ராமநாதனும் அந்த அறைக்குள் அதற்குமேல் நிற்கவில்லை. அறைக்கு வெளியே வந்த ராமநாதனைக் காத்திருந்ததுபோல் சுவாதியும் பிடித்துக்கொண்டாள்.

"அப்பா..."

"சொல்லும்மா..."

"நானும் வேலைக்குப் போறேன்..." எனும் அவளது எதிர்பாராத பதிலில் முதலில் அதிர்ந்து பின், "சரிம்மா... உன் இஷ்டம்" என்றார்.

"என்ன உன் இஷ்டம்... வேலை வாங்கித் தா..."

"வாங்கித்தரதா... அதுக்கு நீதான் உன் ரெஸ்யூமை மெய்ல்பண்ணி ட்ரை பண்ணணும்."

"ஏன் அதை எனக்காக நீ செய்யக்கூடாதா?"

"என்னடா கண்ணு நீ... சரி உன் மெய்ல் ஐ.டி.ல இருந்து நானே ட்ரை பண்றேன்."

"பை த பை... ரேவதிக்கு எந்த வகைலயும் என் வேலை குறைஞ்சதா இருக்கக்கூடாது..."

அப்பாவும் மகளும் பேசிக்கொண்டிருந்ததைக் கேட்ட பத்மாவுக்குக் கிளப்பிக்கொண்டு வந்தது கோபம். அதிலும் ரேவதியோடு ஒப்பிட்டு சுவாதி பேசவும் கோபமே கொந்தளிப்பாகவும் மாறியது.

"அவதான் புரியாத மாதிரி கேக்கறான்னா நீங்களும் தலையைத் தலையை ஆட்டறீங்களே..." என்று ஆரம்பித்தவள் அதே வேகத்தில் சுவாதி பக்கம் திரும்பி, "நீ தெரிஞ்சுதான் பேசறியா... அவ படிச்ச படிப்பையா நீ படிச்சே? எனக்கு கணக்கு வராது, இங்கிலீஷ் வராதுன்னு ஒரு பி.ஏ. எகனாமிக்சைப் படிக்கறதுக்குள்ளயே எங்க உசுரை வாங்கினவ நீ! அவளோ எம்.பி.ஏ. படிப்பை கோல்டுமெடலோடு படிச்சு முடிச்சவ. அது எப்படிடி அவளுக்கு சரியா உனக்கு வேலை கிடைக்கும்?" என்று ஓர் உறுமு உறுமினாள். அதைக் கேட்ட சுவாதி முகம் குங்குமத்தைத் தண்ணீரில் கலந்து பூசிக்கொண்டதுபோல் சிவந்துவிட்டது. அடுத்த நொடியே அங்கிருந்து ஆவேசமாக விலகியவள் படாரென்று கதவைச் சாத்திக்கொண்டு தன் அறைக்குள் அடைந்துக்கொண்டாள். சுவாதி இயலாமையைச் சந்திக்கும் போதெல்லாம் அந்த அறைக்கதவுதான் பாடாய்ப்படும். அதுதான் எப்போதும் அவளின் உச்சபட்சம்!

ராமநாதன் முகமும் சற்று ஆவேசச் சுதிக்கு மாறிவிட்டிருந்தது.

"பத்மா... நான் அவ போக்குலப்போய் அவளைச் சமாளிக்க நினைச்சேன். இடைல பூந்து இப்படிப் பண்ணிட்டியே. உனக்குதான் பத்மா காமன்சென்ஸே இல்ல." என்று பத்மா மேல் பாயத்தொடங்கினார் ராமநாதன்.

"யாருக்கு... எனக்கா? நீங்க ஏன் சொல்லமாட்டீங்க...?"

"பின்ன என்ன பத்மா அவதான் கொஞ்சம் ஹைடெம்ப்பர்னு தெரியும்ல?"

"என்ன ஹைடெம்ப்பர் லோடெம்பர்ன்னு எனக்கு விளக்கம் கொடுத்துக்கிட்டிருக்கீங்க, இப்ப அவளை யார் வேலைக்குப்

போகச்சொன்னது? அவளுக்கு வேலை கிடைச்சா இவளுக்கும் கிடைச்சாகணுமா? நான் கேட்டதுலயும் என்ன தப்பு இருக்கு? அவளுக்குக் கிடைக்கற வேலையெ ஒரு செகண்ட் கிளாஸ்ல பி.ஏ. முடிச்ச இவளுக்கும் எப்படிக் கிடைக்கும்?"

"இதோ பார்... படிப்பெல்லாம் ஒரு கணக்குக்குத்தான்! நான் எஸ்.எஸ்.எல்.சி. முடிக்கும்போது என் கிளாஸ்ல படிச்சு ஸ்டேட் ரேங்க் எடுத்தவன் இன்னிக்கு ஒரு சாதாரண பேங்க் எம்ப்ளாயி. ஆனா நான் மாசம் பல லட்சம் சம்பாதிக்கிற ஒரு பிசினஸ்மேன்."

"அப்ப... இவளையும் பிசினஸ்ல இறக்கிவிட்டுப் பெரிய ஆளாக்கப் போறீங்களா?"

"ஏன் செய்யக்கூடாது? எனக்கு ஒரு மகன் இருந்தா அதைத்தானே செய்வேன்? இவ பெண்ணுங்கறதால கூடாதா?"

"போதும்... விதண்டாவாதமா பேசாதீங்க... ஏன், உங்க பிசினஸ் நல்லா இருக்கறது உங்களுக்குப் பிடிக்கலையா?"

"பைத்தியக்காரி... இவளாலதான் இந்தத் தொழிலே டெவலப் ஆகியிருக்கு. இன்னிக்கு சுவாதி பார்மசூடிகல்ஸ்னா டெல்லிவரை கொடிகட்டிப் பறக்க யார் காரணம்னு நினைக்கறே நீ?"

ராமநாதன் கேட்கவும், பத்மாவால் அதற்குமேல் பேசமுடியவில்லை. ரேவதி அவளைப் பேசவிடாதபடி, "அம்மா... நீ போய் வேலையப் பார். இப்படி நீ எத்தன தடவதான் பேசுவே? அப்பாவும் இதையே எத்தன தடவதான் சொல்லுவார்? அப்பா... ப்ளீஸ் அப்பா... அம்மாக்கு சரியா நீங்களும் பதில் சொல்லிக்கிட்டே இருப்பீங்களா?" - என்று ராமநாதனையும் தணிக்கப் பார்த்தாள்.

"என்னை என்னம்மா பண்ணச்சொல்றே? உங்கம்மா கேள்வி கேட்டா நான் பதில் சொல்லித்தானே தீரணும்?"

"இவ்வளவு பேச்சுக்கும் காரணமான அவ போய் கதவைத் தாப்பா போட்டுகிட்டா. நீங்க இரண்டுபேரும் கட்டிப்புரண்டா என்னப்பா அர்த்தம்?"

"நீ என்னம்மா... உங்க அம்மா பக்கம் பேசறியா, இல்ல என் பக்கம் பேசறியா...? எனக்குப் புரியலியே..."

"நான் யார் பக்கமும் பேசல... பொதுவா பேசறேன். வேற ஏதாவது வேலை இருந்தா போய்ப் பாருங்கப்பா... நான் ரொம்ப சீக்கிரம் யு.எஸ். போய்டுவேன். அப்புறம் அவ மட்டும்தான் இருப்பா... எந்தச் சண்டையும் வராது..."

ரேவதி சொல்லி முடித்த மறுநொடி கதவைத் திறந்துகொண்டு வரத்தொடங்கினாள் சுவாதி. அவள் வரும் வேகமே அச்சம் தருவதாய் இருந்தது.

"இப்ப நீ என்ன சொன்னே... யு.எஸ். போய்டுவியா?" என்று அவள் கேட்கவும், தான் உணர்ச்சிப்போக்கில் உண்மையைச் சொன்னது ரேவதியை நாக்கைக் கடிக்கவைத்தது.

"சொல்லுடி... யு.எஸ்ஸா போகப்போறே?"

"ஆமாம்... அதுக்கென்ன இப்போ?"

"வேலையே கிடைக்குமோ கிடைக்காதோன்னே... இப்ப யு.எஸ்.ங்கறே...?"

"கிடைச்சா யு.எஸ். போகணும், போதுமா?"

"கிடைச்சாதானே?"

"ஆமாம். கிடைச்சாதான்..."

"நீ கோல்ட் மெடலிஸ்டா இருக்கலாம். அதுக்காக அமெரிக்கக் கனவெல்லாம் காணாதே..."

"சரி... காணலை. நீ போய் உன் வேலையைப் பார்..."

ரேவதி அவள் அறையை நோக்கிக் கையைக் காட்டினாள். சுவாதி போவதாக இல்லை. ரேவதி அமெரிக்கா என்று சொன்ன விஷயம் அவள் வரையில் அவளுக்கும் என்னென்னவோ செய்தபடி இருந்தது.

"நீ போறியா, இல்ல நான் போகவா?" ரேவதி கேட்டும் அவள் நகரவில்லை. வேறு வழியின்றி ரேவதி விலகிச்சென்று

அத்தை அறைக்குள் நுழைந்து அத்தைக்கு எதிரில் போடப்பட்டிருந்த நாற்காலியில் அமர்ந்தாள். அறை முழுக்க லேசான வடிகட்டினாற்போன்ற இருட்டு வேறு. நெடுநேரம் வரை எதையும் சிந்திக்கத் தோன்றவில்லை.

புறத்திலும் எந்தச் சப்தமும் இல்லை, மெல்ல நிமிர்ந்து பார்த்தாள். எதிரில் அத்தையிடம் ஸ்தம்பித்த நிலை விழிகளிலும் கண்ணீர்த்துளிகள்!

"அத்தை என்னாச்சு?"

"....."

"உன்னத்தான் அத்தை... என்னாச்சு ஏன் அழறே?"

"நான் இன்னிக்கா அழறேன்... உன் அக்காவால தினமும்தான் அழறேன்."

"ஐயோ அத்தை... அவளப்பத்தித் தெரிஞ்சுமா அழறே?"

"தெரிஞ்சதாலதான் அழறேன்... எனக்கும் அறுபது வயசாச்சு. எவ்வளவோ பாத்துட்டேன். ஆனா இவளைப்போல ஒரு கேரக்டரை நான் பார்த்ததேயில்லை. புலி ஒண்ணு நடமாடற இடத்துல பயந்து வாழறமாதிரியே இருக்கு..."

"இது அதிகப்படிச் சக் கற்பனை அத்தை. சுவாதி ஒரு சுயநலக்காரி, பொறாமை பிடிச்சவதான் இல்லேங்கல அதுக்காக அவளை ஒரு புலியாவா நினைப்பே? திஸ் ஈஸ் டூ மச்..."

"ரேவதி, நீயும்தான் இந்த வீட்டுப் பொண்ணு... உன்னால ஒருநாள் ஒரு வருத்தம் எனக்கு ஏற்பட்டுருக்குமா?"

"அதெல்லாம் சரிதான்... அதுக்காக அவளை நீ இவ்வளவு தூரம் நினைக்காதே அத்தை..."

"எப்படி உன்னால அவளை அட்ஜஸ்ட் பண்ணமுடியுது. இத்தனைக்கும் இந்த வீட்ல அவ வைக்கற முதல் குறியே உன்மேல தானே?"

“உண்மைதான், நான் அவளை ஒரு மனநோயாளியா பாக்கறதால எனக்கு அவளோட பெருசா கோபம் வரலை அத்தை.”

“சுயநலமும், பொறாமையும் உனக்கு மனோவியாதியா?”

“பின்ன...? இந்த வியாதி எல்லார்கிட்டயும் இருக்கு அத்தை. என்கிட்டயும் இருக்கு! என்னன்னா இந்த வியாதி நம்பகிட்ட நம்ப கன்ட்ரோல்ல இருக்கு. சுவாதி வரைல வியாதியோட கன்ட்ரோல்ல அவ இருக்கா.”

“ரேவதி... உனக்கு ரொம்பப் பெரியமனசு. என்னமா சமாளிச்சுப் பதில் சொல்றே தெரியுமா நீ?”

“இது ஏதோ பதில் இல்ல. இதான் உண்மை! சுவாதி மாதிரி பெண்களை நாம நம்ம மனசுக்குள்ளயே நுழையவிடக் கூடாது. விட்டாதான் வலிக்கும்... பெரிய அனுபவசாலியான உனக்கு இது தெரியலியா?”

ரேவதியின் பேச்சு தேவகிக்கு இதமாகத்தான் இருந்தது.

“சின்ன வயசானாலும் உனக்குப் பக்குவம் அதிகம். உன்ன பாக்கறச்சே எனக்கு என் பாட்டி ஞாபகம்தான் வருது.”

“ஐயோ நான் அவ்வளவு கிழடாவா இருக்கேன்?”

“விளையாடாதே... அந்தப் பாட்டியோட குணத்தையும் பக்குவத்தையும் சொன்னேன். அப்படியே அவளைக்கொண்டு வந்துருக்கே நீ.”

“கொஞ்சம் உனக்கும் எடுத்துக்கோ. இப்படி எல்லாம் கலங்கிட்டு உட்காராதே அத்தை.”

“நான் சுவாதியோட போக்குக்காக மட்டும் கலங்கல ரேவதி. உங்கப்பாவோட போக்கும் என்னைக் கலங்க வெச்சிடிச்சு. அவன் அவளுக்கு ரொம்பவே இடம் கொடுக்கறான்.”

“தப்பா சொல்றே... அப்பாவும் அவளை வெறுக்கத் தொடங்கிட்டா அப்புறம் அவ மனநிலையை என்னால

கற்பனையே பண்ண முடியல. அப்பா அவளை அட்ஜஸ்ட் பண்ணிப்போய் நமக்கெல்லாம் உதவிதான் செய்துகிட்டிருக்கார்."

"அவளை அட்ஜஸ்ட் பண்ணட்டும் இல்ல கட்டிப் புரளட்டும். அதுக்காகக் கூடப்பொறந்த என்னைப்பாத்து அவளுக்குப் பிறகுதான் நான்னா சொல்றது?"

"அப்படியா சொன்னார் அப்பா...?"

"பின்ன?"

"விட்டுத்தள்ளு இப்ப நான் சொல்றேன். இந்த வீட்ல நீதான் மோஸ்ட் சீனியர். உனக்குப் பிறகுதான் எல்லாம்."

ரேவதியின் பதில் தேவகியிடம் ஆனந்தக் கண்ணீரை உருவாக்கியது. கையைப் பிடித்து இழுத்து வாயருகே கொண்டுசென்று முத்தமிட்டாள். அப்படியே, "ஆமா... ஏதோ அமெரிக்கா ஆப்பிரிக்கான்னு காதுல விழுந்ததே...?" என்றும் கேட்க, ரேவதியும் புன்னகைத்தவளாய்,

"ஆமாம் அத்தை, அமெரிக்காவுல எனக்கு வேலை கிடைச்சிருக்கு" என்று முழு விவரத்தையும் சொல்லி முடித்தாள். தேவகியிடம் அதன்பின் ஆழ்ந்த மௌனம்.

"என்ன பதிலைக் காணோம்?"

"என்னத்த சொல்ல... இந்த வீட்ல எனக்கு இருக்கற ஒரே ஆறுதல் நீதான். நீயும் அமெரிக்கா போய்ட்டா, இந்த ராட்சஸிகிட்ட என் நிலையைக் கற்பனைகூட பண்ணிப் பார்க்க முடியல..."

"கவலப்படாதே... அங்க நான் போய்ச் சேர்ந்த கொஞ்ச நாள்ல உன்னையும் எனக்குத் துணையா கூட்டிக்கிட்டுப் போய்டுறேன். ஓ.கே?"

"நிஜமா?"

"சத்யமா..."

"இதுபோதும் எனக்கு..." தேவகி பூரித்துப்போனாள்.

"சரி... மாத்திரைய மறக்காம சாப்பிட்டு உன் டெய்லி சீரியலப் பார்க்க ரெடியாகு. நான் போய் என் மற்ற விஷயங்களப் பாக்கறேன்" டி.வியை ஆன் செய்து ரிமோட்டை தேவகி கையில் தந்தவளாய் விலகத் தொடங்கினாள் ரேவதி!

◈◈◈

மொட்டை மாடி! நீல வண்ண பிளாஸ்டிக் கூரையோடு கூடிய ஊஞ்சல் சோஃபாவில் அமர்ந்துகொண்டு ஒரு சிகரெட் பற்ற வைத்திருந்தார் ராமநாதன். தேடிக்கொண்டு வந்தாள் ரேவதி. சிகரெட் புகை அவள் முகத்தில் கோபத்தையும் சிடுக்கையும் உருவாக்கிற்று. ரேவதியைப் பார்க்கவும் அவர் சிகரெட்டை மறைக்க முயல, அவள் வேகமாக வந்து அதைப் பிடுங்கி எறிய முயன்றாள்.

"நோ ரேவதி... ஒரு சிகரெட் விலை நாப்பது ரூபா..."

"மண்ணாங்கட்டி... உங்க ஹெல்த் எனக்கு நாப்பது கோடிக்கும் மேல தூக்கிப்போடுங்க அந்த சிகரெட்டை..."

"இந்த மாசத்துல இதுதான் முதல் சிகரெட்... ப்ளீஸ்..."

"நோ... இப்ப தூக்கிப்போடப் போறீங்களா இல்லை நான் இந்த மாடில இருந்து குதிக்கட்டுமா?"

ரேவதியின் மிரட்டல் வேலை செய்தது.

ராமநாதன் சிகரெட்டைத் தூக்கிப்போட்டார். பொய்க் கோபத்தோடு மகளையும் முறைத்தார்.

"முறைப்பெல்லாம் வேண்டாம். முக்கியமான விஷயம் பேசத்தான் வந்தேன்."

"தெரியும்... உன் ஜாப் விஷயம்தானே?"

"ஆமாம்ப்பா... நல்ல வேலைப்பா! நல்ல என்விரான்மென்ட்"

"அப்ப நீ என் பிசினஸ்ல எனக்கு ஹெல்ப் பண்ணமாட்டேன்னு சொல்லு."

“அதுக்குதான் உங்க மூத்த பொண்ணு இருக்காளே...? நானும்கூட இருந்தா அவ்வளவுதான்.”

“நீ இப்படித்தான் சொல்வேன்னு எனக்குத் தெரியும். நீ வேலைக்குச் சேரப்போற கம்பெனியைப்பத்தியும் நான் விசாரிச்சிட்டேன். நல்ல கம்பெனிதான். இருந்தாலும் எனக்கு ஒரு விருப்பம்...”

“என்னப்பா?”

“நீங்க இரண்டுபேரும் எப்பவும் என்கூடவே இருக்கணும்.”

“அப்ப அமெரிக்கா போக வேண்டாம்கறீங்களா?”

“ஆமாம்மா... எனக்கும் உன் அம்மாவுக்கும் நீங்க ரெண்டுபேர் தானே உலகம்?”

“அப்ப எங்களுக்குக் கல்யாணமெல்லாம் பண்ணித்தர மாட்டீங்களா?”

“பண்ணித் தருவேன். வீட்டோட மாப்ளையா இருக்க சம்மதிக்கறவங்களுக்கு...”

“அப்படிப்பட்டவங்க ஒரு கம்ப்ளீட் மேனா இருப்பாங்களப்பா...?”

ரேவதியின் கேள்வி ராமநாதனைச் சற்று வாயடைக்க வைத்தது.

“பதில் சொல்ல முடியல இல்ல...”

“.....”

“சாரிப்பா... இது இன்டர்நெட் உலகம். யாரும் கிட்ட இருந்தாலும், கிட்ட இல்லை தூர இருந்தாலும், தூர இல்லை. நான் எங்க இருந்தாலும் உங்களோட உங்களப் பாத்து ஒருமணி நேரமாவது டெய்லி பேசுவேன். இன்னொரு ஐடியாவும் இருக்கு பேசாம உங்க பிஸினஸை மூட்டை கட்டுங்க. சுவாதிக்கும் ஒரு அமெரிக்க மாப்ளையைப் பாருங்க. கல்யாணம் நடந்து அவளும் அமெரிக்கா வந்துடட்டும். நீங்களும் வந்துடுங்க. உங்களை அங்க நான் பாத்துக்கறேன்” என்று கூறி சிரித்தவள்

சப்தம்கேட்டு திரும்பினாள். சுவாதிதான் வந்துகொண்டிருந்தாள்! அவள் வரவும், “சரிப்பா... சுவாதி வந்துட்டா இனி நான் இங்க இருந்தா அவ்வளவுதான்னு உங்களுக்கும் தெரியும். நான் போறேன்” என்று விலகியவளைக் கூர்மையாகப் பார்த்தபடியே ராமநாதனை நெருங்கினாள் சுவாதி.

“வா சுவா... உக்காரு இப்படி...” மிக வாஞ்சையாகப் பேசினார் ராமநாதன். அவளும் அமர்ந்தவளாக,

“அப்பா, கண்ணை மூடிக்கிட்டு வாயைத் திறங்க...” என்றாள்.

“எதுக்குடா?”

“சொன்னதைச் செய்யுங்க...”

அவரும் அப்படியே செய்தார். சுவாதி அவர் வாயில் அவருக்கு மிகப்பிடித்த அந்த நாற்பது ரூபாய் சிகரெட்டை செருகியவளாய் தீப்பெட்டியை உரசி தீயைப் பிடித்து சிகரெட் நுனியிலும் வைத்தாள். அவரும் உறிஞ்சியபடியே அவளைப் பார்த்தார். அதில் ஆயிரம் அர்த்தங்கள்!

“உம்... என்ஜாய் பண்ணுங்கப்பா, நீங்க ரொம்ப ஸ்ட்ரெஸ்ஸோட இருக்கீங்கன்னு தெரிஞ்சு உங்க பிரீஃப் கேஸ்ல இருந்து எடுத்து வந்தேன்.”

அவரும் புன்னகைத்தபடியே புகையை உமிழ்ந்தார்.

“ஆமா... அவ அமெரிக்கா போகப்போறது உறுதியாப்பா. எனக்கு தெரிஞ்சா நான் பொறாமைப்படுவேன்னுதானே அவ என்கிட்ட சொல்லலை...” என்று ஆரம்பித்தவளை ராமநாதனும் எச்சரிக்கையோடு எதிர்கொள்ளத் தயாரானார்.

“நீ பயங்கர புத்திசாலிடா சுவாதி... உன்கிட்ட யாரும் எதையும் மறைக்கமுடியாது. என்னால மட்டும் முடியுமா? யு ஆர் ரைட்...” என்றார். முன்னதாகப் புகழ்ந்துவிட்டு பின்னதாக விஷயத்தை ஒப்புக்கொள்ளவும் சுவாதியிடமும் பெரிய கொந்தளிப்பில்லை. ஆனாலும்,

“அப்ப நானும் அமெரிக்கா போகணும்” என்று அவள் சொல்லவும், அவரிடம் ஓர் ஆழமான பெருமூச்சு...!

———

3

அத்தியாயம்

'**நா**னும் அமெரிக்கா போகணும்' என்று ஆரம்பித்த சுவாதியைச் சமாளிக்க ஆரம்பித்தார் ராமநாதன்!

"அவ போகணும்னா நீயும் போகணுமாம்மா... என் பிசினஸுக்கு நான் உன்னைத்தான் வாரிசா நினைச்சுக்கிட்டிருக்கேன். நீ இப்படிச் சொல்றியே?"- என்று அவளை வாரிசாக்கவும் சுவாதியிடம் அது வேலை செய்ய ஆரம்பித்தது.

"என்னப்பா சொல்றே... உன் பிசினஸுக்கு நான் வாரிசா?"

"ஆமாம்மா. என்ன இப்படிக் கேக்கறே?"

"அப்ப ரேவதி..."

"அவதான் அமெரிக்காவுக்கு வேலைக்குப் போகப்போறாளே?"

"அதனாலதான் என்னை வாரிசுங்கறியா?"

"பைத்தியம். உன் பேர்லதான் நான் கம்பெனியவே ரன் பண்றேன். அப்ப நீதானே வாரிசு?"

சுவாதி அவளுக்கே உண்டான சுபாவப்படி சந்தேகமும், சந்தோஷமும் கலந்த நிலையில் கேட்ட கேள்விகளை, ராமநாதனும் அழகாய் எதிர்கொண்டார்.

அவ்வளவும் நல்ல நிலையில் போடப்பட்ட பந்துகள்! அவுட் ஆகிவிடாமல் ஒவ்வொரு பந்தையும் பவுண்டரிக்கு அனுப்பியவர்போல் பதில் கூறவும், அவளிடம் ஒரு தற்காலிக சமாதானம்.

“சரிப்பா. உன் கம்பெனில எனக்கு என்ன போஸ்ட்?”

“நான் மேனேஜிங் டைரக்டர்னா நீ யாரு...?”

“ஜாய்ன்ட் மேனேஜிங் டைரக்டர்...”

“யு மீன் ஜே.எம்.டி.”

“பின்ன?”

“ரியலி...”

“இன்னுமா நீ சந்தேகப்படறே. வேணும்னா நீ எம்டியா இரு. நான் ஜே.எம்.டியா இருக்கேன். என்ன இப்போ?”

“நோ... நோ... என்னை என்ன அவ்வளவு மோசமானவள்னு நீ நினைச்சிட்டியா. எப்பவும் நீதான் எம்.டி. ஆமா நான் ஜே.எம். டிங்கற இந்த முடிவை, உன் அருமை மனைவிகிட்டேயும் அக்காகிட்டேயும் சொன்னியா?”

இனிமேதாம்மா சொல்லணும். நீ ஓகே சொன்ன பிறகுதானே நான் சொல்லமுடியும்?”

ராமநாதன் அந்தக் கேள்வியோடு சுவாதியைப் பார்த்தார். அவளிடம் பெருமை பொங்க ஆரம்பித்திருந்தது. ஜே.எம்.டி என்கிற வார்த்தையை ஒரு தேன்மிட்டாய்போலக் கருதி நாவில் சொல்லிச் சொல்லிப் பார்த்தாள்.

காயப்போட்ட துணிகளை எடுப்பதுபோல் அப்பாவும் மகளும் பேசிக்கொள்வதை, பத்மாவும் கேட்டபடியே இருந்தாள். அவள் முகத்தில் சிடுசிடுப்பு. கத்தி போய் வாளுவந்த கதையாக இவளைச் சமாளிக்க இப்படிப் போகிறபோக்கில் போக வேண்டியிருக்கிறது. அப்படிப் போகும்போது அதற்கேற்ப முடிவுகளும் உருவாகிவிடுகின்றன. ‘சுவாதி பார்மசூடிகல்ஸ்’ நிறுவனம் மாசம்

பதிமூன்று கோடி ரூபாய் டர்ன் ஓவரில் நூற்றிப்பதினைந்து பேர் வேலை பார்க்க, வெற்றிகரமாய்ச் செயல்பட்டுக் கொண்டிருக்கிறது. எல்லோரும் நிம்மதியாய் வேலை செய்துகொண்டுள்ளனர். இவள் போனால் அவ்வளவுதான்!

பத்மாவுக்குள் இப்போதே பயம் ஏற்பட்டுவிட்டது. ராமநாதனும் அவளைச் சமாளித்து முடித்தவராய் தன் அறைக்குப்போய் கம்ப்யூட்டர் முன் அமர்ந்தார். மெயில் பாக்ஸைத் திறக்கப்போனவர் முன், இடுப்பில் தூக்கிக்கட்டிய சேலையைக்கூட இறக்கிவிடாதவளாக அருகில் வந்து நின்றாள் பத்மா.

“சொல்லு பத்மா.”

“என்னத்த சொல்றது... அதான் ஜே.எம்.டின்னு சொல்லிட்டீங்களே?”

“ரேவதி நல்லபடியா அமெரிக்கா போகணுமா வேண்டாமா?”

“அதுக்காக உங்க ஆபீசை பலி கொடுக்கறதா?”

பத்மாவின் கேள்வி ராமநாதனை கம்ப்யூட்டரில் இருந்து விலக்கி அவளைப் பார்க்கச் செய்தது.

பார்வையிலும் வெறிப்பு.

“இப்படிப் பார்த்தா ஆச்சா... நான் கேட்டதுல என்ன தப்பு?”

“நீ என்ன... நான் கொஞ்சம்கூட யோசிக்காம எல்லா காரியங்களையும் செய்யறதா நினைக்கறியா?”

“ஆம்... அப்படித்தான் நினைக்கிறேன். அவ அமெரிக்கா போக ஆசைப்பாட்டா அமெரிக்கா மாப்ளை ஒருத்தனைப் பார்த்துக் கல்யாணத்த பண்ணி அனுப்ப வேண்டியதுதானே?”

“என்னமோ மாப்ளைகள் வரிசைல நிக்கற மாதிரி சொல்றே?”

“ஏன், தேடினா கிடைக்கமாட்டாங்களா... வரிசைல நின்னாதான் ஆச்சா?”

“மெல்லப் பேசு... அவ காதுல விழுந்துடப்போகுது.”

“விழட்டுமே... நீங்க அவளுக்காக ரொம்பவே வளைஞ்சு கொடுக்கறீங்க.”

“சரியாதான் சொல்றே... வளைஞ்சுதான் கொடுக்கறேன். இல்லேன்னா இந்த வீட்டு நிம்மதி போயிடும்.”

“இப்ப என்ன எல்லாரும் ரொம்ப நிம்மதியா இருக்கறதா நினைப்பா உங்களுக்கு?”

“பதிலுக்குப் பதில்னு பேசிக்கிட்டே போகாதே பத்மா. போகப்போக எல்லாம் சரியாப்போயிடும்”

“எனக்கு அந்த நம்பிக்கை போயிடுச்சுங்க. அவளை ஒரு நல்ல டாக்டர்கிட்ட கொண்டுபோய் காட்டியே தீரணும்.”

“பைத்தியம் மாதிரி பேசாதே. அக்ரஸிவா ஒரு கேரக்டர் இருந்தா டாக்டர் வரைக்கும் யோசிப்பியா? உனக்கே இது டூமச்சா தெரியல.”

“இல்லீங்க... இரண்டு நாளைக்கு முந்தி ஷாப்பிங் மால்ல ஒரு கடைக்குப் போயிருக்கா. அங்க ஒரு கண்ணாடி மீன் ஜாடி இவளுக்குப் பிடிச்சிருக்கு. சரி திருப்பிப்போகும்போது வாங்கிக்கலாம்னு கடைக்காரன்கிட்ட சொல்லிட்டு இவளுக்குப் பிடிச்ச பீசா சாப்ட போய்ட்டா, திரும்பி வந்தா அந்த மீன்ஜாடி இல்ல. கடைக்காரனைக் கேட்டா ஒருத்தர் இம்மீடியட் கேஷ் கொடுத்து வாங்கிட்டாங்க. நீங்க திரும்பி வருவீங்களோ மாட்டீங்களோன்னு நான் வித்துட்டேன் கடைக்காரன் சொல்லியிருக்கான். அவன் சொன்னதுல தப்பு என்ன இருக்கு? அவன் சொல்லிட்டு திரும்பின செகண்ட், பக்கத்துல இருந்த ஒரு பூச்சாடியைக் கடைக்குள்ளயே ஒரு பக்கமா தள்ளிவிட்டு உடைச்சிட்டு சத்தப்படாம திரும்பி வந்துட்டா, கொஞ்ச நேரம் கழிச்சு அந்தக் கடைக்காரன் வீட்டுக்கே வந்து கத்த ஆரம்பிச்சுட்டான். எனக்கோ ஒண்ணும் புரியல. கடைசில கடைல இருக்கற சி.சி.டி.வி கேமரா ஃபுட்டேஜைக் காட்டவும் ஓடிப்போய் கதவைச் சாத்திக்கிட்டா. அந்த ரூமும் கதவும்

இவகிட்ட என்ன பாடு படுது தெரியுமா? அப்புறமா அந்த ஜாடிக்கான பணத்தை நான் கொடுத்து சமாளிச்சு அனுப்பினேன். உங்ககிட்டகூட சொல்லலை. ஏற்கெனவே பிசினஸ் பிரஷர்ல இருக்கீங்கன்னு இதையெல்லாம் நான் உங்ககிட்ட சொல்லவும் விரும்பலை. இப்ப என்னடான்னா, அந்த பிசினஸுக்கு இவளை முதலாளியாக்கறேன்னு சொல்றீங்களே பிசினஸ் என்னாகும்னு நினைச்சுப் பார்த்தீங்களா?"

பத்மா சொல்லி முடிக்க ராமநாதனிடமும் அதற்கு ஒரு பதிலில்லை. தீவிரமாக யோசிக்க ஆரம்பித்துவிட்டார். அவர் யோசிக்கட்டும் என்று பத்மாவும் விலகினாள்!

◈◈◈

மறுநாள்!

"மார்க்கெட் வரை போய்ட்டு வரையா ரேவதி. சுத்தமா காயே இல்லை" என்றாள் பத்மா. ரேவதியும் வயர் கூடையுடன் ஸ்கூட்டியின் சாவியை எடுத்துக்கொண்டு புறப்பட்டாள். எதிரில் குளித்துவிட்டு, தலையைத் துவட்டியவளாக வந்தாள் சுவாதி.

"வாவ்... பியூட்டிஃபுல்" என்றாள் ரேவதி. சுவாதி நின்று வெறித்தாள்.

"என்ன சுவாதி பாக்கறே... என்ன ஷாம்பு போட்டே தலைமுடி இப்படி மின்னுது...?"

"நிஜமாவா?"

"செ... போய் கண்ணாடி முன்னால நின்னு பார். என் தலையும் இருக்கே?"

"ஆமா கூடையோட எங்க கிளம்பிட்டே?"

"மார்க்கெட்டுக்குதான்... நீ போய்ட்டு வரையா?"

"பரவால்ல பரவால்ல... நீயே போய் வாங்கிட்டு வா."

அவளைச் செயற்கையாகப் பாராட்டி, அவள் வாயாலேயே போய் வா என்று சொல்லச் செய்தவளாக வாசலைக் கடந்த ரேவதியை அத்தை தேவகி முறைத்துப் பார்த்தாள்.

சூரியவெளிச்சம் பட வெளியே போர்ட்டிகோவை ஒட்டி நாற்காலியைப்போட்டு அமர்ந்திருந்தாள்.

"அத்தை உனகெதாவது வாங்கிவரணுமா?"

"......"

"என்னத்த பேசாம முறைக்கறே?"

"இதுக்கெல்லாம் நீதான் போகணுமா. வேலைக்காரிய அனுப்பலாமில்லியா?"

"எனக்குத்தான் காய்கறி வாங்கறதுன்னா ரொம்பப் பிடிக்குமே அத்தை..."

"மண்ணாங்கட்டி இதுக்குக்கூடவா அவளுக்கு ஐஸ் வைக்கணும்.?"

"அதனால என்னத்தை... அதான் என்கிட்ட டன் கணக்குல இருக்கே?"

"அட போம்மா... அவளைத் திருத்தறத விட்டுட்டு அநியாயத்துக்கு அனுசரிக்கறீங்க. இது நிச்சயம் நல்லவிதமா முடியப்போறதேயில்லை. நான் வேணா எழுதித்தரேன்..."

"அத்தை... இப்படி நெகடிவால்லாம் பேசாதே! எப்பவும் எதுலயும் பாசிடிவா மட்டுமே யோசி, பேசு! நான் உனக்கே அட்வைஸ் பண்றதா நினைச்சிடாதே. உனக்குத் தெரியாததில்ல... இருந்தாலும் சொல்றேன்" என்றவள், ஸ்கூட்டியை ஆன் செய்தவளாகத் தெருவில் இறங்கினாள்.

◈◈◈

துப்பட்டாவை அழகாய் முடிச்சுப்போட்டுக் கட்டிக்கொண்டு, ஹேல்மெட்டையும் அணிந்துகொண்டு அவள் ஸ்கூட்டி ஓட்டும் அழகில் தெருவில் பலர் மயங்கியிருந்தனர்.

ஒருவன் மட்டும் பின்தொடரத் தொடங்கினான். இரும்புக் குதிரையான பல்சர்மேல் ஹெல்மெட்டால் முகம் மூடியபடி அவன் பயணிப்பது ஒரு ரோமானிய வீரன் குதிரைமேல் யுத்தத்துக்குச் செல்வதை ஞாபகப்படுத்தியது. ரேவதியும் திரும்பிப் பார்த்தாள். அவளது ஸ்கூட்டியின் ரியர் மிர்ரரில் அவன் நன்றாகவே தெரிந்தான்.

காய்கறி மார்க்கெட் வரவும் வண்டியைப் பார்க் செய்துவிட்டு இறங்கி நடக்கத் தொடங்கினாள். அவனும் அவளைப் பின்தொடர்ந்தான். ஹெல்மெட்டைக் கழட்டி லாக் செய்துவிட்ட நிலையில், ஒரு சினிமா ஹீரோபோல் தெரிந்தான்.

ரேவதிக்கு மார்க்கெட்டில் வயதான பல பாட்டிகள் பழக்கம். எழுபது எண்பது வயதிலும் ஒரு தொழில் செய்து பிழைக்கும் அவர்கள், ரேவதி வரையில் இந்த தேசத்தின் சொத்துகள்.

“வா கண்ணு... என்ன இன்னிக்கு லேட்டா வந்துட்டே பிஞ்சுக்காய் அவ்வளவும் ஓடிப்போயிடுச்சே...” என்றாள் ஒரு பாட்டி.

“பரவால்ல பாட்டி... இருக்கறதுல பிஞ்சை நீயே எடுத்துப்போடு” என்றாள் ரேவதி. பாட்டியும் பொறுக்கிப் பொறுக்கிப் போட்டாள். எடையே போடாமல் பிளாஸ்டிக்கூடை வழிய வழிய என்பதை ஒரு கணக்காகக் கொண்டாள்.

“ஐயோ பாட்டி எடைபோடாம போட்றியே?”

“பரவால்ல... எடையெல்லாம் எங்ககிட்ட பேரம் பேசறவங்களுக்குத்தான். நீதான் எவ்வளவு சொன்னாலும் மறுபேச்சுப் பேசாம வாங்குவியே...?”

“அப்ப என்னை பொழைக்கத் தெரியாதவங்கறியா?”

“சேச்சே... நீதான் பெருசா பொழைக்கப்போறே!” நீ வேணா பாரு... உனக்கு ராஜாதிராஜன் புருஷனா வருவான். அமோகமா இருப்பே...”

பாட்டி, ரேவதியிடம் பொங்கி வழிந்தாள். இருக்கிற காய்களை எல்லாம் அள்ளி அள்ளிப் போட்டாள்.

"போதும்... போதும்..."

"நல்லா சமைச்சு சாப்பிடு இப்ப யாரு நல்ல காய்கறிய சாப்பிடறாங்க. இதுக்குச் செலவழிக்கறதவிட கைல வெச்சுக்கிட்டு எப்பப்பாரு பேசிக்கிட்டே இருக்கற செல்போனுக்குல்ல செலவு செய்யறாங்க."

பாட்டியிடம் உலகப் பார்வையும் இருந்தது. ரேவதி ஐநூறு ரூபாய் நோட்டை நீட்டினாள்.

"சில்லறை இல்லியே கண்ணு."

"நான் கேக்கலியே கண்ணு."

"அப்ப எனக்கா இம்புட்டும்?"

"வெச்சுக்கோ... நீதான் அள்ளித் தரணுமா? நான் தரக்கூடாதா?"

கூடையைத் தூக்கிக்கொண்டு பேச்சோடு புறப்படத் தயாரானாள்.

"கண்ணு... ரொம்பவே கூடக்கொடுத்துட்டே அடுத்த தடவை வரும்போது கழிச்சுக்கலாம், என்ன?"

"உன் இஷ்டம் பாட்டி"

காய்கறி வியாபாரம் முடிந்து திரும்பினவள் எதிரில் அவன்! வழியை மறித்துக்கொண்டு நின்றான். அவள் அவனை வழியைவிடச் சொல்லாமல் திரும்பி நடக்க ஆரம்பித்தாள். அவனும் விடாமல் தொடர்ந்தவனாய்,

"ரே... கொஞ்சம் நில்லு... நான் சொல்றத கேள். நான் நேத்து அந்த இன்டர்வியூ ஹாலுக்கு வராமப்போனதுக்குச் சரியான காரணம் இருக்கு. தயவுசெய்து அது என்னன்னு கேள்..."

"ப்ளீஸ் விஷ்வா... கெட் பேக், எனக்கு எதுவும் தெரியவேண்டாம்." நடந்தபடியே பேசினாள் ரேவதி.

"இதோ பார்... இப்படிப் பிடிவாதமா எல்லாம் நடந்துக்காதே. ஏதோ சினிமா ஸ்க்ரிப்ட்மாதிரி இருக்கு. நீ ஜோதிகாவும் இல்ல நான் சூர்யாவும் இல்ல. நேத்து என்னை போலீஸ் பிடிச்சிடுச்சு... ஹெல்மெட்டை மறந்துட்டு வண்டியில வந்தேன். மடக்கிப் பிடிச்சுட்டாங்க. அவங்க பிடிச்சதுகூட தப்பு இல்ல. அது அவங்க ட்யூட்டி ஆனா ஒரு நூறு ரூபா கொடுத்துட்டுப் போய்கிட்டே இருங்கன்னு சொல்லவும்தான் நான் சூடாயிட்டேன். ஒழுங்கா ஃபைன் போடுங்க கோர்ட்லபோய் கட்டிக்கறேன்னு அவங்களோட வாக்குவாதம். அது கடைசில எங்கபோய் முடிஞ்சது தெரியுமா?" என்கிற அவன் விளக்கம் அவளைச் சற்றுச் சிந்திக்க வைத்தது. வேகமாய் நடந்தவள், சற்று மெல்ல நடக்கத் தொடங்கி, இறுதியில் ஒரு பூக்கடை அருகில், பூவோடு பூவாய் நின்று திரும்பிப் பார்த்தாள்.

"இதுல எது பூன்னு தெரியலியே..." என்று அவனும் டைமிங்காய்ச் சொல்லவும் மெலிதாய்ச் சிரித்தாள்.

"சரி... இன்டர்வியூ என்னாச்சு?" அவன் நேராக விஷயத்துக்கு வந்தாள். அவள் கட்டைவிரலை மட்டும் காட்ட "வாவ்... ஃபன்டாஸ்ட்டிக், அப்ப நான் சைட் அடிக்கணும்னா கலிஃபோர்னியா வரணும்னு சொல்" என்றான்.

"என்ன வரணும்னு சொல்லுங்கறே, அதான் நீ எப்பவோ செலக்ட் ஆயிட்டியே?"

"ஆயிட்டேன். ஆனா கலிஃபோர்னியால இல்லியே... என்னை அட்லாண்டால இல்ல போட்ருக்காங்க..."

"ஐயோ என்ன இது புதுகுண்டு."

"குண்டுதான். நான் என்ன பண்ணட்டும்? கலிஃபோர்னியாவுக்குப் போடச்சொல்லி பிரஷர் போட்ருக்கேன். பார்ப்போம் என்னாகுதுன்னு..."

"அதெல்லாம் எனக்குத் தெரியாது. நான் நீ இருக்கற தைரியத்துலதான் அமெரிக்காவுக்கே வரேன். என் அப்பாவுக்குக் கொஞ்சம்கூட இஷ்டமில்லை."

அதெல்லாம் போகப்போக சரியாயிடும்... கவலைய விடு!"

"இல்ல விஷ்வா... நீ தயவுசெய்து என் அப்பாவைப் பார்த்துப் பேசிடு."

"என்ன சொல்றே ரேவதி, உங்கப்பாவை இப்ப நான் எதுக்குப் பார்க்கணும்?"

"இப்பவே பார்த்துடு... யு.எஸ்ல நான் சப்போர்ட்டா இருப்பேன்னு சொல்லு. அப்பா இரண்டுபேருக்கும் கொஞ்சம் நிம்மதி கிடைக்கும். என் அப்பா கற்பூரம். நீ மீட் பண்ண உடனேயே என்கிட்ட பேசிடுவார். வளவளன்னுல்லாம் பேசமாட்டார். 'என்னம்மா விஷ்வாவை லவ் பண்றியா?'ன்னு பளிச்னு கேட்பார்... மிச்சத்தை நான் பார்த்துக்கறேன்."

ரேவதி சொன்னதைக் கேட்டுச் சற்று யோசித்தவன், "பூனையும் பாலும் பக்கத்துல பக்கத்துலனு யோசிக்கமாட்டாரா?" என்று கூர்மையாகக் கேட்க, சிரித்தாள் ரேவதி.

"என்ன சிரிக்கறே?"

"நீ பூனையுமில்ல, நான் பாலுமில்லங்கறத அப்பா கண்டுபிடிச்சிடுவார் விஷ்வா. நோ பிராப்ளம்" என்றாள்.

"நீ காய்கறி வாங்கறதுலதான் வித்தியாசமானவள்னா உன் குடும்பம் எல்லாத்துலயும் வித்தியாசமா இருக்கும்போல இருக்கே."

"ரொம்ப சரி... தயவுசெய்து என் வீட்டுக்கு மட்டும் வந்துடாதே. உன் சந்திப்பெல்லாம் அப்பாவோட ஆபீஸ்லதான்... ஞாபகம் இருக்கட்டும்."

"ஏன் உன் வீட்டுக்கு வந்தா என்ன தப்பு?"

விஷ்வா கேட்க, ரேவதிக்குள் சுவாதி எழும்பி நிற்கத் தொடங்கினாள்.

——

4

அத்தியாயம்

விஷ்வாவின் கேள்வி முன் மனத்தில் சுவாதியோடு மௌனமாய் வெறித்தாள் ரேவதி.

"என்ன ரே... சைலன்ட்டாயிட்டே நான் உன் வீட்டுக்கு வந்தா என்ன தப்பு? பதில் சொல்..."

"தப்பெல்லாம் இல்ல விஷ்வா... ஆனா, அது கொஞ்சம் அபாயமான விஷயம்..."

"தப்பில்ல... ஆனா அபாயமா? பார்ரா... இதென்ன புதுமையான வியாக்யானம்..."

"விஷ்வா இந்த மார்க்கெட்ல ரொம்பப் பேசமுடியாத ஒரு மனநிலைல நான் இருக்கேன். அபாயம்னு நான் சொன்னது என் அக்கா சுவாதியை. அவ ஒரு ஹைடெம்ப்பர் கேரக்டர். அதனால அப்படிச் சொன்னேன்."

"அவங்க ஹைடெம்ப்பராயிருக்கறதுக்கும் நம்ம காதலுக்கும் என்ன சம்பந்தம்? ஒரு வேளை அவங்களுக்குக் காதல் பிடிக்காதோ? நம்ம காதலுக்கு எதிர்குரல் கொடுத்து சங்கடப்படுத்திடுவாங்களோ?"

"சங்கடப்படுத்துவா... அது எதிர்க்குரல் கொடுத்துதான் செய்யணும்னு கிடையாது. ஆதரிச்சேகூட அவளால செய்யமுடியம்."

"குழப்பறியே ரேவதி..."

"எங்க வீட்ல அக்காவால குழம்பறதுதான் எங்க வழக்கமே. இதெல்லாம் ஒண்ணுமேயில்லை. நாங்க அவளால மிரண்டுபோன கட்டங்கள் பல உண்டு. அவ்வளவு ஏன்? இப்ப நான் அமெரிக்காவுல வேலைல சேரப்போறேன்னு சொன்ன நொடி, அதே அமெரிக்காவுல நானும் வேலைல சேரணும்னு எங்கப்பாவை உலுக்க ஆரம்பிச்சிட்டா. அப்பா அவளைச் சமாளிக்கப் பட்டபாடு எனக்கு மட்டும்தான் தெரியும்,"

"அப்ப இது ஒரு டிசார்டர் கேஸ். டாக்டர்கிட்ட காட்றதுக்கென்ன?"

"அப்ப இதுக்குத் தீர்வு?"

"வினையே வேண்டாம். எங்களைக் கொத்திக் குதறிடுவா"

விஷ்வா கேட்க, ரேவதி அண்ணாந்து வானத்தைப் பார்த்தாள்.

"மேல பாத்தா?"

"மேல இருக்கற அந்தக் கடவுளுக்குத்தான் தெரியும்னு சொல்ல வந்தேன்..."

"நீயா இப்படிச் சொல்றே?"

"நான் என்ன பெரிய மகாசக்தியா விஷ்வா என்னமோ நீயான்னு அழுத்தம் கொடுக்கறே?"

"என்வரைல நீ ஒரு மகாசக்திதான். அப்படிப்பட்ட நீயே உன் அக்காக்குப் பயப்படறதுதான் ஆச்சர்யமா இருக்கு. இட்ஸ் ஓகே. நான் பாத்துக்கறேன்."

"பாத்துக்கறேன்னு ஆபத்தை விலைக்கு வாங்கிடாதே."

ரேவதி சொன்ன சூட்டோடு கிளம்பினாள். எதிரில் கோயில் மாடுகள் சில வழிமறித்தன. விஷ்வா அதன் முதுகில் தட்டி வழியை உருவாக்கினாள். பின் அவனும் தன் டூ-வீலரில் ஏறிக்கொண்டு அதை மிதித்தான். அந்த இரும்புக்குதிரை

செருமலாய்க் கனைத்தபடி பின்வழியே புகைத்துக்கொண்டு ஓடத்தொடங்கியது.

◈◈◈

வீட்டுக்குள் டி.வி.யில் சீரியல் ஓடிக்கொண்டிருந்தது. தேவகியால் சீரியலைத் தொடரமுடியவில்லை. எவ்வளவு பட்டாலும் திருந்தவே திருந்தாத ஒரு வில்லி. பழிக்குப் பழி என்று அவள் கண்களை உருட்டுவதையும், குமுறிக் கொந்தளிப்பதையும் தேவகியால் ஏற்க முடியவில்லை. ரிமோட்கொண்டு வேறு சேனலுக்குப் போனாள். புதுவித உணவு ஒன்றைச் சமைத்தபடி டெமான்ட்ரேஷன் நடந்துகொண்டிருந்தது.

“புதுசு புதுசா என்னென்னமோ சமைக்கறாங்க. ஆனாலும், வீடுகள்ல சாம்பார், ரசம்கற ஐட்டத்தைக் கடந்து புதுசா ஒரு டிஷ்கூட பண்ணப்பட்டதா தெரியலை. இதை எல்லாம் இவங்க யாருக்காகச் செய்து காட்றாங்கன்னும் தெரியலியே.” என்கிற தேவகியின் கமென்ட்டைக் கேட்டபடியே உள்ளே வந்தாள் பத்மா.

“என்னக்கா... புதுசா உங்களுக்கு என்ன வேணும் சொல்லுங்க செஞ்சு தர்றேன்” என்கிற அவளின் ஆரம்பம் தேவகி முணுமுணுத்ததை அவள் கேட்டுவிட்டதை உணர்த்தியது.

“நான் சும்மா சொன்னேன் பத்மா. நீ தப்பா எடுத்துக்காதே.”

“எப்படிச் சொன்னா என்னக்கா... அது ஒரு உண்மைதானே? எனக்கே நம்ம சமையல் போரடிச்சுப்போச்சு. புதுசா யாராவது வந்து சமைச்சுப்போட்டா சாப்பிட ஆசையா இருக்குக்கா...”

“யார் வருவா... நீயும் நானும்தான் சமைக்கணும். வேணும்னா பீட்சா, பர்கர்னு ஆர்டர் பண்ணியே காசை அழிக்கறாளே அந்தப் பெரிய ராட்சசி... அவ வந்து சமைக்கலாம். ஆனா செய்யமாட்டாளே...”

"வேண்டாங்க்கா... அவ பேச்சே வேண்டாம். காதுல விழுந்தா குதிகுதின்னு குதிப்பா. நான் எதுக்கு வந்தேன்னு சொல்லிட்றேன், குரோம்பேட் தாண்டி தாம்பரம் போற வழில ராமாஞ்சனேயர் கோயில்னு ஒண்ணு இருக்கு. அங்க பிரார்த்தனை பண்ணிக்கிட்டு மட்ட தேங்காய் கட்றதுன்னு ஒரு ஐதீகம் இருக்காம். பிரார்த்தனைகள் உடனே நிறைவேறிடுமாம்."

"அப்ப அந்தக் கோயிலுக்குப் போகப்போறேன்னு சொல்..."

"ஆமாங்க்கா... ரேவதி அமெரிக்காபோய் நல்லபடியா செட்டில் ஆகணும். இந்த ராட்சசியும் திருந்தணும்னு வேண்டி ஒரு தேங்காய்க்கு ரெண்டு தேங்காயைக் கட்றதுன்னு முடிவுபண்ணியிருக்கேன். நீங்க வர்றதா இருந்தா சொல்லுங்க. நம்ம கார்லயே போயிட்டு வந்துடலாம்."

"கோயிலுக்குக் கூப்பிட்றே. வரமாட்டேன்னு சொல்வேனா? நானும் வர்றேன். ஆமாகூட ரேவதி வராளா?"

"ஆமாம். இப்பத்தான் மார்க்கெட்ல இருந்து வந்தா. கோயிலுக்குப் போறத பத்திச் சொல்லவும் நானும் வரேன்னு சொல்லிட்டா."

"அப்புறமென்ன. நானும் தயார். எப்பப் புறப்படணும்?"

"சரியா நாலு மணிக்குக்கா..."

"ஓகே... டன்..."

"எதுக்கும் அந்தப் பெரிய எமன்கிட்ட ஒரு வார்த்தை கேட்கறேன். அப்புறம் நீ எப்படி என்னைக் கேட்காம போனேன்னு ஆரம்பிச்சா ஒரு கச்சேரி பண்ணப் பார்ப்பா..." என்றபடியே சுவாதியின் அறை நோக்கிக் கிளம்பினாள்.

அறைக்குள் சுவாதி கம்ப்யூட்டர் முன் அமர்ந்திருந்தாள். பத்மா வரவும் காதுகளை மறைத்தபடி தலைமேல் ஆர்ச்போல் கூடாரம் போட்டிருந்த ஹியர்போனைக் கழற்றியவளாய் பத்மாவைப் பார்த்தாள்.

“என்னடி பண்ணிக்கிட்டிருக்கே?”

“பாத்தா தெரியலியாக்கும். கதகளி ஆடிக்கிட்டிருக்கேன்.”

“இந்தப் பேச்சுக்கெல்லாம் குறைச்சலே இல்லை. போகட்டும். நான், உன் அத்தை. ரேவதி மூணுபேரும் ஆஞ்சநேயர் கோயிலுக்குப் போறோம். அங்க இன்னிக்கு ஒரு பஜனை புரோக்ராம் இருக்கு. வர்றியா?”

“பஜனைக்கா... என்ன விளையாட்றியா?”

“அப்ப உனக்கு இஷ்டம் இல்லை அப்படித்தானே?”

“இது என்ன புதுசா பஜனைக்கெல்லாம் போக ஆரம்பிச்சிட்டே?”

“அது என் இஷ்டம். உனக்கு இஷ்டம் இல்லைன்னா விட்ரு...”

“ரேவதி வராளா?”

“ஆமாம்.”

“அவ எப்படி வர்றா.”

“எப்படின்னா என்னடி அர்த்தம்? எங்ககூட தன் காலால நடந்துதாண்டி வர்றா...”

“என்ன ஜோக்கடிச்சிட்டதா நினைப்பா, எப்படின்னா, இந்த ஆதிகால விஷயத்துக்கெல்லாம் அவ எப்படிச் சம்மதிச்சான்னு கேட்டேன்.”

“அவகிட்ட நீயே கேட்டுத் தெரிஞ்சிக்கோ, என்ன விட்ரு...”

பத்மா விலகி வந்தாள். எதிரில் ரேவதி வரவும்,

“நாம ஆஞ்சநேயர் கோயிலுக்குப் பஜனைக்குப் போறோம்னு சொல்லியிருக்கேன். அவ உன் வாயைப் பிடுங்குவா. சமாளி...” என்றாள்.

“ஐயோ... பஜனைக்கா?” என்று ரேவதி பதறவும்,

"அப்படிச் சொன்னாதான் அவ ஒட்டமாட்டா. இது புரியலியா உனக்கு..." என்றாள் பத்மா.

ரேவதியும் நாக்கைக் கடித்துக்கொண்டவளாய், "ஆமா அப்பா எப்பா வருவார்?" என்று கேட்க, "அவர் வர ராத்திரி பத்து மணிகூட ஆகலாம். இன்னிக்கு பாண்டிச்சேரிவரை போனாலும் போவேன்னாரு..." என்றாள் பத்மா.

"அப்ப இவ தனியாதான் இருப்பாளா?"

"இப்ப மட்டும் என்ன... நம்பகூடல்லாம் சேர்ந்து கொஞ்சி குலாவி கும்மியா அடிக்கறா?" என்றபடியே சமையல்கட்டு நோக்கிச் சென்றாள். வேலைக்காரி பூங்காவனம் பாத்திரங்களைக் கழுவி அடுக்கிவைத்துக் கொண்டிருந்தாள்.

"பூங்காவனம் நீ சாயந்தரம் வரவேண்டாம். நாளைக்குக் காலம்பற வந்தா போதும்."

"ஏம்மா எங்கயாவது வெளிய போறீங்களா?"

"ஆமாம். கோயிலுக்குப் போய்ட்டு வரலாம்னு... நம்ம ரேவதி வெளிநாட்டுக்குப் போகப்போறா இல்லியா?"

"கேள்விப்பட்டேன்மா. பெரிய பாப்பா எதுவும் ரகளை பண்ணலியாம்மா?"

பூங்காவனம் அப்படிக் கேட்கவும் பத்மாவுக்கே ஒரு மாதிரியாகிவிட்டது.

"அம்மா, நான் எதுனா தப்பாக் கேட்டுட்டேனா?"

"இல்ல... நீ வேலைக்குச் சேர்ந்து முழுசா இரண்டு மாசம்கூட ஆகல. ஆனா பெரியவள நல்லாப் புரிஞ்சிக்கிட்டிருக்கியேன்னு எனக்கு ஆச்சர்யமா இருக்கு."

"அதான் டெய்லி பாக்கறேனேம்மா. எல்லா ஊட்லயும் இப்படி ஒண்ணு இருக்குதும்மா."

"அப்படியா எங்க சுவாதிக்குக்கூட போட்டியா?"

"அத ஏன்மா கேக்கறீங்க... நம்ம பெரிய பொண்ணு எவ்வளவோ தேவலை. நம்ப நிரஞ்சனா பிளாட்ல ஒரு வக்கீல் இருக்காரு. அவர் பொண்ணு கார்லதான் எங்கியும் போகும் வரும். டெய்லி எங்கயாவது இடிச்சிட்டு வந்துடும். அந்த வக்கீலு எனக்குச் சம்பளம்கூட தர மூக்கால அழுவாரு. ஆனா அந்தக் காருக்கு தினம் ஆயிரம் ஐநூறுனு செலவு செய்வாரு. ஒரு டிரைவர் வெச்சிக்கச் சொன்னா கேட்கமாட்டாங்க. டிரைவர்னு ஒருத்தன் வந்தா அவன் அந்தப் பொண்ணை கரெக்ட் பண்ணி இழுத்துக்கிட்டுப் போயிடுவான்னு பயம்..."

பூங்காவனம் சொன்னதைக் கேட்டு பத்மா கண்களை அகலத் திறந்தாள்.

"ஆமாம்மா"

"என்ன பூங்காவனம் சொல்றே. தன் பொண்ணுமேல அப்ப அவருக்கு நம்பிக்கை இல்லையா?"

"ஐயோ அதெல்லாம் சும்மாம்மா... நம்ம காலனில மட்டும் இந்த மாதிரி மூணு பொண்ணுங்க ஓடிப்போயிடிச்சிம்மா. நல்லவேளை நம்ம ஊட்ல வயசான டிரைவர். அதனால உங்களுக்குக் கவலையில்ல."

பூங்காவனம் பாத்திரங்களை அடுக்கும்போது காலனி பாத்திரங்களையும் சேர்த்து அடுக்கி அதிரி புதிரியாக்கினாள். பத்மாவுக்குக் கொஞ்சம்போல நெஞ்சையும் அடைத்தது. பூங்காவனம் மிகையாகச் சொல்கிறாளா இல்லை, அதெல்லாம்தான் இப்போது யதார்த்தமா என்பதை பத்மாவால் பிரித்துப் பார்க்க முடியவில்லை.

சுவாதி அறையிலோ பத்மா சொன்னதுபோலவே ரேவதியைக் குடைந்துகொண்டிருந்தாள் சுவாதி.

"நீ என்ன அம்மாகூட பஜனைக்கெல்லாம் போக ஆரம்பிச்சிட்டே. ஒரு பக்கம் அமெரிக்கா, இன்னொருபக்கம் பஜனை. என்னடி உன் டேஸ்ட்...?"

“ஐயோ சுவாதி, நான் அம்மாக்கு கம்பெனி கொடுக்கத்தான் கூடப்போறேன். நீ எனக்கு கம்பெனி கொடேன்.”

“பஜனைக்கு கம்பெனியா... நோ... நோ...”

“அப்ப வீட்டைப் பத்திரமா பாத்துக்கோ... என்ன?”

“எல்லாம் எனக்குத் தெரியும் கிளம்பு கிளம்பு.”

“ஜே.எம்.டி. ஆகப்போற உனக்கும் சேர்த்து வேண்டிக்கறேன் சுவாதி.”

ரேவதி இறுதியாகச் சொன்னது சுவாதியைச் சற்றுக் குளிரச் செய்தது. சன்னமாய்ச் சிரித்தாள். பின் மூவரும் புறப்பட்டனர்.

“பத்ரம்டி. காதுல அந்தச் சனியனை மாட்டிக்கிட்டு எனக்கென்னன்னு இருக்காதே. முக்கியமான போன் கால்ஸ் வரும். அட்டெண்ட் பண்ணு” என்றபடியே போனாள் பத்மா.

◈◈◈

காருக்குள் தேவகி அத்தை, “இவளுக்காக என்னென்ன டிராமா போட வேண்டியிருக்கு” என்று சடைத்துக்கொண்டாள்.

“இவ இனிமே ஆபீசுக்குவேற போகப்போறா. அங்க என்னென்ன பிரச்சனை வருமோ தெரியலையேன்னு நான் கலங்கிப்போயிருக்கேன்க்கா...” என்று அதைத் தொடர்ந்தாள் பத்மா.

“பேசாம வாங்க இரண்டுபேரும். உங்க இரண்டுபேர் மாதிரி கிடையாது என் அப்பா. அவளை எப்படி ஆட்டி வைக்கணும்னு அவருக்கு நல்லா தெரியும்...” என்று பதிலடி கொடுத்தாள் ரேவதி.

சென்னையின் சந்தடிக்குள் கார் திக்கித் திக்கித்தான் செல்ல முடிந்தது. டூ-வீலர்க்காரர்கள் போர்க்கள பாணங்கள்போல எல்லா புறமிருந்தும் கடந்துபோனார்கள்.

உள்ளிருக்கும் தேவகிக்கு உடம்பில் கூச்சலெடுத்தது.

“டிரைவர் ஸ்லோவா போப்பா...” என்றாள். அவனும் ஆமோதித்தவனாக மெல்லத்தான் சென்றான்.

வீட்டுக்குள் யாருமில்லாத நிலையில் சுவாதிக்குள் ஒரு குரூரம் வேலை செய்ய ஆரம்பித்தது.

——

5

அத்தியாயம்

ரேவதியின் கம்ப்யூட்டரைத் திறந்தவள் அவளுக்கான மெயில்பாக்ஸைத் திறந்து மெயில்களைப் படிக்க முனைந்தபோது, இறுதியாக அவள் விஷ்வாவுக்கு அனுப்பிய கடிதம் கண்ணில்பட்டது.

மெயிலில் விஷ்வாவை அவள் 'ஜிட்டு' என்கிற செல்லப்பெயரில் விளித்துச் சொல்லாடல் புரிந்திருந்தாள்.

'ஹாய் ஜிட்டு!

இன்னிக்கு ஜிம்முக்குப் போனியா? இந்தவாரம் 5 கிலோவைக் குறைச்சுக் காட்றதா சொல்லியிருக்கே. குறைக்கலே, என்னை நினைக்கவே நினைக்காதே. நான் ஒரு யூத்தைதான் காதலிக்க விரும்பறேன். தொந்தியுள்ள மாமாக்களை இல்ல...'

என்று ஒரு குறிப்பு.

படிக்க படிக்க சுவாதிக்குள் படபடப்பு.

"அடிப்பாவி... உனக்கு லவ் வேறயா யாருடி இந்த ஜிட்டு... என்னடி இது நாய்க்கு வைக்கற மாதிரி பேர்..." என்கிற கேள்விகளுடன் அடுத்த மெயிலைத் திறக்கப்போனவள் காதுகளில் வீட்டின் காலிங்பெல் சத்தம் ஒலித்தது. சலிப்போடு அப்படியே கம்ப்யூட்டரை ஆன் கண்டிஷனில் வைத்துவிட்டுச் சென்றவள், மெல்லக் கதவைத் திறந்தாள்.

வெளியில் விஷ்வா!

◈◈◈

வாசல்படியருகில் தெரிந்த விஷ்வா வெகு அழகாக ரேஷனில் சிரித்தான். கதவைத் திறந்த சுவாதிக்கு ஆச்சர்யம்.

"யார் நீங்க...? அமேசானா? பேக்க காணோமே...?"

சுவாதி ஒரே நேரத்தில் மூன்று கேள்விகளை அவன் முன் வீசினாள். விஷ்வா சில விநாடிகள் திணறித்தான் போனான்.

"ஹலோ உங்களத்தான்..." அவள் அவனைக் கலைத்தாள்.

"சாரி... நீங்கதான் சுவாதியா?" அவனும் சுதாரித்தான்.

"ஆமாம்... நீங்க யாருன்னு சொல்லுங்க முதல்ல..."

"எல்லாத்தையும் வாசல்லவெச்சே பேசிடுவீங்களா?"

"யார்னு சொன்னாதானே உள்ள கூப்பிட்றதபத்தி யோசிக்கமுடியும்."

"நான் ரேவதியோட ஃப்ரெண்ட் ரேவதி இல்லையா?"

"அவ, எங்கம்மா, என் வீட்ல கிடக்கற ஒரு கிழவின்னு மூணுபேரும் கோயிலுக்குப் போயிருக்காங்க. நீங்க உள்ள வாங்க."

"வாட் அபௌட் யுவர் ஃபாதர்?" அவன் ராமநாதன் குறித்துக்கேட்க, "அவர் ஆபீஸ் வேலையா பாண்டிச்சேரிவரை போயிருக்கார். பை த பை உங்க பேர்?"

ஹாலின் நடுவிலுள்ள மிகப்பழையதாகிவிட்டது மாற்றப்படவேண்டும் என்கிற நிலைக்கு ஆளாகிவிட்ட சோஃபாவில் அவள் அமர்ந்தபடி கேட்டிட, அவனும் எதிரில் அமர்ந்தான்.

“என் பேர்... என் பேர்...” என்று இருமுறை இழுத்தவன் ‘அசோக்குமார்’ என்று வாயில் அகப்பட்ட ஒரு பெயரை உடனே சொன்னான். அந்த நொடியே விஷ்வாவுக்குள் ஒரு குறும்பு ஃபார்ம் ஆகிவிட்டது.

◈◈◈

‘**வீ**ட்டுக்கு மட்டும் வந்துவிடாதே’ என்று ரேவதி சொன்னதில் இருந்து சுவாதி குறித்து ஒரு பிரஷர் அவனுக்குள் உருவாகிவிட்டிருந்தது. எல்லாவற்றிலும் ஒரு அட்வென்ச்சரைப் பார்க்கத் துடிப்பவன் என்பதால், நேரில்போய் ஒரு திகைப்பை முதலில் அளிப்போம் என்றுதான் வந்திருக்கிறான். ஆனாலும் ஏமாற்றமாய் ரேவதி இல்லாது போய்விட்டாள். இதுவும்கூட ஒருவகையில் நல்லதற்குத்தான் என்றே விஷ்வா நினைத்தான். யாருமில்லாத நிலையில் இவளை நன்றாகவே கலாய்க்கலாம். இவளைப்பற்றிப் புரிந்துகொள்ளவும் அது உதவும். ரேவதியே பயப்படும் அளவுக்கு அப்படி என்ன இவளிடம் இருக்கிறது என்பதும் தெரிந்துவிடும் அல்லவா?

“மிஸ்டர் அசோக்குமார் என்ன இது உக்காந்துகிட்டுத் தீவிரமா யோசிக்கிறீங்க. வந்த விஷயத்தைச் சொல்லவே இல்லையே...”

“ஓ... ஐ ஆம் சாரி... ரேவதி யு.எஸ். போகப்போறான்னு கேள்விப்பட்டேன். அதான் பார்த்து விஷ் பண்ணிட்டுப் போகவந்தேன். பை த பை நீங்க...?”

“நான் அவ சிஸ்டர்... என் பேர் சுவாதி... எனக்கும் அமெரிக்காவுல வேலை பார்க்க வாய்ப்பு வந்தது. ஆனா எனக்குப் பிடிக்கலை. இங்க என் அப்பா ஃபார்மாயூனிட்

ஒண்ண ரன் பண்றார். ஒருத்தராக அவர் கஷ்டப்பட்றதைப் பார்க்கறப்ப அப்பாவுக்கு உதவி செய்யணும்னு தோணிச்சு. அதனால நான் அப்பாவுக்கு உதவியா இங்கேயே இருந்துடத் தீர்மானிச்சுட்டேன்."

◈◈◈

சுவாதிக்கும் பொய் அழகாய்ப் பேசவந்தது. ஆனால் அது ஒரு பொய் என்று தெரிந்திருந்தும் தெரியாதவன் போலவே காட்டிக்கொண்ட விஷ்வா, "கிரேட் மேடம்... வெரி கிரேட்" என்றான்.

"மேடமா?" அவள் அதிர்ந்தாள்.

"யெஸ்... ஒரு ரெஸ்பான்சிபிள் பர்சனை மேடம்னுதானே மரியாதையா கூப்பிடணும். ஏன் பிடிக்கலையா?"

"நோ... நோ... சுவாதின்னு அழகா பேரைச்சொல்லிக் கூப்பிடாம மேடம்னு கூப்பிடவும் எனக்கு ஒருமாதிரி ஆயிடிச்சு. பட் அதுக்கு நீங்க சொன்ன காரணம் எனக்கு ரொம்பப் பிடிச்சிருக்கு. ஐ ஆம் தி ஜாய்ன்ட் மேனேஜிங் டைரக்டர் ஆஃப் தி ஃபார்மாடிவிஷன். இன்ஃபாக்ட் அது என் பேர்லதான் இருக்கு. சுவாதி ஃபார்மான்னா சென்ட்ரல் மினிஸ்டருக்குக்கூட பரிச்சயம்."

சுவாதி பொங்கி வழியத் தொடங்கினாள்.

"ஆமாமா. ரேவதிகூட சொல்வா."

"ஓ... ரேவதி இதை எல்லாம்கூட சொல்வாளா?"

"ஏன் சொல்லாம... எங்க சர்க்கிள்ல் யாருக்காவது தலைவலி காய்ச்சல்னா உங்க சாம்பிள் டேப்ளட்ஸ்தான் எங்க மருந்து."

"ஓ... பை த பை நீங்க அவ காலேஜ்மெட்டா?"

"எக்ஸாக்ட்லி..."

"அவ விமன்ஸ் காலேஜ்ல இல்ல படிச்சா?"

சுவாதி அவனை மடக்கிவிட்டதுபோலப் பார்த்தாள்.

“அஃப்கோர்ஸ்... ஆனா சென்ட்ரல் லைப்ரரி எல்லாருக்கும் பொதுவான இடமாச்சே. அங்க புக்ஸை எக்ஸ்சேஞ்ஜ் பண்ணிக்கும்போதுதான் ரேவதி பழக்கமானா...”

“அப்படியா... ஆமா ரேவதிபத்தின எல்லா விஷயமும் உங்களுக்குத் தெரியுமா?”

“எல்லா விஷயமும்னா...”

“இல்லை நண்பர்கள்ன்னாதான் எந்த ஒளிவு மறையும் இருக்காதே... இருக்கவும்கூடாதே அதைவெச்சிக் கேட்டேன்.”

“அதெல்லாம் சும்மா மேடம். எதைப் பேசணுமோ அதைமட்டும் பேசற டைப்தான் ரேவதி. எங்க சர்க்கிள்ல அவளுக்கு பேர் என்ன தெரியுமா?”

“என்ன, என்ன?” சுவாதி மிகவே ஆவலானாள். விஷ்வாவும் மனதுக்குள் சிரித்துக்கொண்டே, “அமுக்கக் கள்ளின்னு செல்லமா கூப்புடுவோம்...” என்றான். அவன் அப்படிச் சொன்னது சுவாதிக்குக் காதைக் காட்டச்சொல்லி அதில் தேனைக் கொட்டினாற்போல் ஆகிவிட்டது.

“எக்ஸாக்ட் வேர்ட்! நான் அப்படித்தான் அவளை நினைப்பேன்.”

“இருக்கப்போய்தானே மேடம் சொல்றேன்...”

“யு ஆர் ரைட்... சென்ட்பர்சன்ட்... எதையும் யார்கிட்டயும் சொல்லமாட்டா. நான் யாரு அவ அக்காவாச்சே... விடுவேனா?”

“நீங்க அக்காவா... ரியலி...?”

“ஆமாம் ஆரம்பத்துலேயே சிஸ்டர்னு சொன்னேனே? நீங்க காதுல வாங்கிக்கலையா?”

“நோ... நோ... நான் அதைச் சொல்லல. சிஸ்டர்னா தங்கைன்னு நினைச்சேன். அக்கான்னா நம்ப முடியல...”

“ரியலி... நான் அவளவிட யங்காவா இருக்கேன்?”

“யங்காவா... அட என்ன மேடம் நீங்க? நான் உண்மையைச் சொன்னா நீங்க என்னை ஐஸ் பாயா நினைச்சிடுவீங்க. அதனால சும்மா இருக்கேன்...”

“ஐஸ் பாய்னா... ஐ டோன்ட் அண்டர்ஸ்டாண்ட்”

“ஐஸ் வைக்கற பாய்னு அர்த்தம்.”

“நோ... நோ... நான் அப்படி எல்லாம் நினைக்கமாட்டேன். சும்மா சொல்லுங்க, வாட் டு யூ திங்க் அபவுட் மீ?”

“என்வரைல நீங்க ஒரு அந்த நாளைய ஐஸ்வர்யாராய், இப்ப சொல்லணும்னா தீபிகா படுகோனே...”

விஷ்வா அவளை ஆக்கிரமித்துவிடத் தீர்மானித்தவன்போல துடித்துவிட்டான். அவளும் கண்களை அகட்டி விரித்தாள். அதில் ஆயிரம் வாட்சுக்கு வெளிச்சம்.

“என்ன மேடம் நம்ப முடியலையா?”

“நோ... நோ... உங்களுக்கு அழகை நல்லா ரசிக்கத் தெரிஞ்சிருக்கு. அதை நினைச்சு நான் ஆச்சர்யப்பட்றேன். பை த பை இனி இந்த மேடம் வேண்டாம். ப்ளீஸ் கால் மி சுவாதி...”

“அப்ப நீங்களும் என்ன அப்படியே கூப்புடுங்க...”

“ஷ்யூர் ஷ்யூர்! பை த பை உன்கிட்ட ஒரு விஷயத்த கேட்க விரும்பறேன். கேக்கட்டுமா?”

“தாராளமா அதான் நாம் ஃப்ரெண்ட்ஸாயிட்டோமே?”

“குட் நான் என் சிஸ்டர் பத்தித்தான் கேக்கப்போறேன். அவ யாரோ ஒருத்தன லவ் பண்றமாதிரி தெரியுது. உனக்கு அந்த ரோமியோ யார்னு தெரியுமா?”

சுவாதி பின்பாய்ன்ட்டாக அவன் யார் என்று அவனிடமே கேட்கவும் விஷ்வா கொஞ்சம் ஆடித்தான் போனான். உடனேயே முகத்தில் ஆச்சர்யத்தைக் காட்டியவனாக, “அப்படியா?” என அவளையே திருப்பிக் கேட்டான்.

“அப்படியான்னா. உனக்கு அப்ப தெரியாதா?”

“அவதான் அமுக்கு கள்ளியாச்சே. அதை எல்லாமா வெளிய சொல்லுவா?”

“என்னப்பா ஃப்ரெண்ட் நீ? இதுகூட தெரியாம அதுகூட பழகிக்கிட்டு இருக்கியே...”

“நோ ப்ராப்ளம். அவன் யார்னு உனக்குத் தெரியவரணும் அவ்வளவுதானே?”

“யெஸ்... அது மட்டுமில்ல... அவனை நான் பார்க்கணும்.”

“பார்க்கணுமா?”

“ஆமாம்... பார்க்கணும், எதைவெச்சு இவ அவன்கிட்ட மயங்கினான்னு தெரியவேண்டாம்?”

“யு ஆர் ரைட் யு ஆர் ரைட்... நீ இப்ப சொல்லவும் எனக்கும் அந்த ஆர்வம் வந்திடிச்சு.”

“இதை எவ்வளவு சீக்கிரம் எப்படிச் சொல்றதுன்னு தெரியலையே... ஒரு ஒன் வீக் எடுத்துக்கட்டுமா?”

“ஒன் வீக்கா... இதுக்கா? ஒருநாள்... உன்னால கண்டுபிடிக்கமுடியும்?”

“நான் கண்டுபிடிக்கறது இருக்கட்டும். நீயே உன் சிஸ்டர்கிட்ட கேட்கலாமே?”

விஷ்வா பிடிபோட்டான்.

“இல்ல... நான் கேட்கமாட்டேன். கேட்டா அவ ஏதாவது சொல்லி சமாளிச்சிடுவா... உனக்கு எப்படித் தெரியும்னு திருப்பிக் கேட்பா...”

“நானே கேட்கணும்னு நினைச்சேன். உனக்கு இந்த விஷயம் எப்படித் தெரியும்.”

“எனக்கு... எனக்கு... ஒரு கெஸ்ஸிங்தான்.”

“கெஸ்ஸிங்கா... அது எப்படி?”

“தனியா தனியா போய் போன்ல மணிக்கணக்குல பேசறா. அப்புறம் அழகா டிரஸ் பண்ணிக்கறா...”

"இதை இன்னிக்கு யார்தான் செய்யல?"

விஷ்வாவின் பேச்சைக் கேட்டு ஒரு சிரிப்பு சிரித்தவள், "காப்பி சாப்பிட்றியா?" என்று கேட்டாள்.

"அப்பாடா... இப்பாவது கேக்கத் தோணிச்சே ஒன் மினிட்" என்று எழுந்து சென்றாள்.

விஷ்வாவும் ஒரு பெருமூச்சோடு அப்படியே நாலாபுறமும் பார்த்தான். சுவரில், டிஸ்ப்ளேயில் ராமநாதனும் அவர் மனைவியும் அந்தநாளில் தொடங்கி இன்றைய தேதிவரைக்கும் தெரிந்தனர். ஒரு குளோஸ் - அப்பில் ரேவதியின் முகம் மட்டும் பளிச்சிட்ட புகைப்படம், 'என்னைத் திருடு' என்றது. விஷ்வாவும் அதை எடுத்து மார்புக்கு முன் பனியனுக்குள் போட்டுக்கொண்டாள்.

திரும்பவும் அந்த வீட்டை நோட்டமிட்டான். நிறைய கிராஃப்ட் ஐட்டங்கள் கண்ணில்பட்டன. வரைந்த ஓவியங்களும்கூட அதில் ரேவதியின் கையெழுத்தும் இருந்தது. முழுமையாகப் போடாமல் R என்கிற எழுத்தைச் சுழித்துவிட்டிருந்தாள். காப்பியோடு வந்த சுவாதி, "என்ன ஓவியமெல்லாம் பிடிச்சிருக்கா?" என்று கேட்டாள்.

"நைஸ்... ரொம்ப நல்லா இருக்கு. அநேகமா நீ வரைஞ்சதாத்தான் இருக்கணும்னு நினைக்கறேன்" – என்று அவளை ஆழம் பார்த்தான் விஷ்வா.

"யெஸ் யெஸ்..." என்று அவளும் விடாமல் ஆமோதித்தாள். மனதுக்குள் சிரித்தபடியே காப்பியை உறிஞ்சினான் அதேவேகத்தில் "வாவ்... எக்ஸலன்ட்" என்றான். அவன் கண்களில் திரும்பவும் சூரிய சந்திரர்கள்!

"சுவாதி... நீ ரொம்ப ஸ்பீட்... ஹைலி மெச்சூர்ட். உன்னைக் கட்டிக்கப்போறவன் கொடுத்துவெச்சவன்..." என்றான். "அப்பாவும் இதையேதான் சொல்வார். ஆனா நான் இப்போதைக்குக் கல்யாணத்தபத்தியே நினைக்கறதா இல்லை" என்றாள் சுவாதி.

அப்போது அவள் வீட்டு லேண்ட்லைன் போனில் அலறல். "ஒன் மினிட் அஷோக்..." என்றபடியே போனை அட்டெண்ட்

செய்தவள் அப்படியே சிலையானாள். நெருங்கி வந்த விஷ்வா, "என்ன சுவாதி... எனிதிங் அன்ஃபார்ச்சுனேட்" என்று கேட்க, யெஸ்... என் அம்மா, ரேவதி, அத்தை போன கார் ஆக்சிடென்ட் ஆயிடிச்சா. ரேவதி அன்கான்ஷியஸாயிட்டாளாம். மூணுபேருக்கும் பலமான காயமாம். தாம்பரம் ஜெனரல் ஹாஸ்பிடல்ல இருக்காங்களாம்" என்றாள் சுவாதி!

விஷ்வாவுக்கு நின்ற இடம் நடுங்குவதுபோல் இருந்தது!

——

6

அத்தியாயம்

ஹாஸ்பிடல்! விஷ்வாவும் சுவாதியும் பறந்துவராத குறையாக வந்து நின்றனர். ஐ.சி.யு.வில் ரேவதி ஆக்ஸிஜன் உதவியோடு தன்னை மறந்தநிலையில் கிடந்தாள். டாக்டர் ஒருவரிடம் கேட்டபோது, அவர் சொன்னவிதமே 'ரேவதி பிழைப்பதே பெரும்பாடு' என்று சொல்லாமல் சொல்லிவிட்ட நிலையில் விஷ்வா தனியே பிரிந்துவந்து ஒரு மூலையாகப் பார்த்து அமர்ந்தவனாக மனதுக்குள் ரேவதியை நினைத்து அழ ஆரம்பித்தான்!

ஆஸ்பத்திரியில் அவ்வளவாய் யாரும் நடமாடாத இடமாகப் பார்த்து அமர்ந்த நிலையில் அழத்தொடங்கியிருந்த விஷ்வாவுக்குள் ரேவதிக்கான விபத்து ஒரு சகிக்கமுடியாத சோகமாகவே உருமாறியிருந்தது. ரேவதி அவன் வரையில் சந்தேகத்துக்கு இடமில்லாத வகையில் ஒரு தேவதை! அவளுக்கும் அவனுக்குமான முதல் சந்திப்பிலேயே விஷ்வாவுக்கு அது தெரிந்துவிட்டது.

◈◈◈

விஷ்வா இன்டர்வியூவிற்குச் சென்றிருந்த அதே நிறுவனத்தில் ரேவதிக்கும் இன்டர்வியூ... ரிசப்ஷன்

ஹாலில் அழைக்கப்பட்ட அவ்வளவுபேரும் அமர்ந்திருந்தார்கள். விஷ்வா வரும்போதே சற்று தாமதமாகத்தான் வந்தான். வரும் வழியில் ஒரு கார் அவனைக் கடந்துசென்ற சமயத்தில், 'பச்சக்' என்று அன்றைய மழைநீரை அவன்மேல் வாரித் தெளித்துவிட்டுச் சென்றுவிட்டது!

நல்ல வெள்ளை நிற கம்பெனி பிராண்ட் முழுக்கைச் சட்டை! அவ்வளவும் சகதி பட்டு சட்டை கந்தர் கோலமாகிவிட திரும்பிப்போய் வேறு சட்டை அணிந்துவர நேர்ந்ததால் தாமதாகிவிட்டது. அந்தத் தாமதமே அவனுக்கு எதிராக மாறி அவன் வரும் முன்பே அவனை அழைத்து ஆப்சென்ட் லிஸ்ட்டுக்குள் அவனைத் தள்ளியிருந்தது.

அவனும் ரிசப்ஷனில் இருந்தபடியே டிஜிட்டல் போர்டில் தனக்காக எண் வரும் என்று பார்த்தபடியே இருக்க, அப்போதுதான் அவன் முன் ரேவதி பிரசன்னமாகி நின்றாள்.

"ஹலோ சார்." என்கிற அவள் அழைப்பில் அவ்வளவு மென்மை. அவனும் நிமிர்ந்து பார்த்தான். குதிரைவால்போல் ஒரு கற்றை முடி நெற்றி மேல் வளைவாக விழுந்து அவள் நெற்றி விபூதிக்கீற்றை மூடப்பார்த்தது.

"ஐ ஆம் வெரி சாரி சார்... உங்களை கால் பண்ணிட்டாங்கன்னு நினைக்கிறேன். ஒரு தடவைக்கு மூணு தடவை கூப்பிட்டாங்க. ஐ திங்க் உங்க பேர் விஷ்வாதானே?"

"எக்ஸாக்ட்லி... நீங்க?"

"நீங்க லேட்டா வரக்காரணமாயிட்ட ஒரு காரை ஓட்டிகிட்டு வந்தவ. என் பேர் ரேவதி. ஐ ஆம் வெரி சாரி சார்..." காரை அவள் ஞாபகப்படுத்தவும் விஷ்வா முகத்திலும் சகட்டுமேனிக்கு மாறுதல்கள். முகத்தில் ஒரு ஃப்ளக்சிபிலிட்டி இருப்பதே இதுபோன்ற தருணங்களும் வாழ்வில் வரும். அப்போது முகம் உணர்வைக் காட்டவேண்டும் என்று மிகுந்த யூகத்தோடு பிரம்மசிருஷ்டி இருப்பதை ரேவதி அன்று உணர்ந்துகொண்டாள்.

விஷ்வா அவளை அடுத்து என்ன பேசுவது என்று தெரியாத நிலையில் ஏறிட அவளுக்கான அழைப்போடு டிஜிட்டல் போர்டில் அவள் எண்ணும், பெயரும் ஓடியபடி இருந்தது.

“சார்... என்கூட வாங்க! இன்டர்வியூ பண்ற ஆபீசர்ஸ்கிட்ட நடந்த விஷயத்தை நான் அப்படியே சொல்றேன். என் பிளேஸ்ல உங்களுக்கு இன்டர்வியூ நடக்கட்டும். எனக்குக்கூட ஆப்சென்ட் போடட்டும். வாங்க சார்...”

ரேவதியின் அடுத்தகட்ட நகர்வில் அவன் சலனசஞ்சலம் பெரிய ஆச்சர்யத்துக்கு அவனை மாற்றிவிட்டது அதற்குள் இரண்டாவது அழைப்பும் வரத்தொடங்க,

“வாங்க சார். இந்த கன்சர்ன்ல டைம் கீப்பிங்ல ரொம்ப ஷார்ப்பா இருப்பாங்கன்னு கேள்விப்பட்டிருக்கேன்” என்று கூறியவள், தயக்கமின்றி அவன் கையைப் பிடித்தும் இழுத்தாள். அவனிடம் அடுத்தக்கட்ட ஆச்சர்யம். இழுத்துக்கொண்டே இன்டர்வியூ நடக்கும் அறைக்குள்ளும் சென்றுவிட்டாள். அதன்பின் பல அதிசயங்கள் நடக்கத் தொடங்கின.

ரேவதியின் அணுகுமுறையே அவளுக்கு வேலையை உறுதி செய்துவிட்டது. விஷ்வாவுக்கு அவன் தகுதியே வேலையை உறுதிபடுத்திவிட்டது. ஆனாலும் இருவரும் அந்த வேலைக்குச் செல்ல விரும்பவில்லை. அடுத்த சிலநாட்களிலேயே அவர்கள் இருவருக்குமே மிகப்பிடித்தமான பாணியில் ஊதியமும் கூடுதலாக ஒரு ஐ.டி. நிறுவனத்தில் கிடைக்கவும் அந்த வேலையை லட்சியம் செய்யவில்லை.

அந்தச் சந்திப்புகூட இருவருக்குள்ளும் ஒரு நல்ல நட்பை உருவாக்கிவிட்டது. தனியே தயக்கமின்றிச் சந்தித்துக்கொண்டனர். மனம்விட்டுப் பேசினர். விஷ்வா ரேவதியை நன்றாகவே புரிந்துகொண்டா வினையே வேண்டாம். எங்களைக் கொத்திக் குதறிடுவாள். ரேவதியும் அவனை ஆழமாகப் புரிந்துகொண்டாள். இருவரிடமுமே செல்போன், வாட்ஸ் அப், ட்விட்டர், ஃபேஃபுக்

போன்ற ஆபத்துக்குள்ளான விஷயங்களின் பாதிப்பு மிகமிகக் குறைவாக இருந்தது.

இருவரின் செல்ஃபோன் பில்லும் மாதம் முன்னூறு ரூபாய்க்கு மேல் போனதில்லை என்பதே அதற்குச் சாட்சி. இருவருமே தங்கள் தலையணை அருகில் செல்ஃபோன் கிடப்பதை விரும்பாதவர்களாகவே இருந்தனர். காலை எழுந்ததும் அதன் மேல் படபடப்பாய் விரல்கள் நடமாடுவதையும் விரும்பாதவர்களாய், தங்களின் அத்தியாவசியத் தேவைக்கானதாக மட்டுமே அதைக் கருதியிருந்தனர். இந்த ஒற்றுமைகள் எல்லாம் நன்றாகச் சேர்ந்து காதலில் கொண்டுவந்து நிறுத்திவிட்டன.

◈◈◈

விஷ்வா ஆஸ்பத்திரி காரிடாரின் ஒரு மூலையில் அமர்ந்த நிலையில் ரேவதி குறித்த நினைவுகளில் தன்னையே தொலைத்துக்கொண்டிருந்த அத்தருணத்தில் அவன் அருகே ஒரு உருவம்!

நிமிர்ந்து பார்த்தான்.

ராமநாதன்தான் தெரிந்தார். அருகில் சுவாதி!

"ஆர் யூ மிஸ்டர் அசோக்குமார்?" அவர் கரங்கள் நட்போடு கைகுலுக்குவதற்காக நீண்டன. அவனும் வேகமாய் தன் வலக்கரத்தை நீட்டினான்.

"தேங்க்யூ சோ மச் நீங்கதான் இந்த ஆஸ்பிடலுக்கு சுவாதியைக் கூட்டிக்கிட்டு வந்தீங்களாமே...?"

"அ... ஆமாம் சார், என் மோட்டார் பைக்லயே கூட்டிக்கிட்டு வந்துட்டேன்."

"ரொம்ப தேங்க்ஸ்... ரேவதியோட கிளாஸ்மேட்டோ?"

"அ... ஆமாம் சார்... இல்ல சார்... லைப்ரரில பழக்கமானாங்க..."

"எனிவே... ரொம்ப தேங்க்ஸ்."

“அதெல்லாம் இருக்கட்டும் சார்... ரேவதிக்கு எப்படி இருக்கு?”

“உயிருக்கு ஆபத்தில்லன்னுட்டாங்க. ஆனா தலைல நல்ல அடி! என் வைஃபுக்கு ஷோல்டர்ல காயம். நல்லவேளை என் சிஸ்டருக்கு பெருசா எதுவுமில்லை...”

“எப்படி சார்?”

“எப்படின்னா என்னத்த சொல்ல... அவங்க கண் முழிச்சு சொன்னாதான் விவரம் தெரியும். பை த பை டிரைவர் இப்ப உயிரோட இல்லை, ஜஸ்ட் ஃப்யூமினிட்ஸ் பிஃபோர் அவன் கதை முடிஞ்சிடிச்சின்னாங்க...”

ராமநாதன் மூக்குக்கண்ணாடியைக் கழற்றி கண்களைக் கசக்கிக்கொண்டே சொல்லவும் விபத்தின் தீவிரம் விஷ்வாவை ஒரு கணம் உலுக்கியது. போலீஸ்காரர்களும் வந்திருந்தனர். டிரைவரின் மனைவி, பிள்ளைகள் என்று ஒரு கூட்டமும் கண்ணீரோடும் புலம்பலோடும் கண்ணில்பட்டனர்.

விஷ்வா ஒரு போலீஸ்காரரை நெருங்கி விபத்து எங்கே எப்படி நடந்தது என்று கேட்டான்.

“எல்லாம் ஒரு தண்ணி லாரியால வந்த வினை சார்... எவ்வளவு சொன்னாலும் குடிச்சிட்டு வண்டி ஓட்டினா இப்படித்தான்! கால் டாக்சி டிரைவர் மேல எந்தத் தப்பும் இருக்கறமாதிரி தெரியல சார். அவர் ரைட் சைட்ல ரைட் டைரக்ஷன்லதான் வந்திருக்கார். ஆக்ஸிடென்ட் நடந்த ஏரியால நிறைய இடங்கள்ல சி.சி.கேமரா இருக்கறதால இன்வெஸ்டிகேஷன் எங்களுக்குக் கஷ்டமா இருக்காது. ஆனாலும் போன உயிர் போனதுதானே?”

அவரே கேள்வி கேட்டு, பதிலையும் சொன்னார்.

விஷ்வா கனத்தமனதோடு ஐ.சி.யு. பக்கம்போய் எட்டிப் எட்டிப் பார்த்தான். ரேவதி முகத்தை ஆக்ஸிஜன் மாஸ்க்கில் மூடியிருந்தனர். ‘என் அழகிய தேவதையே... உனக்கா இப்படி ஒரு நிலை... அதுவும் பக்தியோடு கோயிலுக்குப்போன இடத்தில்!

கடவுள் என்று ஒருவர் உண்மையில் இருக்கின்றாரா? இருந்தால் இப்படி நடக்கவிடுவாரா?'

அவனுக்குள் எண்ண ஓட்டங்கள்.

◈◈◈

அதிகம் காயமின்றிக் கண்விழித்துப் பேச ஆரம்பித்திருந்த தேவகியைச்சுற்றி இப்போது எல்லோரும் கூடியிருந்தனர்

தேவகியும் கண்ணீரோடு பேசத்தொடங்கினாள்.

"ஒரு திருப்பத்துல காரைத் திருப்பும்போது எதிர்ல தண்ணி லாரிக்காரன் வந்து இடிச்சிட்டான். அது ஒன் வே! அந்த வழியா எந்த வண்டியும் வரவேகூடாது போக மட்டும்தான் செய்யலாம். ஆனா தண்ணி லாரிக்காரன் வந்துட்டான். நான் காலை நீட்ட சௌகரியமா இருக்கும்னு டிரைவர் சீட்டுக்குப் பக்கத்துச் சீட்டுல முன் பக்கம் உக்காந்திருந்தேன். லாரிக்காரன் இடிக்க வந்ததை நொடியில் உணர்ந்த ரேவதி பின்பக்கம் இருந்து அப்படி என் முன்னால பாஞ்சு என்னை இழுக்கப்பார்த்தா. ஆனா அதனால நான் தப்பிட்டேன். என் தலைல படவேண்டிய அடியும் காயமும் அவளுக்குப் பட்டுடுச்சு. பாவி நான்... பாவி நான்! வாழவேண்டியவளைக் காயப்படுத்தி நான் நல்லா இருக்கேன். ஆமா ரேவதிக்கு எப்படி இருக்கு? அவ உயிருக்கு எந்த ஆபத்துமில்லியே"

தேவகி படபடத்தாள்.

"அக்கா, யாருக்கும் எதுவும் ஆகலை. ரேவதிக்குக் கொஞ்சம் காயம் அவ்வளவுதான். நீ டென்ஷனாகாதே..." என்று ராமநாதன் சமாதானப்படுத்த முயன்றார்.

"பத்மா எப்படி இருக்கா... அதச் சொல்லு முதல்ல...?"

"அவளுக்கும் கொஞ்சம் காயம்தான்க்கா... உயிருக்கு எந்த ஆபத்துமில்லை..."

“டிரைவர்?”

அந்தக் கேள்வி முன் ராமநாதனும் மற்றவர்களும் மௌனித்தனர்.

“ஐயோ போய்ட்டானா... ரொம்ப நல்ல பையன்பா! கோயில்ல எங்களோட சேர்ந்து அவனும் தேங்கா கட்டினான். எதுக்கு, யாருக்குன்னு கேட்டேன். என் தங்கச்சிக்கு மாப்ளையே அமைய மாட்டேங்குது. அதுக்குத்தான்னான்! ஐயோ... அப்படிப்பட்டவன் போய்ட்டானா? எனக்கு மட்டும் எதுக்கு ஆயுசு? இந்தக் கண்றாவியை எல்லாம் பார்க்கத்தானா?”

தேவகியிடம் பதைபதைப்புப் பெருக ஆரம்பித்தது. எல்லாவற்றையும் கேட்கக் கேட்க விஷ்வாவுக்கு இருட்டிக்கொண்டு வந்தது. ‘ச்சே! என்ன வாழ்க்கை இது? ஒருநாள் ஒருபொழுதுகூட நாம் விரும்பும் விதத்தில், நம் தீர்மானத்தில் இல்லையே... இது நாம் வாழும் வாழ்க்கை என்று எதை வைத்துச் சொல்கிறோம்?’ அப்படியே ஒதுங்கிச்சென்று நின்று விசாரத்தில் விழுந்தான்.

◈◈◈

போலீஸ்காரர்களோடு டி.வி.காரர்களும் வந்து வீடியோ எடுப்பது, மைக்கை நீட்டி கேள்வி கேட்பது என்று தங்கள் கச்சேரியைத் தொடங்கியிருந்தனர்.

இது ஒரு போட்டி வாழ்க்கை... டி.வி.க்கள் பெருகிவிட்டதில் அவர்களிடமும் தொழில் போட்டி அது சென்சேஷனலாக அங்கே வெளிப்பட்டது. இஷ்டத்துக்கும் கேள்விகள் ஐ.சி.யூ.வில் கிடக்கும் ரேவதியைக் கண்ணாடிக் கதவு வழியாகக் கிடைத்த கோணத்தில் படமாக்க முனைந்துகொண்டிருந்தார் ஒரு டி.வி. கேமராமேன்.

தலையில் அடித்துக்கொண்டு அழத்தோன்றியது விஷ்வாவுக்கு... இவ்வளவுக்கு நடுவிலும் ஆஸ்பிடல் கான்டீனில் ஒரு காப்பி வாங்கிக் குடித்துக்கொண்டிருந்தாள் சுவாதி! அந்தக்

காட்சி விஷ்வாவை என்னவோ செய்து, மெல்ல அவளை நெருங்கினான்.

“காப்பி சாப்பிட்றியா அசோக்?” அவள்தான் கேட்டாள்.

“இல்ல வேண்டாம்...”

“எனக்கு ஒரே தலைவலி... அதான்!”

“இட்ஸ் ஓகே... நீ சாப்டு...”

“என்னப்பா... உன் ஃப்ரெண்ட் ரொம்ப சீரியஸானவுடனே டென்ஷனாயிட்டியா?”

“ஏன்... உனக்கு அந்த டென்ஷனில்லையா?”

“ஏன்... ஏன் இல்லாம? எனக்கு இருக்கறது ஆச்சர்யமில்ல. உனக்கு இருக்கறதுதான் ஆச்சர்யமா இருக்கு...”

அவள் சகஜமாக காப்பியை விழுங்கியபடியே சொன்னதைக்கேட்டு மிக ஆழமாக அவளை ஊடுருவினான் விஷ்வா. ‘ரேவதி குறிப்பிட்டதுபோல் இவள் மிக வித்தியாசமானவள் மட்டுமல்ல. மிக சுயநலமானவள்... பதறித் துடிக்கவேண்டிய வேளையிலும் இவளால் காப்பியை ருசிக்கமுடிகிறது. சகஜமாகப் பேசவும் முடிகிறதே?!’

மனதில் மூண்ட கேள்விகளோடு அவளையே வெறித்துப் பார்த்தவன் முன்னால், “பாவம் ரேவதி... அமெரிக்காபோய் கைநிறைய சம்பாதிக்கப்போறதா ரொம்பவே கனவு கண்டா. இப்ப அவ இருக்கற நிலைய பார்த்தா ஆறுமாசத்துக்கு எங்கேயும் போகமுடியாதுபோல இருக்கு. அந்த வேலை அவ்வளவுதான்னு நினைக்கறேன்...” என்று அவள் சொல்லவும் திம்மென்று நெஞ்சில் யானை மிதித்ததுபோல் இருந்தது விஷ்வாவுக்கு. மிரள மிரளப் பார்த்தவனிடம், “நீ என்ன நினைக்கறே அசோக்... பேசாம அந்தக் கம்பெனிக்கு ரேவதி டிசேபிளா இருக்கான்னு இன்ஃபார்ம் பண்ணிடலாமா?” என்று கேட்டாள். விஷ்வாவிடம் கனத்த மௌனம்.

ராமநாதன் அப்போது அவளைத் தேடிக்கொண்டு வந்தார்.

“சுவாதி... எனக்கு ஒரு ஹெல்ப் பண்றியா?” என்று ஆரம்பித்தார்.

“என்னப்பா பண்ணணும்?”

“கொஞ்சம் நம்ப வீடுவரை போய் என் செக் புக்கை எடுத்துட்டு வர்றியா?”

“சரிப்பா. அப்புறம்பா... ரேவதி யூ.எஸ்ல அந்த வேலை ஜாய்ன் பண்ணமுடியாதுன்னு ஒரு மெயில் பண்ணிடலாமாப்பா?”

“அதை எல்லாம் அப்புறமா பாத்துக்கலாம்மா. முதல்ல இப்ப இதைச் செய். அப்படியே அப்பாக்கு ஒரு செட் டிரெஸ்ஸையும், உன் அம்மாக்கு ஒரு நைட்டி, உன் அத்தைக்கும் நைட்டி, அப்புறம் அவங்க டூத் பிரஷ், பேஸ்ட்டுன்னு எல்லாத்தையும் ஒரு பேக்ல அள்ளிப் போட்டுக்கிட்டு வர்றியா?”

“ஷ்யூர்பா... சாப்பாட்டைப்பத்தி நாம கவலைப்பட வேண்டாம்ப்பா. இங்க கேன்டீன்ல ரொம்பவே நல்லா இருக்கு. பீசா, பர்கர்லாம்கூட இருக்கு...”

“ஆமாமா... நீ கொஞ்சம் வேகமா போய்ட்டு வா. டை த டை நம்ப கார்ல போ. வெளிய பார்க்கிங்ல வேலு நின்னுக்கிட்டிருப்பான் பார்.”

“நான் கார்ல போகலப்பா... இதோ மிஸ்டர் அசோக். இவன்கூடவே போய்ட்டு வந்துட்றேன். அசோக்கோட டிரைவிங் எனக்கு ரொம்பப் பிடிச்சிருக்குப்பா.”

சுவாதி பேசப்பேச விஷ்வாவுக்குள் அவளை அப்பயே ஓங்கி அறையலாமா என்று தோன்றியது. கஷ்டப்பட்டு அடக்கிக்கொண்டவனாக அவள் விருப்பப்படி நடக்க ஆரம்பித்தான். எதிரில் ஃபார்மாடிவிஷன் ஊழியர்கள் சிலரும் விபத்துப்பற்றி அறிந்து பார்க்க வந்தபடி இருந்தனர்.

———

7
அத்தியாயம்

பார்க்க வரும் ஊழியர்கள் சம்பிரதாயமாக ஆப்பிள், ஆரஞ்சு என்று பழங்களை வாங்கி வந்திருந்தனர். அந்த ஆஸ்பத்திரிக்கு காவி வேட்டியில் ஒரு சமூகசேவகரும் வந்திருந்தார். அவர் பளபளவென்று மின்னும் ஆப்பிள், ஆரஞ்சுப் பழங்களைப் பார்ர்த்தவராக அந்த ஃபார்மாடிவிஷன் ஊழியர்களை நெருங்கினார்.

"என்ன பேஷன்டைப் பார்க்க வந்திருக்கீங்களா?"

"ஆமாம் சாமி."

"பேஷன்ட்டுக்குத்தான் இந்தப் பழங்களா?"

"ஆமாம்... இது என்ன கேள்வி...?"

"இதுதான் கேள்வி... இப்படிப் பழங்களோட பார்க்க வர்றதுதான் பண்பாடு. அதுல எந்தத் தப்புமில்லை. ஆனா இந்தப் பழங்களைப்பத்தி கொஞ்சம் தெரிஞ்சிக்குங்க... இதை எல்லாம் அநேகமாக ஏ.சி. ஷோரூம் கடைகள்லதான் வாங்கியிருப்பீங்க... இல்லையா?"

"ஆமாம்... பெரிய இடத்துப் பொண்ணைப் பார்க்க வந்திருக்கோம். பிளாட்பாரக் கடைலயா வாங்கிட்டுவர முடியும்?"

“யாரைப் பார்க்க வந்தாலும் நல்லதா பார்த்து வாங்கிட்டு வாங்க. இதுல முக்காலே மூணு வீசம் பலமாதங்களுக்கு முன்னால வெளிநாடுகள்ல பறிக்கப்பட்டது. அங்க விற்பனைக்குப்போய் விற்பனையாகாம மிஞ்சின பழங்களை ஸ்டிக்கர் ஒட்டி, பூச்சி மருந்து அடிச்சு நம்ம நாட்டுப்பக்கம் திருப்பி விட்டுடறாங்க. எல்லா நாடுகள்லயும் ஈத்தர தொழில் பண்றதுக்குன்னு நாலுபேர் இருக்காங்க. அவங்களுக்கு எந்தச் சமூக அக்கறையும் கிடையாது. பணம் ஒண்ணுதான் அவங்க குறிக்கோள். அப்படிப்பட்டவங்களால மார்க்கெட் ஆகற பழங்கள்தான் இவை எல்லாம். இதுக்கு நம்ம ஊர் கொய்யாப்பழமும், சப்போட்டாவும் ஆயிரம் மடங்கு மேல். இது பழம்கற பேர்ல விஷம்! ஒரு நல்ல எண்ணத்துல நான் சொல்ற இந்தக் கருத்தைக் கேட்டா கேளுங்க. இல்ல விட்டுத்தள்ளுங்க...”

அவர் சொல்லிவிட்டுச் சென்றுவிட, அவர்கள் சற்றுத் திகைத்துத்தான் போய்விட்டிருந்தனர்!

◈◈◈

விஷ்வா மோட்டார் பைக்கை சுமாரான வேகத்தில் ஓட்டியபடி இருந்தான். பின்னால் உட்கார்ந்திருந்த சுவாதிக்கு அவன் அப்படி ஓட்டுவது பிடிக்கவில்லை.

“என்னப்பா பழையசாதம் மாதிரி ஓட்றே? வரும்போது எப்படி வந்தே?” என்று அவனை இடித்தாள். ஏற்கெனவே எரிச்சலில் இருந்தவனுக்கு அவள் செய்கை மேலும் எரிச்சலைத் தந்தது.

“சுவாதி கொஞ்சம் பேசாம வா... எனக்கு ரேவதியை நினைக்க நினைக்கப் பதைப்பா இருக்கு. நீ எப்படி இப்படி இருக்கே?” என்று ஒரு திருப்பத்தில் வளைந்தபடியே கேட்டான்.

“எனக்கும் இருக்கு... ஆனா நான் எல்லாத்தையும் ஸ்போர்ட்டிவா எடுத்துக்கறவ. ஆமா நீ என்ன அவளோட லவ்வர்மாதிரி புலம்பறே...?”

அவள் அவ்வளவு வேகமாக அப்படி ஒரு கேள்வியைக் கேட்பாள் என்று விஷ்வா எதிர்பார்க்கவேயில்லை. சற்றுத் திணறித்தான் போனான். பேசவும் முடியவில்லை. அதற்குள் வீடும் வந்துவிட்டது. ரிமோட் ஆபரேஷனில் மெயின் கேட் திறந்துகொள்ள, கார் நிற்கும் போர்டிகோவில் போய் நின்றது அவனது மோட்டார் பைக், சுவாதியும் இறங்கி உள்ளே சென்றாள். விஷ்வா வெளியிலேயே நின்றுகொண்டான். அவள் உள்ளே அழைத்தாள்.

"அசோக்... உள்ளே வா!"

"பரவால்ல, நீ டிரெஸ்ஸை எல்லாம் எடுத்துக்கிட்டு வா"

"அட வாப்பா... ஒரு காப்பி போட்டுத்தரேன் சாப்ட்டுட்டுப் போகலாம்."

"இப்பத்தானே ஆஸ்பத்திரி கேன்டீன்ல குடிச்சே...?"

"நான்தானே குடிச்சேன். நீ எங்க குடிச்சே?"

"ஐ ஆம் நாட் இன் த மூட் நீ சீக்கிரம் வா."

விஷ்வாவிடம் பதற்றம் அதிகமாகிக்கொண்டே போனது. அமெரிக்காவில் ரேவதியோடு சந்தோஷமாக ஊர் சுற்றிப் பார்க்கப்போவதாக நினைத்திருந்த கற்பனைகள் எல்லாம் கதகளி ஆடத் தொடங்கியிருந்தன. 'ரேவதி என்னாவாள்? வேகமாகக் குணமாகி வந்துவிடுவாளா...? இந்த அமெரிக்கக் கனவுகளை என்ன செய்வது?'

போர்டிகோவில் குறுக்கும் நெடுக்கும் நடந்தபடியே விஷ்வா யோசிக்கத் தொடங்கினான். அருகிலேயே ஒரு மண் தொட்டியில் இளமூங்கில் நாற்றுகள். தண்ணீர் இல்லாமல் காய்ந்து பழுப்பேறிப் போயிருந்தன. அதைப் பார்க்கவும் பெசன்ட் நகர் அஷ்டலட்சுமி கோயிலுக்குப் போய்விட்டு வரும் சமயம் ஒரு தள்ளுவண்டியில் இந்த மூங்கில் நாற்றுகளை ஒருவன் விற்றுக்கொண்டு வந்ததும், அவனிடம் ரேவதி அந்த நாற்றை மிக ஆசையாக வாங்கியதும் நினைவுக்கு வந்தன. பூச்செடிகள்கூட இப்போது காய்கறிகள்போலத்

தள்ளுவண்டிகளில் வரத்தொடங்கிவிட்டன. இதை நல்ல மாற்றம் என்பதா? இல்லை பசுமையை விலைக்கு வாங்கினால் மட்டுமே உண்டு என்று எடுத்துக்கொள்வதா? என்பது தெரியாமல் அன்றைக்குக் குழம்பியதெல்லாம் விஷ்வாவுக்கு நினைவுக்கு வந்தது. பக்கத்திலேயே பைப் ஒன்று கண்ணில்பட்டது. அதற்குக் கீழே ஒரு பிளாஸ்டிக் வாளி. விறுவிறுப்பாக அதைத் திறந்து தண்ணீர் பிடித்து அந்த மூங்கில் செடிக்குவிட ஆரம்பித்தான். ரேவதியிடம் இதைச் சொன்னால் பெரிதாகச் சந்தோஷப்படுவாள் என்றும் நினைத்துக்கொண்டான். அப்படியே அவன் பார்வை பக்கத்தில் உள்ள செடிகளையெல்லாம் பார்த்தது. எல்லாமே தண்ணீரின்றிக் காய்ந்து போயிருந்தன. மூங்கிலுக்கு மட்டும் விட்டுவிட்டு மற்றவற்றுக்கு மறப்பது ஏதோ ஒரு தவறு செய்வது போன்ற உணர்வை ஏற்படுத்திற்று. மளமளவென்று தண்ணீர் பிடித்து எல்லாச் செடிகளுக்கும் ஊற்றத் தொடங்கிவிட்டான்.

அதற்குள் ஒரு பேக்கில் எடுக்க வேண்டியவைகளை எல்லாம் எடுத்துக்கொண்டு வாசல்பக்கம் வந்தாள் சுவாதி.

“ஐய்ய... என்ன இது தோட்டக்காரன் வேலைய நீ பாத்துக்கிட்டு.”

“நம்ம வீட்டுச் செடிகளுக்கு நாம தண்ணீர் விட்றதுங்கறது ஒரு சந்தோஷம் சுவாதி. இதைத் தோட்டக்காரன்தான் செய்யணும்னு கிடையாது.”

“இதே டயலாக்கைதான் ரேவதியும் சொல்வா... அப்ப தோட்டக்காரன் எதுக்குன்னு நான் கேட்பேன்...”

“அப்ப உன் வீட்டுக்குத் தோட்டக்காரன் இருக்கானா?”

“இது வீடாப்பா... பங்களான்னு சொல்! இவ்வளவு பெரிய வீட்டுக்குத் தோட்டக்காரனும், வாட்ச்மேனும் இல்லாம இருப்பாங்களா?”

“அப்படியா எங்க அவங்க?”

“ஓடி ஓடிப் போயிட்றாங்க. யாராவது ஒரு ஐநூறு ரூபா தரேன்னாபோதும் அப்படியே போட்டுட்டு ஓடிட்றாங்க

இப்பல்லாம் ஃபிசிகல் ஒர்க்கர்கேஃ கிடைக்கறதில்ல. அவ்வளவு டிமாண்ட். சரி சரி புறப்படு..."

சுவாதி பதில் சொல்லிக்கொண்டே கதவைப் பூட்டுவது, கேட்டை மூடுவது என்று மும்முரமானான். பைக்கை பட்டன் ஸ்டார்ட் செய்தபடி வெளியே வந்தவன் பின்னால் மடியில் பேக்கை வைத்துக்கொண்டு லாகவமாய் எறியும் அமர்ந்தாள். பொழுது வேறு இருட்டிக்கொண்டு வந்தபடி இருந்தது. விஷ்வாவும் வேகமானான்.

வழியில் செல்ஃபோன் அடிக்கவும் ஓரமாக நிறுத்திக் காது கொடுத்தான்.

"விஷ்வா அம்மா பேசறேன்டா."

"சொல்லும்மா."

"எங்கடா போய்ட்டே மத்தியானம் சாப்பிடக்கூட வரலை?"

"என் ஃப்ரெண்டுக்குத் திடீர் ஆக்சிடென்ட்மா. அதான் ஆஸ்பத்திரிக்குப்போய் ஹெல்ப் பண்ணும் படியாயிடுச்சு."

"ஐய்யோ... யாருக்குடா?"

"சரிப்பா... அப்புறம் ஒரு முக்கியமான விஷயம். டிராவல் ஏஜென்சில இருந்து லேண்ட்லைன்ல ஓயாம போன்... நீ சப்மிட் பண்ண பேப்பர்ல ஏதோ ஒரு பேப்பர் குறையுதாம். உடனே வேணுமாம். அப்பதான் விசா தடங்கல் இல்லாம கிடைக்குமாம்."

"சரிம்மா... நான் பாத்துக்கறேம்மா."

"என்னன்னு உடனே பாரு... நடுவுல ஒருவாரம்கூட இல்லை. உனக்காக நான் இன்னிக்கே புளிக்காய்ச்சல் செய்து எடுத்துவெச்சுட்டேன். மூணு மாசத்துக்கு அப்படியே இருக்கும்."

அம்மாவின் பேச்சில் அவன் அமெரிக்காவில் இருப்பதுபோலவே ஓர் உணர்வு.

"சரிம்மா... நான் அப்புறமா பேசறேன். பை த பை மேற்கொண்டு எதுவும் செய்யாதே. நான் அமெரிக்கா போகாம இருக்கவும்

வாய்ப்பு இருக்கு...” என்று போனை கட் செய்தவனைச் சற்று அதிர்ச்சியோடு பார்த்தாள் சுவாதி. திரும்ப பட்டன் ஸ்டார்ட் செய்ய முற்பட்டவனைத் தடுத்தவள், “நீயுமா அமெரிக்கா போறே?” என்று கேட்டாள். அப்போதுதான் அவளை வைத்துக்கொண்டே உளறிவிட்டது ஞாபகத்துக்கு வந்தது.

“அது... அது... நான் அப்படியா சொன்னேன்?”

“பின்ன... ஆமா யாரு போன்ல?”

“என் அம்மாதான்... அவங்களுக்கு நானும் யு.எஸ். போய் வேலை பார்க்கணும்ன்னு ஆசை, சரி உட்கார்...”

அவளும் ஏறி அமர்ந்தாள். பைக்கிடம் இந்தமுறை நல்ல வேகம். சுவாதி இம்முறை அவன் தோள் மேல் மிக சகஜமாகக் கைபோட்டு அவனைப் பிடித்துக்கொண்டாள். அது அவனை என்னவோ செய்தது. மறுகையில் துணிகள் இருக்கும் பேக்கைப் பிடித்திருந்தாள். காலம் தன்னை உருட்டி விளையாடத் தொடங்கிவிட்டதுபோல் ஓர் உணர்வு அவனுக்குள்!

◈◈◈

பாத்ரூமில் இருந்து வந்த தேவகியால் எப்போதும்போல் செயல்பட முடிந்தது. அத்தனை பெரிய ஆக்சிடென்ட்டில் தனக்கு எதுவுமே ஆகாததை நல்லகாலம் என்று எடுத்துக்கொள்வதா, இல்லை இன்னமும் பல ஆண்டுகள் வாழ்ந்தாக வேண்டிய ஆயுள்பலம் இருப்பதாக எடுத்துக்கொள்வதா என்பதில் அவளுக்குள் குழப்பம்.

படுக்கையில் வந்து அமர்ந்தவளுக்குள் ரேவதி ஞாபகம்தான் முதலில் வந்தது. சரேலென்று தன்னைப் பின்னுக்கு இழுத்தபடி அவள் முன்னால் விழுந்த அந்தக் காட்சி மனக்கண்ணில் வந்துவந்து போனது.

அவளது வார்டுக்குள் யாருமே இல்லை. டி.வி. இருந்து அது சப்தமே இல்லாமல் தர்ம ஓட்டம் ஓடியபடி இருந்தது.

எழுந்து சென்று ரேவதி, பத்மா இவர்களைப் பார்த்தால் என்ன என்றும் தோன்றியது. எழுந்தவள் கதவைத் திறந்துகொண்டு வெளியே சென்றாள். நெடிய வராந்தா! அருகருகே கண்ணாடிக் கதவுகளுடன் வார்டுகள், எதில் யார் இருக்கிறார்கள் என்று தெரியாதபடி ஓர் அமைதி.

நாலாபுறமும் பார்த்தபடியே நடந்தாள். ஒரு வார்டில் பத்மா தெரியவும் உள்நுழைத்தாள். தலையில் கட்டுடன் சலைன் இறங்கிக்கொண்டிருக்கும் நிலையில் அவள் மயக்கத்தில் இருந்தாள். பத்மா என்ற அழைப்பிற்கு எந்தப் பதிலும் இல்லை. கை, கால்கள் பார்ப்பதற்குத் தெரிந்து எந்த ஆபத்துமில்லையென்றன. அப்போது நர்ஸ் ஒருத்தி உள்ளே வந்தவளாய், "என்னம்மா இது நீங்க பாட்டும் எழுந்து வந்துட்டீங்க?" என்று கேட்டாள்.

"எனக்குத்தான் எதுவும் ஆகலையே...? ஆக்சிடென்ட்டுக்குக்கூட என்ன பிடிக்கல பாரு... போகட்டும் ரேவதி எந்த வார்டுல இருக்கா...?"

"யாரு பலமா தலைல அடிப்பட்ட பேஷண்டா?"

"ஆமாம்... அவள நான் பாக்கணும்."

"அவங்க ஐ.சி.யுல இருக்காங்கம்மா... நீங்க அங்கல்லாம் போய்ப் பார்க்கமுடியாது. நீங்க முதல்ல உங்க வார்டுக்குப் போங்க..."

"எனக்குத்தான் ஒண்ணுமில்லைன்னு சொன்னேனே...? எமனுக்குக்கூட வயசானவங்கள பிடிக்கல. வயசுப் பெண்களைத்தான் பிடிச்சிருக்கு..." என்றபடியே அந்த வார்டைவிட்டு வெளியேறியவள், ராமநாதன் எங்கே என்று தேடத்தொடங்கினாள். அப்போது சுவாதியும் விஷ்வாவும் எதிரில் வந்துகொண்டிருந்தனர். சுவாதி, தேவகியைப் பார்த்து அகலமாகக் கண்களை விரித்தாள்.

"ஐய்யோ அத்தை... நீ ஆக்சிடென்ட் பேஷன்ட் ஹாயா இங்க எங்க சுத்திக்கிட்டிருக்கே?"

“சுத்திக்கிட்டிருக்கேனா? நீ எப்பவும் இப்படித்தானே பேசுவே? நான் என் தங்கத்தைப் பாக்கத் துடிச்சிக்கிட்டு இருக்கேண்டி.”

“உன் தங்கத்தை எல்லாம் இப்பப் பாக்கமுடியாது. போ முதல்ல உன் வார்டுக்கு... சிஸ்டர்...”

சுவாதி ஒரு நர்ஸைக் கூப்பிட ஆரம்பித்தாள். அப்போது ராமநாதனும் வந்துவிட விஷ்வா கூர்மையானான்.

“சார்... ரேவதி எப்படி இருக்கா. ரிப்போர்ட் ஏதாவது வந்து விவரம் தெரிஞ்சிதா?” என்று வேகமாய்க் கேட்டான்.

“சொல்றேன்பா... அக்கா நீ என்ன பண்றே இங்க?”

“நல்லா கேள் கேட்டா தங்கத்த பாக்கணும், பித்தளைய பாக்கணும்னு உளர்றாங்க...”

“நான் உளறலடி... பித்தளைங்கற வார்த்தையையே எடுக்கல. எதுக்கு இப்படி ஏத்திவிடறே அவன. வீட்லதான் உன் அராஜகம்னா இங்கேயுமா?” அவர்களுக்குள் வாக்குவாதம் ஏற்பட்டது.

———

8
அத்தியாயம்

அப்போது, வேகமாய்த் தேவகியுடன் அவள் வார்டுக்குள் நுழைந்த ராமநாதன், "அக்கா தயவுசெய்து உன் படுக்கைலபோய் முதல்ல உட்காரு..." என்றார். அவளும் சென்று அமர்ந்தாள். அந்த அறை நாற்காலிகளில் ஒன்றில் ராமநாதன் அமர, இன்னொன்றில் சுவாதி அமர்ந்தவளாய், "அப்பா, நீ கேட்ட எல்லாத்தையும் கொண்டுவந்துட்டேன். செக்புக்கும் இந்த பேக்ல இருக்கு" என்றாள்.

விஷ்வா நின்றபடியே, "சார் ரேவதிக்கு எப்படி இருக்கு, முதல்ல அதைச் சொல்லுங்க..." என்றான்.

ராமநாதனிடம் ஒரு பெருமூச்சு. அதுவே எல்லாமே எதிர்மறை என்று சொல்லிவிட்ட நிலையில், "ஷீ ஈஸ் டோட்டலி கொலாப்ஸ்டு...!" என்றார்.

"விவரமா சொல்லுங்க சார்..."

"என்னத்த சொல்ல... ஷீ ஈஸ் நியரிங் கோமா ஸ்டேஜ்!"

அந்த வார்த்தைகளைக் கேட்ட விஷ்வா அதிர்ந்து போனான்.

"என்ன சார் இப்படிச் சொல்றீங்க?"

"வேற எப்படிச் சொல்ல மிஸ்டர் அசோக், டாக்டர்கள் சொன்னதைச் சொல்றேன். கடவுள்ளாம்

இல்ல அசோக். என் நண்பர் ஒருத்தர் சொல்வார் கடவுள்ங்கறவர் மனுஷனோட ஒரு அழகான கற்பனைன்னு... தட்ஸ் ட்ரூ...!"

"அஃப்கோர்ஸ்... நானும் அப்படித்தான் சார். இப்ப நினைக்கிறேன். ரேவதி ஒரு தேவதை... இன்னும் என் நண்பர்களுக்கெல்லாம் தெரியாது. யாருக்கும் நான் சொல்லல. தெரிஞ்சா இந்த ஹாஸ்பிடல்ல நிக்க இடம் இருக்காது. அவ்வளவுபேரும் வந்துடுவாங்க..."

"வேண்டாம்... யாருக்கும் தயவுசெய்து சொல்லாதீங்க. நாளைக்கு ஒரு ஸ்பெஷலிஸ்ட் வர்றார். அவர் சொல்றதுலதான் எல்லாம் இருக்கு... அவர் என்ன சொல்றார்னு பார்ப்போம்..."

சொல்லும்போதே லேசாகக் கண்கலங்கிவிட்டது ராமாநாதனுக்கு... சுவாதி மௌனமாகவே இருந்தாள். விஷ்வாவும் அதற்குமேல் பேச எதுவும் இல்லை என்று உணர்ந்தவன்போல் மெல்ல விலகினான்.

"எங்கப்பா போற... கான்டீனுக்குப் போய் காப்பி சாப்பிடலாமா?" என்று கேட்ட சுவாதியை லேசாக முறைத்தவன் அப்படியே ஐ.சி.யு. பக்கம் சென்றான். வட்டக் கண்ணாடி வழியாக உள்ளே ஊடுருவினான். ரேவதியின் சில பாகங்கள் மட்டுமே தெரிந்தன.

'மிகக்குறுகிய காலத்தில் மனதை ஒரேயடியாக அள்ளிக்கொண்ட அற்புதப்பெண்ணே... உனக்கா இந்தக் கதி?' மனதில் கேள்வி ஓடியபோது அவன் ஆன்ட்ராய்டு போனில் அமட்டல், எடுத்துத் திரையைப் பார்த்தபோது ஒரு மெயில் வந்ததற்கான சிம்பல் தெரியவும், நடந்தபடியே ஓபன் செய்தான். மெயிலில் ரேவதியிடமிருந்து கடிதம்.

◈◈◈

மெயிலில் இருந்த ரேவதியின் கடிதம் அவனுக்கொரு புதிய பரவசத்தை அளித்தது. ரேவதி வசம் என்னதான் போன் இருந்தாலும், அதில் விஷ்வாவோடு அவ்வப்போது பேசினாலும்,

சமயங்களில் மெயிலில் கடிதமும் இடுவாள். மெயிலில் தனக்கு வரும் பல அரிய தகவல்களை அவனுக்கு ஃபார்வர்ட் செய்துவிடுவாள்.

ஜெமினி ராமமூர்த்தி என்று ஒரு வயதானவர்! பொதுவாக வயதான எவரும் கம்ப்யூட்டரில் அதிக பரிச்சயத்தோடு இன்று இருப்பதில்லை. ஐம்பது வயதுக்குக் கீழானவர்களுக்குத்தான் கம்ப்யூட்டரும் நன்கு வயப்பட்டுள்ளது. விதிவிலக்காக இந்த ஜெமினி ராமமூர்த்தி பல அரிய தகவல்களை, உலகச் செய்திகளை, புகைப்படங்களை மெயில் செய்வார். எனவே, அப்படி ஒரு மெயிலாகவும் இருக்கும் என்று அதை ஓபன் செய்தவனுக்கு அவளது கடிதமாகவே அது இருந்ததுதான் விந்தை.

அந்தக் கடிதம்கூட சில மணிநேரங்களுக்கு முன்பாக, குறிப்பாக அவள் கோயிலுக்குப்போன இடத்தில் இருந்து ஆன்ட்ராய்டு போன் வழியாக அனுப்பியிருந்ததை ஊர்ஜிதம் செய்தது.

“ஹாய் ஜிட்டு!

எங்க இருக்கே... நான் தாம்பரம் ராமாஞ்சனேயர் கோயில்ல இருக்கேன். இங்க தேங்காய் வாங்க மஞ்சத் துணில கட்டித் தொங்கவிட்றதுங்கறது ஒரு பிரார்த்தனை ஐதீகம். அப்படிச் செய்தா எந்தப் பிரார்த்தனையா இருந்தாலும் பலிச்சிடுமாம். நானும் ஒரு தேங்காயை நீ எங்கப்பாக்கு மாப்ளையா வரணும்னு வேண்டிக்கிட்டுக் கட்டினேன். மனசார பண்ணிக்கற பிரார்த்தனைகள் நிச்சயம் பலிக்கும். நீ வேணா பாரு! இருந்தாலும் கடவுள்கிட்ட இப்படி கமிட் பண்ணிக்கிறது நல்ல பக்தி இல்லேன்னு நீ ஒருதடவை சொல்லியிருக்கே. உன் பக்தியோட ஒப்பிட்டா என் பக்தி அவ்வளவு ஸ்டராங் கிடையாது.

இந்தச் சமூகத்துல பெண்களே எப்பவுமே

டிபண்டன்ட்தானே? என்னதான் வேலைக்குப்போய்ச் சம்பாதிச்சாலும் வீட்டுக்கு வந்தா புருஷன் குழந்தைன்னு அவங்களுக்கான வேலையைச் செய்யாம அவங்களால இருக்க முடியலியே...? ஒரு மிருதுத்தன்மை எப்பவும் ஒரு பெண்கிட்ட இருந்துகிட்டேதான் இருக்கு... எந்தக் காலத்துலயும் ஒரு ஆணைப்போல ஒரு பெண்ணால நடந்துக்க முடியாதுன்னுதான் நினைக்கறேன்.

என்னடா, ரொம்ப தத்துவமா பேசறேனேன்னு நினைக்கிறியா? ரீசன் இருக்கு... என் தோழி தாரா கோகுல்ங்கறவன லவ்பண்ணிக் கல்யாணம் பண்ணிக்கிட்டா. நான்கூட கல்யாணத்துக்குப் போயிருந்தேன். இப்ப அவங்களுக்குள்ள டைவர்ஸ் ஆயிடிச்சாம்பா. அவங்களுக்கு ஒரு குழந்தைகூட இருக்க, கோர்ட்ல அதை யார் வளர்க்கறதுன்னு கேட்டப்போ அந்த கோகுல் ராஸ்கல் அந்தப் பொறுப்பைத் தாராகிட்டையே விட்டுட்டான். எவ்வளவு பெரிய சுயநலம்?

இந்த மாதிரி சுயநலமெல்லாம் உன்கிட்ட இல்லேன்னு எனக்குத் தெரியும். இருந்தாலும் உன்கிட்ட சொல்லணும்னு தோணிச்சு. சில எண்ணங்கள் உடனுக்குடன் சொல்லிடணும். அம்மா அத்தை என்கூட இருக்கற இந்த நேரத்துல உன்கூட பேசறதுக்கு மெயில் பெட்டர்னுதான் ஸ்கிரீன்ல கடிதமா எழுதறேன்.

என்னமோ தெரியல விஷ்வா. கோயிலுக்கு வந்ததுல இருந்தே மனசு அலைபாயுது. மூணுதடவை தடுக்கி விழுந்துட்டேன். யாரோ கூடவேவந்து தள்ளிவிட்ட மாதிரியே இருக்கு. ஜாதகப்படி எனக்கு இப்ப கொஞ்சம் நேரம் சரியில்லையாம். அம்மா இந்தக் கோயிலுக்கு வர காரணமே அதானாம்... என் அம்மாதான் சொன்னா.

இன்னொரு விஷயம் சொன்னா. என் ஜாதகத்துல நிறைய தோஷங்கள் இருக்கறதால ஜாதகம் எடுத்தா எனக்குக்

கல்யாணம் நடக்காதாம். அதனால நான் யாரையாவது நல்ல பையனா பார்த்து லவ் பண்ணனுங்கறதுதான் அம்மாவோட விருப்பமாம். இதை எனக்குத் தெரியாம அம்மா அத்தைகிட்ட சொல்லிகிட்டிருந்ததை நான் கேட்டுட்டுடேன்.

உண்மைல அதைக் கேட்டப்ப எனக்கு ரொம்ப சந்தோஷமா இருந்தது. நம்ப காதல் ஜெயிச்சிட்டதா நினைச்சு சந்தோஷமும்பட்டேன். அதேசமயம் என் ஜாதகத்தை நினைச்சுக் கொஞ்சம் வருத்தமும் பட்டேன். அது உன்னை எதுவும் செய்துடக் கூடாதுங்கறதுதான் என் விருப்பம்.

நீ இந்த ஜாதகம் ஜோசியத்தை எல்லாம் நம்பமாட்டே. பல தடவை நான் அதை உன் வரைல உணர்ந்திருக்கேன். இருந்தாலும் ஒரு கேள்வி உன்கிட்ட...

மை டியர் விஷ்வா! ஒருவேளை எனக்கு ஏதாவது ஆயிட்டா என்னை மறந்துடமாட்டியே? இதை ஃபோன்ல கேட்க எனக்குத் தைரியம் இல்லை விஷ்வா. என் ஜாதகம்பத்தி தெரிஞ்சி உன்கிட்ட மூடி மறைக்கவும் நான் விரும்பலை. நமக்குள்ள எந்த ஒளிவுமறைவும் இருக்கக்கூடாது இல்லியா? இன்னிக்குக் கோயில்ல என் பிரார்த்தனையே என்ன தெரியுமா? எப்பவும் நீ என்கூடவே இருக்கணும்கறதுதான். அனுமார் ஒரு பிரம்மச்சாரி கடவுள். தனிமையின் கொடுமை அவருக்குத் தெரியும். அதனால என் பிரார்த்தனை வீண்போகாதுன்னு நான் நம்பறேன். அப்படியே நீ எனக்கொரு முத்தம் தரணும்னு ஒரு ஆசை, ஐ ஆம் நெர்வஸ் விஷ்வா. பார்ப்போம்.

உன் ரேவதி!"

கடிதத்தைப் படித்தவன் கண்களில் இருந்து கரகரவென்று கண்ணீர் வழியத் தொடங்கியது. அந்த மெயிலையே ரேவதியாக நினைத்து செல்ஃபோன் ஸ்க்ரீன் மேல் முத்தமிட்டான்.

பின்னாலேயே சுவாதி வரும் சப்தம்!

கண்ணீரை வேகமாகத் துடைத்துக்கொண்டான்.

அவளும் நெருங்கியவளாக, "என்ன அசோக்... ரொம்ப டல்லா இருக்கே, அழுதமாதிரிகூடத் தெரியுதே?" என்று மிகச் சரியாகக் கேட்டாள்.

"நோ. நோ... அதெல்லாம் ஒண்ணுமில்லை..."

"ஒண்ணுமில்லைன்னாலே நிறைய இருக்குன்னுதானே அர்த்தம்...?" -இருவரும் பேசத்தொடங்கிட, ராமநாதன் மிக வேகமாக அவர் மனைவி பத்மாவின் வார்டு பக்கமாய்ச் செல்வது கண்ணில்பட்டது. கூடவே, டாக்டர், நர்ஸ் என்றும் அதே வேகத்தில் சென்றனர்.

"உங்கம்மாவோட வார்டுல சம்திங் ஹேப்பண்ட்..." என்றபடியே விஷ்வாவும் ஓடினான். சலிப்போடு சுவாதியும் பின்தொடர்ந்தாள்.

◈◈◈

உள்ளே வார்டில் பத்மா கண் திறந்திருந்தாள். திறந்த வேகத்தில் ரேவதி பற்றித்தான் பேச்சே...

"ஏங்க... ரேவதி எப்படிங்க இருக்கா? நான் பாவிங்க. அமெரிக்கா போனா எப்படி இருப்பான்னு தெரிஞ்சுக்க நம்ப ஜோசியக்காரர்கிட்ட போனேன். அவளுக்கு ரொம்பவே கெட்டநேரம்னு ஜோசியக்காரர் சொல்லியும் கேட்காம நான் கோயிலுக்குக் கூட்டிகிட்டுப்போய்க் கடைசில அந்தக் கெட்ட நேரத்துக்கிட்ட என் செல்லத்தைச் சிக்கவெச்சுட்டேன்... அவ எப்படி இருக்கா முதல்ல சொல்லுங்க" என்று சப்தமான குரலிலேயே புலம்பினாள்.

"அழாத பத்மா... அழாத... ரேவதிக்கு எதுவும் ஆகல. அவ நல்லா இருக்கா. உன்னமாதிரிதான் அவளுக்கும் காயம்..." என்று ராமநாதன் அவளைச் சமாதானம் செய்ய முயன்றார்.

“இல்லீங்க... தலைல இருந்து அருவிமாதிரி ரத்தம் கொட்டினதை நான் பார்த்துட்டுத்தான் மயக்கமானேன்... உண்மையச் சொல்லுங்க...”

“அவ உயிருக்கு ஒரு ஆபத்தும் இல்ல, போதுமா?”

“நிஜமா?”

“சத்யமாவும் சொல்றேன்.”

“நான்... நான் என் செல்வத்தைப் பாக்கணுங்க...”

“ஐ.சி.யு.வுல இருக்காம்மா நீ இருக்கற கண்டிஷன்ல அங்கபோய்ப் பாக்கறது சரி இல்ல... கொஞ்சம் அமைதியா இரு”

“ஐ.சி.யு.லையா... ஐய்யோ, நான் என் செல்லத்தைப் பார்த்தே தீரணுங்க...”

பத்மாவிடம் பரபரப்பும், படபடப்பும் போட்டி போட்டன. அதைக் கவனித்த டாக்டரிடம் சட்டென்று ஒரு முடிவு.

“நோ ப்ராப்ளம்... ஒரு வீல் சேர்ல உங்கள மட்டும் நான் கூட்டிக்கிட்டுப் போய் காட்றேன். அவங்க ஐ.சி.யு.வில ஸ்பெஷல் கேர்ல இருந்தாதான் சீக்கிரம் குணமாவாங்க. அதனாலதான் இருக்காங்க. மற்றபடி நீங்க கண்டபடி கற்பனை பண்ணிக்க வேண்டாம்” என்றவர் ஒரு வீல்சேரை வரவழைத்து அதில் பத்மாவை அமரவைத்து அவரே தள்ளிச்செல்லவும் தயாரானார். நர்ஸ் ஒருத்தி வரவும் பார்வையாலேயே தூரப்போகச் சொல்லிவிட்டார்.

எல்லோரும் அவளைப் பின்தொடர்ந்தனர். ஐ.சி.யு. வார்டு கதவுக்கு வெளியே தடுத்தும் நிறுத்தப்பட டாக்டர் மட்டும் பத்மாவோடு உள்ளே சென்றார். விஷ்வாவும் இது ஒரு அருமையான தருணம் என்பதுபோல உள்ளே போகப் பார்த்தான். ஆனால் அப்போது முடியவில்லை.

உள்ளே... ரேவதியின் படுக்கையை நெருங்கிய பத்மா, ‘ரேவதி...’ என்கிற விசும்பலோடு சக்தியை எல்லாம் திரட்டி

எழுந்தவளாக எழ முயன்றாள். அப்போதான் அவளுக்கு காலில் எலும்புமுறிவு என்பதே தெரியவந்தது. உயிரேபோனது போன்ற வலியோடு அப்படியே அமர்ந்துவிட்டாள்.

"நோ... எழுந்திருக்க முயற்சி செய்யாதீங்க. உங்க கால்ல ஹேர்லைன் க்ராக் ஃபாம் ஆகியிருக்கு. ஒரு மாசத்துல சரியாயிடும். ஸ்ட்ரெய்ன் பண்ணவேகூடாது" என்ற டாக்டர், ரேவதிக்கு எவ்வளவு அருகில் அவளை அழைத்துச் செல்ல முடியுமோ அவ்வளவு அருகில் அழைத்துச் சென்றார்.

பத்மாவும் கண்களில் கண்ணீர்ப் பெருக்கோடு, ரேவதி... அம்மா வந்துருக்கேன் பாருடா... கண் திறந்து பாருடா... ரொம்ப சாரிடா... பாவிடா இந்த அம்மா... என்ன மன்னிச்சிடுடா..." என்று புலம்பத் தொடங்கவும், டாக்டர் சற்று விழிகளை அகட்டித் திறந்து பார்த்தவராக உதட்டில் கைவைத்து 'அமைதி' என்றார்.

பத்மாவும் 'சாரி' என்பதுபோல் அடக்கிக்கொண்டாள்.

"நேர்ல பார்த்தாதான் உங்க மனசு சமாதானமடையும்னுதான் கூட்டிக்கிட்டு வந்தேன். இங்க ரொம்ப நேரம்லாம் இருக்கக்கூடாது. இது வைரஸ் ஃப்ரீ ஏரியா. நாம கிளம்புவோம்" என்று சக்கர நாற்காலியை அவரே தள்ளிக்கொண்டு வெளியேயும் செல்லத் தொடங்கினார்.

வெளியே வந்தவளிடம் ஒரே புலம்பல். ராமநாதன் சமாதானம் செய்ய முயல, அதே வேகத்தில் அவள் வார்டு நோக்கி எல்லோரும் செல்ல விஷ்வா தன் வாலிப எத்தனத்தைக் காட்டும் விதத்தில் விசுக்கென்று ஐ.சி.யு வார்டு கதவைத் திறந்துகொண்டு உள்ளே சென்றான்.

நான்கைந்து பேர்கள் அவரவர் படுக்கைகளில் இருக்க, அவன் அதிர்ஷ்டம் உள்ளே வார்டு நர்ஸ் எதற்கோ இன்னொரு கதவு வழியாக வெளியே போயிருந்தாள்.

வேகமாக ரேவதியின் படுக்கை அருகே சென்றவன், அவள் தலையருகே சென்று நின்றான். அவனிடம் சொல்லமுடியாத அளவுக்குப் பரபரப்பு, பதற்றம் எல்லாம்.

கண்களில் முத்துக்கணக்காய்க் கண்ணீர் திரண்டு உருண்டுவிடாதபடி நிற்க, விஷ்வா ஆக்ஸிஜன் மாஸ்கால் மூடப்பட்ட ரேவதியின் முகத்தை உற்றுப்பார்த்தான்.

"ரே...! நான் விஷ்வா வந்துருக்கேன் ரே...! உன் விஷ்வா வந்துருக்கேன் ரே...!" என்று அவள் காதில் மட்டும் விழுவதுபோலப் பேசினான். அவளிடம் எந்தப் பதில் எதிரொலிப்புமில்லை.

"உன் மெயிலை பார்த்துட்டேன் ரே என்னைக் கேட்கக்கூடாத கேள்வியால ரொம்பவே வருத்தப்பட வெச்சுட்டா ரே... நான் உன்னைப் பிரியமாட்டேன் ரே...! நான் இருக்கேன் ரே... நான் எப்பவும் உன் கூடதான் ரே இருப்பேன். நீ கேட்ட முத்தத்தை இதோ இங்கேயே தரேன்" என்றவன், அவள் கன்னமருகே சென்று துணிந்து முத்தமிடவும் செய்தான். அந்த மாஸ்க் இடைஞ்சல் செய்ததை அவன் பொருட்படுத்தவில்லை.

மின்னல் வேகத்தில், தன் மோதிரத்தைக் கழற்றி, அவள் விரலில் மாட்டியவன், "நான் உன்னைப் பார்த்துட்டுப் போனதை இந்த மோதிரம் உனக்குச் சொல்லும்... இந்த மோதிரம் ரூபத்துல நான் உன்கூடவே இருக்கேன் ரே... நீ போகமுடியாத அமெரிக்காவுக்கு நானும் போகப்போறதில்லை. போனா நாம் இரண்டுபேரும்தான் போகணும். ராமன் இருக்கற இடம்தான் சீதைக்கு அயோத்தின்னா நீ இருக்கற இடம்தான் எனக்கு அயோத்தி ரே..." உணர்ச்சிப்பெருக்கில் அவனிடம் வார்த்தைகள் முண்டியடித்தன. அப்போது பார்த்து நர்ஸ் வரும் சப்தம் கேட்கவும் விஷ்வாவிடம் எச்சரிக்கை உணர்வு.

அப்படியே குனிந்து பூனைபோல் நடந்து ஐ.சி.யு. வார்டின் கதவருகே மிக வேகமாய்க் கதவைத் திறந்துகொண்டு வெளியேயும் சென்றுவிட்டான்.

——

9

அத்தியாயம்

பத்மாவின் வார்டுபுறம் வரவும் அவளோடு எல்லோரும் ஆறுதலாகப் பேசிக்கொண்டிருந்தனர். அங்கே தேவகியும் வந்துவிட்டாள். ராமநாதன் பத்மாவிடம் இறந்துவிட்ட டிரைவரைப் பற்றி மட்டும் எதுவும் சொல்லிவிடக்கூடாது எனும்போதே சுவாதி அதைப்போட்டு உடைத்துவிட்டாள்!

◈◈◈

"அம்மா... உங்க கார் டிரைவர் போய்ச்சேர்ந்துட்டான். நல்லவேளைம்மா நீங்கல்லாம் தப்பிச்சிட்டீங்க..." என்றாள். ராமநாதன் பல்லைக் கடித்துக்கொள்ள, தேவகியும் பொருமினாள்.

"அதை ஏண்டி இப்ப இங்க சொன்னே? உனக்கு எங்க எதைப் பேசணும்னே தெரியாதா? அவளுக்குப் பதிலா உனக்கு ஆகியிருக்கணும்டி." என்றவளை வெறித்துப் பார்த்த சுவாதி, "ஆமா நீ இன்னும் உயிரோட இரு... நாங்கள்லாம் போயிடறோம். அவ இடத்துல நான் மட்டும் இருந்திருந்தா உன்னை நிச்சயம் காப்பாத்தியிருக்கமாட்டேன். ரேவதி ஒரு துப்பு கெட்டவ, கெழவி உனக்குப்போய்த் தியாகம் பண்ணியிருக்கா..." என்று பதிலடி கொடுத்தாள்.

"அடிப்பாவி... நீ நல்லா இருப்பியா? ராமநாதா என்னடா இது? முதல்ல இவளைக் கூட்டிக்கிட்டுப் போடா." என்று தேவகி புலம்பிட சுவாதியைக் கண்டு அந்தக் குடும்பம் ஏன் பயப்படுகிறது என்பது அப்போது தெளிவாகப் புரிந்தது விஷ்வாவுக்கு!

சுவாதியைப் பற்றிப் புரிந்துகொண்ட அந்தப் புரிதலோடு அங்கிருந்து புறப்படத் தயாரானான் விஷ்வா. அவன் பார்வை ராமநாதனைத் தேடியது. அவர் அந்த ஹாஸ்பிடலின் பில்லிங் செக்ஷன் நோக்கிச் செல்லத் தயாராகிக்கொண்டிருந்தார்.

அவரை நெருங்கியவன், "சார்... அப்ப நான் புறப்படறேன்" என்றான். ராமநாதன் அவனைச் சற்று ஆழமாகப் பார்த்துவிட்டு, நல்லது மிஸ்டர் அசோக்... தேங்க்யூ சோ மச்..." என்றார். அது சுவாதி காதில் விழுந்து வேகமாய் அவனருகில் வந்தவள்.

"என்னப்பா அதுக்குள்ள கிளம்பிட்டே?" என்று கேட்டாள்.

"அதுக்குள்ளயா... நான் காலைல இருந்தே உன்கூடத்தான் இருக்கேன் சுவாதி..." என்றபடியே நடக்கத் தொடங்கினான் விஷ்வா.

"ஆமாமா... நேரம்போனதும் தெரியல. ஆமா இப்ப நீ அவசியம் போயாகணுமா?"

"எதுக்குக் கேக்கறே?"

"இல்ல அப்படிப்போற பட்சத்துல வீட்ல என்னை இறக்கிவிட்டுட்டுப் போயிடேன்."

"நோ... இங்க உன் அப்பாவுக்குக் கொஞ்சமாவது உதவியா இரு சுவாதி. வீட்லபோய் என்னால எப்படி நிம்மதியா இருக்க முடியும்?"

அவன் நடந்துகொண்டே கேட்ட கேள்விக்கு அவளும் சளைக்காமல் பதில்கூறத் தொடங்கினாள்.

"இங்க ஹாஸ்பிடல்ல யாராவது ஒருத்தர்தான்கூடத் தங்கமுடியும். அது அப்பாவா இருக்கறதுதான் நல்லது. அதோட

வீட்டையும் பூட்டிவைக்க முடியாது. இரண்டுதடவை எங்க வீட்டுக்குத் திருடன் வந்திருக்கான். ஒரு தடவை எங்கப்பா கார்டன்ல ஃபவுண்டைனுக்குக் கீழே ஒரு சலவைக்கல் பிள்ளையார் வெச்சிருந்தார். அதைத் தூக்கிட்டுப் போய்ட்டான். செகண்ட் டைம் கொடில காயப்போட்டிருந்த அவ்வளவு துணியும் கோவிந்தா.”

அவள் மிக இயல்பாகப் பேசிக்கொண்டே வந்தாள். ஏனோ அவளிடம் விபத்துக் குறித்த ஒரு பெரிய தாக்கமே இல்லை. ஒரு மூன்றாம் மனிதருக்கு நடந்ததுபோல் ஓர் உணர்ச்சிதான் அவளிடம் தெரிந்தது. அவளை விட்டுவிட்டுச் செல்லமுடியாது என்றும் தோன்றியது.

“சரி வா… உன்னை வீட்ல விட்டுட்டு நான் போறேன்” என்றான். அடுத்த நொடியே செல்போனில் ராமநாதனைப் பிடித்தவள், “அப்பா… நான் அசோக்கூட நம்ப வீட்டுக்குப் போறன். நீங்க பாத்துக்குங்க. எதுவா இருந்தாலும் போன் பண்ணுங்க” என்று அவரின் பதிலைக்கூட எதிர்பார்க்காமல் போனைக் கட் செய்தாள். இத்தனைக்கும் அவர் பார்க்கும் தூரத்தில்தான் தெரிந்தார்.

விஷ்வா அவளை நினைத்து சலனித்தபடியே தன் பைக் நோக்கி நடந்தான். ஹெல்மெட்டை எடுத்து அணிந்துகொண்ட நிலையில் ஒரு ரோமானியப் படைவீரன்போல் ஆனவன் ஒரு உதையில் பைக்கைக் கிளப்ப அவளும் அழகாய்த் தொற்றிக்கொண்டாள்.

◈◈◈

மணி இரவு 8.30!

“கொஞ்சம் வேகமா போ… எய்ட் தர்ட்டி சீரியல் ஸ்டார்ட் ஆகிடப்போகுது…” என்றாள். அந்த நொடி அவனுக்கு அந்த சீரியல் மேல்தான் கோபம் வந்தது. அடுத்து அவள்மேல்… அப்படியே அந்தக் கோபம் ரேவதியை நினைத்துப் பரிதாபமாக மாறியது.

"ரே - எப்படி இப்படி ஒருத்தி உனக்கு அக்காவா வந்து பிறந்தா?" என்று தனக்குள்ளே கேட்டுக்கொண்டான்.

சென்னை நகரம் அந்த நேரத்திலும் பரபரப்புக்கு பஞ்சமின்றிக் காட்சியளித்தது. திரும்பின பக்கமெல்லாம் வாகனங்கள்! சாலையில் நடந்து செல்பவர்களைவிட வாகனங்களில் பயணிப்பவர்கள்தான் அதிகம் இருந்தனர்.

காலப்போக்கில் நடப்பது என்பதே வீட்டுக்குள் நடமாடுவது மட்டுமே... மற்ற எதற்கும் கால்கள் தேவைப்படாதுபோல் தோன்றியது. சாலையில் பயணிக்கும்போது சில காட்சிகள் விஷ்வாவைப் பலவாறு யோசிக்க வைக்கும். அப்போதும் இப்படி எல்லாம்தான் யோசித்தான். சுவாதியும் வேடிக்கை பார்த்தபடியே வந்தாள். சில தருணங்களில் அவன் பிரேக்போடவும் அவன் முதுகோடு மோதும் கட்டாயம் ஏற்பட்டது. அப்போதெல்லாம் அவளுக்குள் அது ஒரு புது அனுபவமாகத் தோன்றியது.

பொதுவாய் அவள் இதுநாள்வரையில் மோட்டார் பைக்கில் பயணித்ததில்லை. இதுதான் அவளுக்கு முதல் அனுபவம்! முதல் அனுபவமே அவளுக்கு மிகப்பிடித்த அனுபவமாகிவிட்டது. எதனாலோ காரைவிட மோட்டார் பைக் அவளுக்கு அதிகம் பிடித்ததாகவும் ஆகிவிட்டது.

பங்களாவும் வந்தது. அரைமனதாய் இறங்கிக்கொண்டாள்.

"வரேன்...!" என்று அவன் ஒரு சொல்லோடு தப்பிக்கப் பார்த்தான்.

"உள்ள வந்துட்டுப்போயேன்..." என்றாள்.

"இல்ல... நேரமாச்சு..."

"நாளைக்கு வருவியா?"

"கட்டாயமா?"

"அப்ப நேரா இங்க வந்துடு. நானும் உன்கூடவே வந்துடறேன்."

"பாப்போம்..."

"பாப்போமா... நீ வரே..." அவள் கட்டளையாகச் சொன்னாள்.

அவனுக்கு அங்கேயே அப்போதே அவளை அறைய வேண்டும்போல் தோன்றியது. சகித்துக்கொண்டு புறப்பட்டான். சிரித்தபடியே அவள் கேட்டைத் திறக்க முற்பட்டாள். அவளைப் பார்த்துவிட்டு அக்கம்பக்கத்தில் இருந்து சிலர் ஓடிவந்தனர்.

"சுவாதி... ஆஸ்பத்திரியில இருந்தா வரே?"

"ஆமாம்..."

"ஆக்சிடென்டாமே... நியூஸ்ல பார்த்துத் தெரிஞ்சிகிட்டோம்."

"நியூஸ்ல வந்துச்சா?"

"பின்ன... டிரைவர் ஸ்பாட் அவுட்டாமே?"

"மைகாட், டி.வி.ல விலாவாரியாவே சொல்லிட்டாங்களா?"

"நாகலாந்துல ஒருத்தன் கோழி திருடினதை எல்லாம் நியூஸ்னு சொல்லும்போது, நம்ம ஊர்ல நடந்த ஒரு விபத்தைச் சொல்லாம இருக்கமுடியுமா?"

"வாஸ்தவம்தான்... நல்லவேளை எங்கக் குடும்பத்துல யாருக்கும் உயிருக்கு ஆபத்து இல்லை."

"ரேவதிக்கு பயங்கர காயம் ஐ.சி.யுவில இருக்காளாமே?"

"ஆமா... ஆனா அம்மா, அத்தை எல்லாம் நல்லா பேசறாங்க பெருசா காயமில்லே."

"பாவம் ரேவதி தெருவுல எந்த ஒரு நல்லது கெட்டதையும் விட்டே தரமாட்டா. அவளுக்கு இப்படி ஆயிடிச்சு."

பலவிதமான இப்படிப்பட்ட விசாரிப்புகளையும், ஆதங்கங்களையும் கடந்து பங்களாவுக்குள் நுழைந்தவள் முதல் காரியமாகக் கதவைப் பூட்டினாள். ஓடிப்போய் டிவி.யைத்தான் ஆன் செய்தாள்!

அபார்ட்மென்ட்டுக்குள் நுழைந்த விஷ்வா முன் அவன் அம்மா அன்னபூரணி வேகமாக வந்து நின்றாள். அதே வேகத்தில்

“யாருக்குப்பா ஆக்சிடென்ட் இப்ப ஆஸ்பத்திரியில இருந்துதான் வர்றியா... உயிருக்கு ஒண்ணும் ஆபத்து இல்லையே?” என்று ஒண்ணுக்கு மூன்று கேள்விகளைக் கேட்டாள். அவனால் சட்டென்று அவளுக்குப் பதில்கூற முடியவில்லை. ஒரு மாதிரி பரிதாபமாகப் பார்த்தான்.

“என்னடா அப்படிப் பாக்கறே? ரொம்ப டல்லா இருக்கே, காப்பி போட்டுக்கொண்டு வரவா?”

“வேண்டாம்மா... க்ரீன் டீல எலுமிச்சம்பழம் பிழிஞ்சுக்கொடு.”

“இதோ அஞ்சே நிமிஷம்... நீ போய் முகம் கழுவிட்டு வா. நமக்கு தப்பால்லாம் எதுவும் நடக்காதுப்பா. நாமதான் நல்லதைத்தவிர எதையும் நினைக்கறதேயில்லையே...” என்றபடியே அடுப்படி நோக்கி நடந்தாள் அன்னபூரணி.

அந்தப் பேச்சு விஷ்வாவுக்கு ஒரு தனித்தெம்பைக் கொடுத்தது. மளமளவென்று உடைமாற்றிக்கொண்டு, பாத்ரூம் சென்று முகம் கழுவிக்கொண்டு, அப்படியே துவட்டிய துண்டை அரை ஈரத்துடன் தோள்மேல் போட்டுக்கொண்டு ஹாலுக்கு வந்து சோஃபாவில் அமர்ந்தான். அன்னபூரணியும் டீயோடு வந்தாள். அதைக் குடித்தபோது சொர்க்கம் என்பது சினிமா செட்போல கட்டாயமாகவோ இல்லை. வெண்புகை மண்டலமாகவோ எல்லாம் இருக்க வாய்ப்பே இல்லை. அது நல்ல ருசி தட்டுப்படும் நாக்கில் மட்டுமே இருப்பதாகத் தோன்றியது.

அன்னபூரணி அவன் டீ அருந்தும்போது அவனது தலையைக் கோதிவிட்டாள். அவனுக்கு அப்படி அவள் செய்வது மிகப்பிடிக்கும் ஒரு பத்து பதினைந்துமுறை செய்தாலேபோதும் தூக்கம் வந்துவிடும். அப்படியே தூங்கிவிடுவான். சிறுவயதுப் பழக்கம். ஆனால் இப்போது அவனுக்குத் தூக்கம் வரவில்லை.

“இப்பச் சொல்லு. யாருக்கு என்ன நடந்தது?”- அவள் ரேவதிக்கு நடந்ததைச் சொல்லிமுடித்தான். ரேவதியைக் காதலிக்கும் விஷயத்தை இன்னமும் அவன் சொல்லவில்லை.

இந்த நிலையில் இப்போது சொல்லவேண்டாம் என்றும் மனதுக்குள் ஒரு தடுப்பு.

“கவலைப்படாதே... அந்தப் பொண்ணு நல்லபடியா குணமாயிடுவா. இது ஏதோ பூர்வகர்மா...” என்ற அன்னபூரணியைச் சற்று வெறிப்போடு பார்த்தான்.

“எதுக்குடா அப்படி வெறிக்கறே?”

“வெறிக்காம... அது என்ன பூர்வகர்மா? அப்ப நாம எவ்வளவு நல்ல வரமா வாழ்ந்தாலும் நமக்கு கெட்டதும் நடக்கும். அப்படி நடக்கும்போது, அதுக்குப் பூர்வகர்மான்னு ஒரு பேரைவெச்சு நாம அதை ஒத்துக்கணுமா?”

“நீ ஏத்துக்கோ... இல்ல ஏத்துக்காம போ... ஆனா அதான் உண்மை.”

“அம்மா இது கர்மாவும் இல்லை, ஒரு மர்மமும் இல்லை. இது ஒரு ஆக்சிடென்ட் யாரும் இப்ப எங்கேயும் நடந்துபோகத் தயாரில்லை. அதனால வாகனங்கள் அதிகமாகி, அப்படியே குடிப்பழக்கமும் அதிகமாகி, அதனால நெருக்கடி அதிகமாகி ஏற்பட்ட விபத்து.”

“விபத்துதான்... அது எப்படி நடந்ததுங்கற விளக்கமும் அதுக்குக் காரணமும் ஒருபுறம் இருக்கட்டும். அந்த விபத்துல உன் தோழிக்கு மட்டும் ஏன் இப்படி ஆகணும்?”

“ஏன்னா அவதானே கார்ல பயணம் செய்தவ?”

“கார்ல அந்த வயசான அத்தை கூடதான் பயணம் செய்தாங்க. அவங்க தப்பிச்சுட்டாங்களே... அது எப்படி?”

“என்னம்மா நீ. அவங்க தப்பிக்கக் காரணமே ரேவதிதாம்மா.”

“புரியுதுப்பா... ரேவதி ஏன் அந்தநேரம் அப்படி நடந்துக்கணும்?”

“வேற எப்படி நடந்துக்க முடியும்?”

"வேற எந்தமாதிரியும் நடந்துக்க முடியாம அவளுக்கு அப்படி ஆனது பார்... அதைத்தான் நான் கர்மான்னு சொல்றேன்..."

"சரி... கர்மான்னு நீ எதைச் சொல்றே?"

"கர்மான்னா என்னத்தடா சொல்ல, பாவ புண்ணியங்களை ஒண்ணா சேர்த்து ஒரு வார்த்தைல கர்மான்னு சொல்றோம்."

"அப்ப இது ரேவதி செய்த பாவமா?"

"இருக்கலாம்."

"அம்மா அவ ஈ, எறும்புக்குக்கூட துரோகம் செய்யாதவம்மா..."

"அது இப்போடா. பூர்வஜென்ம விஷயங்கள்தான் இப்படி எல்லாம் பண்ணும்."

"பூர்ஜென்மமா... இதுக்கு ஏதாவது ப்ரூஃப் இருக்காம்மா?"

"புராணக் கதைகள்ல நிறைய இருக்கு."

"புராணமா?"

"ஏண்டா புராணமான்னு இந்த இழு இழுக்கறே?"

"அதெல்லாம் புருடாம்மா..."

"அப்படியா?"

"பின்ன... எந்தப் புராணம் நம்பற மாதிரி இருக்கு? அனுமார் கடல்மேல பறந்தார்னு தினமும் சுந்தரகாண்டம் படிக்கறே. பறக்க ரக்கை வேணும். அவர்கிட்ட இருக்கா? அதேமாதிரி பத்து தலை ராவணன்கறே... ஒரு தலைக்கே முகம் கழுவித் தலைவார போதும்போதும்னு ஆயிடுது. இதுல பத்துத் தலையை வெச்சுக்கிட்டு ஒருத்தன் என்ன பண்ணமுடியும்? தூங்கும்போது பத்து தலையும் குறட்டைவிட்டா அந்தக் கட்டடம் இடிஞ்சு விழுந்துடாது? விஷ்வா இக்கால விஞ்ஞான இளைஞன் நான் என்பதை நிரூபிப்பதுபோல் வேடிக்கையாகவும் அதேசமயம் வினயமாவும் கேள்விகளாய்க் கேட்டான். அன்னபூரணி அசரவில்லை."

“விஷ்வா ரொம்பப் புத்திசாலித்தனமாகப் பேசிட்டதா நினைச்சுக்காதே. உனக்குச் சுருக்கமா பதில் சொல்றேன். எந்தப் பொய்யும் நிலைச்சு நின்னது கிடையாது என் வாழ்க்கைல இருந்தே நான் அதுக்கு எவ்வளவோ உதாரணங்களைச் சொல்லமுடியும். அதனாலதான் கெட்டிக்காரன் புளுகுக்கு எட்டு நாள்தான் ஆயுள்னு பழமொழியே உருவாச்சு. ஆனா, இந்தப் புராணமெல்லாம் காலகாலமாக இருக்கு. அது மட்டுமில்லை, இதோட வடிவமும் கொஞ்சம்கூட மாறலை. இதைவெச்சே புராணங்கள் பொய் இல்லைங்கலாம்.”

“ஐய்யோ அம்மா… கற்பனையான கதைகளும் காலாகாலத்துக்கும் இருக்கும்.”

“ஆனா அது கற்பனை அது நிஜமில்லைங்கற கருத்தும் கூடவே இருக்கும் இல்லையா?”

“ஆமாம். கற்பனை வேற… பொய் வேற…”

“புராணங்கள்ளகூட கற்பனை வர்ணனைலதான் இருக்கும். கதாபாத்திரங்களோ செயல்பாடுகளோ கற்பனை கிடையாது.”

“வேண்டாம்மா… நாம இப்படிப் பேசினா பேசிக்கிட்டே போவோம். நீ அந்தக்காலம். நான் இந்தக்காலம். என்னால இந்தப் பூர்வகர்மா முன்ஜென்மம்கற பேத்தலை எல்லாம் ஏத்துக்கமுடியாது.”

“சரிப்பா… ஏன் திரும்பிப் பாக்கணும். முன்னோக்கியே போ…”

“போய்க்கிட்டேதானே இருக்கோம்.”

“எங்கடா போறீங்க? எப்படி இப்படி எல்லாம் நடக்கலாம்னு கேட்கும்போது திருப்பித்தானே பாக்கவேண்டியிருக்கு. கடந்தகாலத்தோட விளைவுதானே நிகழ்காலம். நேத்து விதைச்ச பயிர்தானே இன்னிக்கு விளைஞ்சு நிக்குது?”

“நீ சொல்ற இந்தப் பயிரை நான்தான் நேத்து நட்டேன். இன்னிக்கு அறுவடை செய்யறேன். பூர்வஜென்மம்னு நீ எங்கியோ போகும்போதுதான் இடிக்குது…”

"இதோ பார்... பிரச்சனைகள் வரும்போது அமைதியா அதே சமயம் ஆழமா சிந்திக்கணும். எல்லா கருத்தையும் பரிசீலிக்கணும். கண்ணால பார்க்க முடிஞ்சதைத்தான் நம்புவோம்னு சொல்றதுதான் பகுத்தறிவு. ஆனா நம்பினாதான் கண்டுபிடிக்க முடியும்னு உள்ளதுதான் விஞ்ஞானம். இதை நான் சொல்லலை. அப்துல்கலாம் சொல்லியிருக்கார்."

"நீ என்ன விஞ்ஞானத்துக்குப் புதுவிளக்கம் கொடுக்கறே? கற்பனைக்கு விஞ்ஞானத்துல இடமே கிடையாதும்மா..."

"போடா பைத்தியக்காரா பறவை பறக்கறது பார்த்து அது மாதிரி தானும் பறக்கணும்னு கற்பனை செய்யபோய், அப்படிச் செய்த கற்பனைதான்டா இன்னிக்கு நீ சர்சர்னு பறந்துட்டு வர்ற ஸ்பைஸ்ஜெட்டும், இண்டிகோ விமானமும்! கற்பனை செய்தவர்கள்தான் ரைட் சகோதரர்கள்."

"அம்மா நீ டாபிக் மாறி எங்கெங்கோ போறே. எனக்கு ஒரே ஒரு கேள்விதான் ரேவதி தங்கம்னா தங்கம் சொக்கத்தங்கம் அவளுக்கு எப்படி இப்படி ஆகலாம்?"

"தங்கம்னுட்டியேடே ஆகித்தான் தீரும். பித்தளையை யாரும் நெருப்புல வாட்டி நகைகள் செய்யறதில்லை. தங்கத்தைத்தான்டா நெருப்புலபோட்டு ஆபரணமா செய்யறோம்."

"யூ ஆர் ரைட்... இது ரேவதிக்கான சோதனை. இதுல என் ரேவதி நிச்சயம் சாதனை படைப்பா..."

"என் ரேவதியா?" அன்னபூரணி நறுக்கலாய்க் கேட்டாள். விஷ்வாவும் சிக்கிக்கொண்டான். பதிலுக்கு அவளை ஒருமாதிரி பார்த்தான்.

"என்னடா முழிக்கறே... என்ன லவ்வா?"

"அம்மா..."

"என்ன அம்மா... நீ இவ்வளவு தூரம் வருத்தப்படும்போதே நினைச்சேன்டா. என்கிட்ட சொல்றதுல உனக்கென்னடா தயக்கம்?"

“இல்லம்மா. சமயம் பார்த்துச் சொல்லலாம்னுதான்.”

“போடா பைத்தியக்காரா... நாளைக்கே என்னை ஆஸ்பத்திரிக்குக் கூட்டிக்கிட்டுப்போறே. என் மருமகளை நான் உடனே பார்க்கணும்.”

“அம்மா...”

“ஆமாம்ப்பா... உன் காதல் ஜெயிக்கணும், ஜெயிச்சே தீரணும்...”

“ரொம்பச் சந்தோஷம்மா... ஒரு பக்கம் கர்மவினை, பூர்வஜென்மம்னு பஞ்சாங்கமா இருந்தாலும், இன்னொரு பக்கம் நீ பயங்கர அப்டேட் எப்படிம்மா...”

“பஞ்சாங்கமா இருந்தா அப்டேட்டா இருக்கமுடியாதா?” எதுலயும் உண்மையா இருந்தா போதும்டா. கொஞ்சம் திறந்த மனசும் அவசியம்.

அப்போது அருகில் தொலைபேசி அமட்டல். விஷ்வாவே எழுந்து சென்று காதைக் கொடுத்தான். “யாரு... அன்னபூரணியா?”

“மறுமுனையில் போதையோடுகூடிய அவன் அப்பாவின் குரல்!”

——

10

அத்தியாயம்

அப்பாவின் குரலைக் கேட்ட மாத்திரத்தில் விஷ்வா முகத்தில் பலத்த மாறுதல்.

"அன்னபூரணியா... கேக்கறேன்ல...?" மறுபுறத்தில் அவன் அப்பாவிடம் சப்தம் ஓங்க ஆரம்பித்தது. விஷ்வா வேகமாய் போனைத் துண்டித்தான்.

"யாருப்பா?"- அம்மா அன்னபூரணி கேட்டாள்.

"ராங் நம்பர்மா" என்றான்.

"உன் அப்பாவா?" அன்னபூரணி கச்சிதமாய்த் திருப்பிக் கேட்டாள். அவனிடம் ஆச்சர்யத் திகைப்பு. கூடவே போனிடம் திரும்ப சப்தம். இம்முறை போனை எடுத்தவன் மூர்க்கமானான்.

"ஏன் அன்னபூரணி! என்னடி நினைச்சுக்கிட்டிருக்கே உன் மனசுல... உனக்கு அவ்வளவு திமிரா? போனை கட் பண்றே?"

"நீ எதிரில் இருந்தா உன்னையே கட் பண்ணியிருப்பேன். நீ இல்லை அதனாலதான் போனை கட் பண்ணேன். என்ன சத்தமெல்லாம் அதிகமாயிருக்கு? நான் ஒருத்தன் இருக்கறது உனக்கு மறந்துபோச்சா?" விஷ்வா கத்தவும் பதிலுக்கு

இம்முறை மறுபக்கம் அவன் அப்பா போனைக் கட் செய்தார். விஷ்வாவும் திரும்பி அம்மாவை ஏறிட்டான்.

அவள் முகத்தில் ஒரு விரக்திச்சிரிப்பு தோன்றி விலகியது.

“என்னம்மா. இந்த ஆள் இப்ப எதுக்கு போன் பண்ணினார்?” என்று அம்மாவிடம் ஆரம்பித்தான்.

“அவ இழுத்துத் தெருவுல விட்டுட்டாளாம்! அவளும் எவ்வளவுதான் தாங்குவா? குடிக்கக் காசு இல்லாம இருந்திருக்கும். அதான் என்கிட்ட கேக்க போன் பண்ணியிருக்காருன்னு நினைக்கறேன்.”

அன்னபூரணி சாதாரணமாகத்தான் சொன்னாள். அவள் சொன்னவிதத்தில் இருந்தே அந்த விஷயம் அடிக்கடி நடக்கும் ஒரு விஷயம் என்பதுபோல் ஒரு தொனிப்பு.

“நல்லவேளை, போனை நான் எடுத்தேன். நீ எடுத்திருந்தா உருகிப்போயிருப்பே. இல்ல?”

“அடப்போடா... இந்த உருகறதும் கருகறதும் எனக்கு மரத்துப்போச்சு. என் தலையெழுத்து எனக்கு இப்படி ஒரு புருஷன்...”

“தலையெழுத்து இல்ல. இயலாமை! அந்த ஆளுக்கு இன்னொரு கனெக்ஷன் இருக்குன்னு தெரிஞ்ச நிமிஷமே செருப்பால அடிச்சு கோர்ட்டுக்குப் போயிருக்கணும். நீ விட்டுட்டே.”

விஷ்வாவிடம் கோபம் கொந்தளித்தது.

“விடு... நீயும் மாறாம இதே பேச்சதான் பேசறே! இனி எதைப் பேசறதாலயும் புண்ணியமில்லை. ஆம்பளைன்னா அப்படித்தான் இருப்பாங்க. பொம்பளைன்னா என்னைப் போலத்தான் இருக்கணும். நீ நினைக்கற மாதிரி நான் நடந்திருந்தா உன் நிலைதான் விஷ்வா கேள்விக்குறியாயிருக்கும்.”

“இப்படி இனிமே என்கிட்ட சொல்லாதே. ஆம்பளைன்னா அப்படித்தான்னு நீயா முடிவு செய்துக்கிட்டியா? உன் புருஷன் கேடுகெட்டவன்னா எல்லா ஆம்பளையுமா? சத்தியமா நான் அப்படிக் கிடையாது...” வெடித்தான் விஷ்வா.

அன்னபூரணி அவனை ஆழமாக ஏறிட்டாள். பின் பெருமூச்சுவிட்டவளாக, “வேற பேச்சுப் பேசுவோமா?” என்று கேட்டாள். அவன் மனதில் இப்போது ரேவதி சற்று விலகிய நிலையில், அவன் அப்பாவான ராமமூர்த்தி என்பவர் பாரமாக கனக்கத் தொடங்கியிருந்தார்.

ஏராளமான சொத்துக்கள் இருந்தன. அதனாலேயே பல பெண்கள் சுலபமாக அவர் வலையில் விழுந்தனர். அவர்களில் ஒருத்தி புத்திசாலித்தனமாக தாலியைக் கட்டிக்கொண்டாள். வயிற்றில் ஒரு பிள்ளையையும் வாங்கிவிட்டாள். அப்படிப்பட்டவளோடு மோத அன்னபூரணி தயாராக இல்லை. இனி நீயே இந்த மனிதனோடு வாழ்ந்துகொள் என்று தன் பிள்ளையான விஷ்வா எனப்படும் விஸ்வநாதனோடு விலகி வந்துவிட்டாள்.

நல்லவேளை... பட்டப்படிப்பு படித்திருந்ததால் கொஞ்சம் கஷ்டப்பட்டதில் ஒரு வேலை கிடைத்தது. விஷ்வாவையும் அதில் ஆளாக்கிவிட்டாள். இனி அவன்தான் அவள் உலகம்! இருந்தபோதிலும் விட்ட குறை தொட்ட குறையாக அந்த உலகத்துக்குள் அவன் அப்பா வர முற்படுவதுதான் விந்தை!

அவன் அந்த விந்தையை எண்ணிக் கலங்கிய நிலையில் இருக்க, அன்னபூரணி போய் தோசை வார்த்து அதன்மேல் ஏற்கெனவே அரைத்து வைத்திருந்த தக்காளிச்சட்னியை ஊற்றி மணக்க மணக்க எடுத்து வந்தாள்.

வாசமே அவனைக் கலைத்தது.

“சாப்புட்றா.”

“ஊட்டிவிடு”.

“குழந்தையாடா நீ?”

“ஆமா. நான் இப்ப குழந்தை, எனக்கு இப்ப 2 வயசு. ஊட்டு...”

“அப்ப அரை தோசைதான் சரியா?”

“உனக்குச் சரின்னா எனக்கும் சரிதான்...”

“நீ கெட்டிக்காரன்டா... அம்மா மனசு கேட்காதுன்னு தெரிஞ்சு என்னை மடக்கறியா?” கேட்டபடியே ஊட்டிவிடத் தொடங்கினாள். அந்த நொடிவரை அங்கு நிலவிவந்த வெப்பமான சூழல் அப்படியே மாறி உலகிலேயே மேலான இன்பம் அம்மா ஊட்டிவிட சூடாக தோசை சாப்பிடுவதுதான் என்று அவனுக்குத் தோன்றியது.

“விஷ்வா... மனசைப்போட்டுக் குழப்பிக்காதே. எதையும் எங்க இருந்து எப்படிப் பாக்கறோம்கறதுலதான் இருக்கு. உனக்குள்ள ஏற்கெனவே ரேவதி பற்றின வருத்தம். இதுல அம்மா பற்றின நினைவுகள் அநாவசியமா உனக்கு எதுக்கு? அவர விட்டுடு...” நிதானமாக ஊட்டியபடியே சொன்ன அவளைச் சற்று ஆச்சர்யமாகப் பார்த்த விஷ்வா.

“எப்படிம்மா அந்த ஆளை நீ இவ்வளவு சாதாரணமா எடுத்துக்கறே. அந்த ஆள் ஒரு துரோகிம்மா. பொறுக்கி...”

“நோ, இனி நீ உன் அப்பாபத்தி ஒரு வார்த்தை பேசக்கூடாது. அவர் எப்படி வேணா இருந்துட்டுப் போகட்டும். என் எதிர்ல அவரை மோசமா பேசாதே...”

“ஓ... இதுக்குப் பேர்தான் பதிபக்தியா?”

“வேண்டாம் விஷ்வா. நான் இந்த செகண்ட் நார்மலா இருக்கேன். என்னை வருத்தப்பட வைக்காதே. எது வந்தாலும் அதைக் கடந்துபோறதுக்குப் பேர்தான் வாழ்க்கை. இதுவும் கடந்துபோயிடும் விட்டுடு, இதனால நம்ம தரம் குறைஞ்சுட இடம் கொடுக்கக்கூடாது. அது ரொம்ப முக்கியம்.”

தோசையை வாயில் ஊட்டியபடியே அன்னபூரணி சொன்னவிதம் அவனை அப்படியே அமைதிப்படுத்தியது. அவளும் தட்டை அவன் கையில் கொடுத்துவிட்டு, "இதைச் சாப்பிடு. இன்னும் நாலு தோசையைச் சுட்டு எடுத்துக்கிட்டு வரேன்" என்று கிளம்பினாள்.

பெரிதாக எதற்கும் உணர்ச்சிவயப்படாத ஒரு பெரும் பக்குவப்பெண்ணாகத்தான் அன்னபூரணி அந்தப்போதில் காட்சி தந்தாள்.

நல்லவர்களுக்கு நல்லதே நடக்கும் என்பார்களே? என் அம்மா இவ்வளவு நல்லவளாக இருந்தும் இவளுக்கு மட்டும் ஏன் நல்ல புருஷன் வாய்க்கவில்லை?

விஷ்வாவுக்குள் கேள்விகள் வழக்கம்போல் எழும்பத் தொடங்கிவிட்டன.

◈◈◈

ஐந்தாவது தடவையாகவோ, இல்லை ஆறாவது தடவையாகவோ செல்போன் ஒலிக்கவும்தான் கண் திறந்தாள் சுவாதி, செல்லுக்குக் காதையும் கொடுத்தாள்.

"சுவாதி டார்லிங்" மறுபுறம் ஆஸ்பத்திரியில் இருந்து ராமநாதன் பேசினார்.

"சொல்லுங்க டாடி"

"என்னப்பா இன்னும் தூக்கம் கலையலியா... மணி இப்ப என்ன தெரியுமா?"

"என்ன டாடி அம்மா மாதிரியே நீங்களும் பேச ஆரம்பிச்சிட்டீங்க. தூக்கம் வந்தா தூங்கத்தானே செய்வோம்?" சுவாதி என்னமோ யதார்த்தமாய்த்தான் கேட்டாள்.

'உனக்கு எப்படித் தூக்கம் வந்தது?' என்று சட்டென்று கேட்கத் தோன்றி ராமநாதன் அதை அடக்கிக்கொண்டு,

“சரிம்மா... இப்பத்தான் எழுந்திருச்சிட்டேல்ல. கொஞ்சம் வேகமா கிளம்பி வா. நான் கொஞ்சம் நம்ம ஆபீசுக்கு வேறே போய்ட்டு வரவேண்டியிருக்கு.”

“எங்க வரச்சொல்றீங்க டாடி?”

“ஆஸ்பத்திரிக்குமா. என்ன நீ எதுவும் தெரியாதமாதிரி பேசறே...?”

“சாரி... சாரி... தூக்கக்கலக்கத்துல சட்டுன்னு ஞாபகம் வரலை. நான் குளிச்சிட்டு டிபன் சாப்டுட்டு, உங்களுக்கும் வாங்கிக்கிட்டு ஒரு ஒன் அவர்ல வரேன்...”

“இல்லம்மா... ஒரு அரை மணிநேரத்துல வா. மணி இப்பவே ஒன்பது. நான் ஆபீஸ்போய் சில முக்கிய பேப்பர்ஸைப்பாத்து மெயில் பண்ணிட்டு வந்துட்றேன். அப்புறமா நீ போய்க் குளிக்கலாம், டிபனையும் இங்க ஹாஸ்பிடல் கேன்டீன்ல சாப்ட்டுக்கோ...”

மிக இதமான குரலில் ராமநாதன் சொன்னதால் சுவாதியால் பதிலுக்கு எதிர்த்துப்பேச முடியாது போனது. எழுந்த வேகத்தில் ஆஸ்பத்திரிக்குப் போகவேண்டும் என்கிற நினைப்பே நரகமாக இருந்தது.

“இவங்கள யார் கோயிலுக்கும் குளத்துக்கும் போகச் சொன்னது? எங்கையாவது போய் அடிபட்டுப் படுத்துக்க வேண்டியது. இங்க என் உயிர்போகுது...” என்கிற அங்கலாய்ப்போடு கிளம்ப ஆயத்தமானாள்.

◈◈◈

கண் விழித்த விஷ்வாவுக்கு பகீரென்றது. மணி 9:10!

“ஐய்யோ அம்மா... எழுப்பிவிடாம என்ன பண்ணிக்கிட்டு இருந்தே?” என்று கத்திக்கொண்டே எழுந்திருந்தான்.

“எப்பவாவதுதான் இப்படித் தூங்குவே... நேத்து பூரா வேற அலைஞ்சிருக்கே. அதான் தூங்குன்னு விட்டுட்டேன்.”

போச்சு... எல்லாம் போச்சு, காலைல ஜாகிங் போகும்போது மிஸ்டர் SRS ஒரு அட்ரஸ் தரேன்னு சொல்லியிருந்தார். இன்னிக்கு அதை மிஸ்பண்ணிட்டேன்."

"என்ன அட்ரஸா?"

"யு.எஸ்ல. இருக்கற அவரோட பொண்ணோட அட்ரஸ். நாங்க அங்க போகும்போது தெரிஞ்சவங்க சப்போர்ட் இருந்தா நல்லா இருக்குமே?"

"நாங்கன்னா... நீ மட்டும்தானே U.S. போகப்போறே என்று கேட்டாள்."

"ஓ... உனக்கு விஷயம் தெரியாதுல்ல... நான்தான் விவரமா சொல்லலை. நோ நோ... இனி U.S.பத்திப் பேசறதுலயும் அர்த்தமில்லை. இட்ஸ் ஓகே..."

போர்வையை மடித்துத் தலையணைமேல் வைத்தபடி அவன் சொன்னது அன்னபூரணிக்கும் புரிந்தது.

"என்னடா ஆரம்பத்துல அப்படிப் பதறினே? இப்ப அர்த்தமில்லேங்கறே?"

"ஆமாம்மா... ரேவதி இப்ப இருக்கற நிலைல அவளாள எப்படிம்மா U.S. போகமுடியும்?"

"அவ போகமுடியாது சரி, உனக்கென்ன வந்தது?" அன்னபூரணி போட்டுவாங்கத் தொடங்கினாள்.

"என்னம்மா நீ... அவள இப்படி விட்டுட்டு எப்படிம்மா என்னால போகமுடியும்?"

"அப்ப இந்த வேலையை வேண்டாம்னு சொல்லிடப் போறியா?"

"நீ என்னம்மா சொல்றே... போன்னு சொல்றியா? போக வேண்டாம்னு சொல்றீயா?"

"பந்த என்கிட்டயே தந்துட்டியே."

“ஆமா... நீ என்ன சொன்னாலும் சரி, நான் கேட்கறேன்.”

“இந்த விஷயத்தைப்பத்தி அப்புறமா பேசலாம். நீ குளிச்சிட்டுக் கிளம்பிடு. நானும் உன்கூட வரேன். ஆஸ்பத்திரியில என்ன சொல்றாங்கன்னு கேட்போம். ஒரு பத்து பதினைஞ்சு நாள்லகூட ரெகவர் ஆகிடலாம் இல்லையா?”

நம்பிக்கையோடு பேசினாள் அன்னபூரணி.

“அப்படி எல்லாம்கூட நடக்குமாம்மா?” தயக்கத்தோடு கேட்டான் விஷ்வா.

“ஏன் நடக்காது? நாம யாருக்கு என்ன கெடுதல் செய்தோம்... நடக்காமபோக?”

“அம்மா, நீ ரொம்ப பாசிடிவ்னு எனக்குத் தெரியும். ஆனா உன் புருஷனே உன்வரைல ஒரு துரோகி... அது மட்டும் எப்படிம்மா நடந்தது?”

விஷ்வாவின் கேள்விக்குள் அன்னபூரணியும் சிக்கிக்கொண்டதுபோல் சில விநாடிகள் அவனைப் பார்த்து வெறித்தாள்.

“அம்மா, உன்னை நான் மடக்கறதுக்காக சத்தியமா இப்படிக் கேக்கல. ஓவர் பாசிடிவா நீ இருக்கே. அதனாலதான் இப்படிச் சொன்னேன்...”

“விஷ்வா, புருஷன் பொண்டாட்டியா ஒண்ணா வாழறதுல மட்டும் சந்தோஷம் வந்துடாதுப்பா. ஒண்ணா வாழ்ந்துகிட்டும் மனசுல நிம்மதியில்லாம இருக்கலாம், பிரிஞ்சிருந்தும் சந்தோஷமா இருக்கலாம். இது சம்பந்தப்பட்டவங்க மனசு சார்ந்த விஷயம்பா... அவர் நம்மகூட இல்லாததால நான் வீணாபோகல. சுயமரியாதையோட உழைச்சு உன்னையும் ஆளாக்கியிருக்கேன். பல உன்னதமான அனுபவங்களுக்கும் நான் ஆளாகியிருக்கேன். உனக்குச் சொன்னா புரியாது.”

“எப்படிம்மா இப்படிச் சமாளிக்கறே? உன் தோல்வி உனக்குத் தெரியலியா?”

“தோல்வியா? எனக்கா? பைத்தியக்காரா... நான் பல பெண்களுக்கு ஒரு ரோல்மாடல்டா! போகட்டும். இப்ப எதுக்கு என்னைப்பத்தின பேச்சு. நீ குளிச்சிட்டு முதல்ல புறப்படு. அவசரப்பட்டோ உணர்ச்சிவயப்பட்டோ எந்த முடிவும் எடுத்துடாதே.”

பேசிக்கொண்டே அவனுக்குக் காப்பிபோட சமையல்கட்டு நோக்கிச் சென்றாள். அப்போது வாசல்புறம் ஒரு குச்சி ஜோசியக்காரி! கதவுகளுக்கு அப்பால் நின்று உள்ளே பார்த்தபடியே, ‘ஜோசியம் பார்க்கலையோ ஜோசியம்’ என்று குரல் கொடுத்துக் கொண்டிருந்தாள். அன்னபூரணியும் கவனித்தாள். அதேவேகத்தில் வெளியே சென்றவள், “அம்மா தாயே... இங்க எங்களுக்கு ஜோசியம் பாக்க இப்ப நேரமும் இல்லை. இதுல நம்பிக்கையும் இல்லை. நீ கொஞ்சம் இடத்தைக் காலி பண்றியா?” என்றாள்.

“நல்ல வார்த்தை சொல்ல வந்துருக்கேன் தாயே... அப்படி எல்லாம் சொல்லாதே. உன் மனைமேல கருடன் பறந்ததைப் பார்த்தேன். அதனாலதான் நின்னு கூப்ட்டுப் பேசறேன்.”

“இதோ பாரு... கருடன் பறந்தது. காக்கா பறந்ததுன்னு நீ எதைச் சொன்னாலும் கேக்கற நிலைல நாங்க யாரும் இல்லை. வாழ்க்கைல எப்ப எது நடக்கணுமோ அப்ப அது நடந்தே தீரும். அதை நீ சொல்லப்போற ஜோசியத்தாலயும் மாத்தமுடியாது. நீ முதல்ல இடத்தைக் காலிபண்ணு” அன்னபூரணி கதவைச் சாத்தப்போனாள். ஆனால் அந்த ஜோசியக்காரி விடுவதாக இல்லை.

“தாயி ஒரு நிமிசம்... மூணே மூணு விசயம் நான் சொல்றேன். அது நடந்தா என்கிட்ட ஜோசியம் பாக்கிறியா.”

அவளது மடக்கல் அன்னபூரணியைச் சற்று திகைக்க வைத்தது. அவளோ அந்த மூன்று விஷயங்களைச் சொல்லத் தொடங்கிவிட்டாள்.

“ஒரு உசுரு, உசுருக்குசுரான ஒரு உசுரு பத்துநாள்ல பறிபோகப்போகுது. இது கெட்ட விசயம். ஆனாலும், தலையில் எழுதிட்ட விசயம். இது ஈசனாலயும் மாறாது. பேசினாலும் தீராது. அதுக்காக நீ வருத்தப்படாதே. நீ கல்லுக்கு கல்லு. நெல்லுக்கு நெல்லு.

மூணுமாசத்துல இந்த மனைல ஒரு மங்கல காரியமும் நடக்கப்போகுது.

இப்படி இரண்டைச் சொன்ன நான் இப்ப மூணாவதைச் சொல்றேன். உன் கைலதான் எல்லாத்துக்கும் முடிவிருக்குது. நீ பாத்து எதையும் செய்யலாம்... உன் கைபட்டா பட்டமரமும் துளிர்க்கும். பாறைலயும் நெல் விளையும்!” என்று படபடவென்று அவள் சொல்லச்சொல்ல உள்ளிருந்து கேட்டபடி இருந்த விஷ்வாவுக்கு இதயம் வேகமாகத் துடிக்கத் தொடங்கியது.

———

11

அத்தியாயம்

இதயத்துடிப்போடு விஷ்வா வெளியே ஓடிவந்தான். ஆனால், அந்தக் குறிசொல்லும் பெண்ணோ ஆழமாய் ஒரு பார்வை பார்த்துவிட்டு, "நான் மூணு மாசம் கழிச்சு வாரேன். அப்ப நீ என்னை இப்படிப் போன்னு சொல்லிக் கதவ சாத்தமாட்டே வான்னு உள்ள கூப்பிட்டு உக்காரவெச்சு சோறுபோட்டுப் புதுசா ஒரு புடவையும் எடுத்துக் கொடுத்து உன் மனம்போல மஞ்சள் குங்குமத்தோட எனக்கு நல்ல காணிக்கையும் தருவே! இது அந்த சக்கதேவி சத்தியம்."

என்று உறுதிபட சொன்னபடி திரும்பவும் தெருவில் இறங்கி நடக்கத் தொடங்கினாள். வாசற்புரம் வந்த விஷ்வா ஒருவித மலைப்போடு அன்னபூரணியைப் பார்த்தான்.

"நீ எங்கடா வந்தே?"

"இவ என்னம்மா பயமுறுத்திட்டுப்போறா?"

"இவள விட்றா... இன்னிக்கு வயித்துப்பாடு பலரைப் பலவிதமா செயல்பட வைக்குது. அதுல இவ ஒருவிதம்."

"ஆணித்தரமா சொன்னாளேம்மா."

"அதுதான் இந்தமாதிரி ஜோசியம் சொல்றவங்களோட பலம். இதை எல்லாம் பொருட்படுத்தக்கூடாது. நீ இன்னுமா புறப்படலை?"

அன்னபூரணி மிகச்சாதாரணமாகக் கேட்டாள். அவளிடம் ஜோசியக்காரி குறித்த எந்த பயமுமில்லை. பதற்றமுமில்லை நிதானம் என்கிற ஒரு விஷயம்தான் அன்னபூரணியாகவே வடிவம் எடுத்து வந்துவிட்டதோ என்றுகூட தோன்றியது. அவளிடம் அந்த ஜோசியக்காரி சொன்னதை வைத்து மேற்கொண்டு பேசவும் தயக்கமாக பயமாக எல்லாமுமாக இருந்தது.

குறிப்பாக ஒரு உயிர் பத்து நாள்ல போயிடும் என்று அவள் சொன்னது தொண்டையில் சிக்கி முள்ளாகவே மாறியிருந்தது. அன்னபூரணிக்கும் அவன் தவிப்பது புரிந்தது.

"விஷ்வா... புறப்பட்றா! ரேவதிக்கு எதுவும் ஆகாது. நான் அடிமனசுல இருந்து சொல்றேன்டா. அவ நல்லபடியா குணமாயிடுவா. உன்கூடவும் சந்தோஷமா வாழ்வா. எனக்குப் பூரணநம்பிக்கை இருக்கு. இந்த ஜோசியக்காரி பேச்சைத் தயவுசெய்து எடுத்துக்காதே. இப்படிப் பேசினாதான் நாமளும் பயந்துபோய் அவகிட்ட ஜோசியம் பார்ப்போம்கறது அவங்களோட ட்ரிக்!"

மிக முற்போக்காக அன்னபூரணி மூட்டிய நம்பிக்கை விஷ்வாவைச் சற்று ஆறுதல்படுத்தியது. அதே உணர்வோடு அவளையும் அழைத்துக்கொண்டு ஆஸ்பத்திரிக்குப் புறப்படத் தொடங்கினான்.

◈◈◈

வார்டுக்குள் நுழைந்த சுவாதியை ராமநாதன் ஆச்சர்யமாகப் பார்த்தார். எப்போதும் இல்லாதபடி ரேவதி அணியும் வயலட் சுடிதாரில் வந்திருந்தாள். அவளது சங்கிலியையும் அணிந்துகொண்டிருந்தாள். ஒரு விநாடி அவளைப் பார்த்த ராமநாதனுக்கு வைத்த விழியை எடுக்க முடியவில்லை.

“என்னப்பா... என்னமோ புதுசா பாக்கறமாதிரி பாக்கறே?”

“ஆமாம்மா... ரேவதியோட சுடிதார், அவளோட செயின்னு அவதான் பெட்ல இருந்து எழுந்து வந்துட்டாளோன்னு நினைச்சுட்டேன்...”

“அவதான் இனி இதைப் போட்டுக்கப் போறதில்லையே. அதாம்பா நான் போட்டுக்கிட்டு வந்தேன். என்னோடது அவளுக்கு சரியா ஃபிட் ஆகாது. ஆனா அவளோடது எல்லாமே எனக்கு ஃபிட் ஆகும்ப்பா...”

“ஆமா அவ இனி இதைப் போட்டுக்கப் போறதில்லைன்னு உனக்கு எப்படித் தெரியும்?”

ராமநாதன் அப்படி ஒரு கேள்வி கேட்பார் என்று சுவாதி எதிர்பார்க்கவில்லை.

“அதுவந்து... அவ குணமாகி வீட்டுக்கு வந்தாலும் எழுந்து நடமாட பல வருஷங்கள் ஆகலாம். அதுக்குள்ள இது பழசு ஆயிடும். அதனால அப்படிச் சொன்னேம்பா.”

“ரேவதி நடமாட பல வருஷம் ஆகுமா... யார் சொன்னா அப்படி”

“அது... அது...”

“சுவாதி... நீ என்ன பேசறேன்னு தெரிஞ்சும், புரிஞ்சும்தான் பேசறியா?”

“என்னப்பா நீ. ரொம்ப அவசரம்னு வரச்சொல்லிட்டு வக்கீல் மாதிரி குறுக்குக் கேள்வி கேட்கறே? இங்க இருக்கற நர்சுங்கதான் நேத்திக்கு அப்படிப் பேசிக்கிட்டாங்க. என் காதுல விழுந்துச்சு. அதனால அப்படிச் சொன்னேன்...”

“எல்லா இடத்திலும் புரளி பேச நாலு பேர். அவங்க அப்படிச் சொன்னப்போ நீ வேடிக்கை பார்த்தியா?”

“வேடிக்கை பாக்காம என்னால என்ன பண்ணமுடியும்? கேட்டா, நாங்க டெய்லி இந்தமாதிரி எவ்வளவு கேஸைப்

பாக்கறோம்னு சொல்வாங்க. சொன்னா சொல்லிட்டுப் போகட்டும்னு விட்றதுதான் சரி..."

சுவாதி சளைக்காமல் பதில் சொன்னாள். அதற்குமேல் அவரும் அவளிடம் விவாதம் செய்ய விரும்பவில்லை. வேகமாக பாத்ரூம் நோக்கிச் சென்று முகம் கழுவிக்கொண்டு தன் ஃபார்மாடிவிஷனுக்குப் புறப்படத் தயாரானார்.

சுவாதி மெல்ல அத்தை தேவகி இருக்கும் வார்டு பக்கம் சென்றாள். தேவகி சாய்ந்து படுத்தநிலையில் மார்புமேல் தட்டு இருக்க ஸ்பூன்கொண்டு இட்லி சாப்பிட்டபடி இருந்தாள். அருகில் நர்ஸ் ஒருத்தி. அதைப் பார்த்த சுவாதி உள்நுழைந்து தேவகியை ஏறிட்டாள். தேவகிக்கும் அவளைப் பார்க்கவும் சற்று சுருக்கென்றது. கூடவே ரேவதியின் உடையில் அவளைப் பார்க்கவும் ரேவதியே வந்து நிற்பதுபோலவும் இருந்தது. கண்களும் கலங்கிவிட்டன.

"என்ன ஆச்சு... சட்னி காரமா? கண்ணெல்லாம் கலங்கிப்போச்சு..." என்று சற்றுக் கிண்டலாகக் கேட்டாள் சுவாதி.

"சட்னி காரமெல்லாம் ஒரு காரமா... உன் பேச்சு முன்னால்..." என்று தேவகியும் பதிலடியை உடனே கொடுத்தாள்.

"நீ ஏன் பேசமாட்ட, வேளாவேளைக்கு வீடா இருந்தாலும் சரி, ஆஸ்பத்திரியா இருந்தாலும் சரி... உனக்குச் சாப்பிடக் கிடைச்சிடுது. இன்னும் நான்கூட சாப்பிடல."

"என்னடி சொல்றே. நான் ஒண்ணும் கேட்கலடி நர்ஸ்தான் கொண்டுவந்து சாப்பிட்டாகணும்னாங்க. அதான் சாப்பிடறேன். சாப்பிட்ட நிலைல ஏதோ டெஸ்ட் எடுக்கணுமாம். இல்லேன்னா அங்க என் தங்கம் கண்ணே திறக்காம கிடக்கும்போது இங்க நான் சாப்பிடுவேனா?"

"உனக்கு பேசச் சொல்லியா தரணும். சாப்டு... சாப்டு."

சுவாதி குத்தலாகப் பதில் சொன்னபடியே அடுத்த வார்டில் அவள் அம்மாவைப் பார்க்கச் சென்றாள். பத்மாவுக்குத் தூக்கம்

கலையவில்லை. ஒருபுறம் ட்ரிப்ஸ் இறங்கிக்கொண்டிருந்தது. யாருமில்லை. அருகே சென்று பார்த்தாள். கழுத்து, காது என்று எங்கும் நகையில்லாமல் வெயிலில் விரித்த வாழை இலை எப்படி துவண்டுபோய்க் கிடக்குமோ அப்படிக் கிடந்தாள். படுக்கையில் கால் பக்கமாய் பெட்ஸ்ப்ரெட் சுருண்டுகிடந்தது. அதை நீட் செய்து விரித்துவிட்டாள். அப்படியே அம்மா என்று கூப்பிட்டும் பார்த்தாள். பத்மாவிடம் எந்தப் பதில் உணர்ச்சியுமில்லை.

அதற்குமேல் அங்கு இருப்பதில் அர்த்தம் இல்லை என்பதுபோல் உணர்ந்தவள் வெளியே வந்தாள். அன்றைய ட்யூட்டி டாக்டர்களும் நர்ஸ்களும் ட்யூட்டிக்கு வந்த வண்ணமிருந்தனர். எல்லோர் கழுத்திலும் அவர்கள் புகைப்படத்துடன்கூடிய ஐடென்ட்டி கார்டு!

ஆஸ்பத்திரியின் மருந்துவாடையை ஃப்ளோர் கிளீனர்கொண்டு துடைத்துக்கொண்டிருந்தான் ஒரு ஸ்வீப்பர். அந்த வாடை மூக்குக்கு சற்று இதமாகவும் இருந்தது. சுவாதி அந்தச் சூழலை ஒரு புது உலகைப் பார்ப்பதுபோல் பார்த்தபடி கேன்டீன் நோக்கி நடக்கத் தொடங்கினாள். அதற்குள் ராமநாதனும் தயார் ஆனவராக எதிரில் வந்தார்.

"வாங்கப்பா கேன்டீனுக்குப்போய் டிபன் சாப்பிடலாம்."

"நீ போய்ச் சாப்ட்டு நான் வரும்வரை இங்கேயே இரு. பை த பை 11 மணிக்கு ரேவதியை செக் பண்ண ஒரு ஸ்பெஷல் டாக்டர் மும்பைல இருந்து வர்றார். அவர் வரும்போது நாம எல்லாரும் கட்டாயம் இருக்கணும்."

"அப்ப நீங்க 11 மணிக்குள்ள வந்துடுவீங்களா?"

"ஆமாம். நான் வந்தபிறகு நீ ஆபீஸ் போகவேண்டி இருக்கும்."

"இப்பவேகூட, உன்கூட வரேம்பா. இந்த அட்மாஸ்பியரே பிடிக்கல."

“ஆஸ்பத்திரியை யாருக்குதாம்மா பிடிக்கும்? இது வலியும் வேதனையும் சடுகுடு விளையாட்ற இடம். அப்படித்தான் இருக்கும். அட்ஜஸ் பண்ணிக்கோ.”

அவர் இதமாய்ப் பேசியபடியே நடந்தார். வெளியே சென்றவர் ஒரு மரத்துக்குக் கீழே நிறுத்தியிருந்த தன் கார் நோக்கிச் செல்லும் முன் அவரின் ரிமோட் ‘க்விக்’ என்று டோர் லாக்கை விலக்கி அவருக்காகத் தயாரானது.

கார் பானட் மேல், மரத்தின் பழுப்பு இலைகள் வாழ்ந்து முடிந்த முதியவர்கள்போல் கிடந்தன. வாயால் ஒரு ஊது ஊதவும் பறந்துசென்று கீழே விழுந்தன.

கதவைத் திறந்துகொண்டு அவர் காரில் ஏறப்போன சமயம் எதிரில் மோட்டார் பைக்கில் விஷ்வா, அம்மா அன்னபூரணியோடு வந்துகொண்டிருந்தான்.

ராமநாதனைப் பார்க்கவும் தன் மோட்டார் பைக்கை கார் அருகே கொண்டுவந்து நிறுத்தினான்.

“வாங்க மிஸ்டர் அசோக்...” என்று ராமநாதன் கூற, அன்னபூரணிக்குச் சற்று சுருக்கென்றது. ‘விஷ்வா, எப்போது அசோக் ஆனான்?’ விஷ்வா க்ஷணத்தில் அவள் முகம்போன போக்கைப் பார்த்து சைகை காட்டியபடியே, “என்ன சார் கிளம்பிட்டீங்களா?” என்றான்.

“ஆமாம்... அவசரமா ஆபீசுக்குப் போயாக வேண்டி இருக்கு. சில பேப்பர்களை இன்னிக்கு க்ளியர் பண்ணியே தீரணும். எல்லாமே சென்ட்ரல் கவர்ன்மென்ட் லைசென்ஸ் சம்பந்தப்பட்ட பேப்பர்ஸ்.”

“ஐ சீ... உள்ள யார் சார் துணைக்கு இருக்கா?”

“சுவாதி இப்பத்தான் வந்தா. எனிவே இன்னிக்கும் நீங்க வந்ததுல ரொம்ப சந்தோஷம்... இவங்க...”

“அம்மா சார்... ரேவதி நிலையைச் சொன்னவுடனே பாக்கணும்னாங்க, அதான் கூட்டிக்கிட்டு வந்துருக்கேன்.”

“ஓ… வெரி ப்ளஷர்… வாங்கம்மா, சந்தோஷம்.”

“எதுக்கு சார் சம்பிரதாயப் பேச்செல்லாம். ரேவதி எப்படி இருக்கா, சீரியசா இனிமே எதுவுமில்லையே?” என்று அன்னபூரணி அவரை மிக இயல்பாக்கினாள்.

“ரேவதி பத்தின க்ளியர் பிக்சர் 11 மணிக்குதாம்மா தெரியும். ஒரு ஸ்பெஷல் டாக்டர் மும்பைல இருந்து வர்றார். அவர் கைலதான் இப்ப ரேவதியோட எதிர்காலமே இருக்கு.”

“கவலைப்படாதீங்க, ரேவதி ரொம்ப நல்ல பொண்ணு. அவளுக்கு எந்தக் கெடுதலும் ஏற்படாது.”

“அப்படின்னா இந்த ஆக்சிடென்ட்டே நடந்திருக்கக்கூடாது” என்றார் ராமநாதன்.

“விபத்தும் சில கோணங்கள்ல நல்ல ஒரு விஷயம்தான் சார். உடம்போட அருமையை அணு சுத்தமா ஒரு விபத்துலதான் தெரிஞ்சிக்க முடியும். விபத்துக்குள்ளானவங்களைப் பாக்கும்போது பாக்கறவங்களுக்கும் அவங்க ஒரு பாடமாயிடறாங்க இல்லையா?”

அன்னபூரணி ஒரு ஹைபாசிடிவ் என்பதை அந்த நொடியே புரிந்துகொண்டார் ராமநாதன்.

“நல்ல கருத்தும்மா… நீங்க போய்ப்பாருங்க. நான் ஆபீஸ் போய்ட்டு வந்துடறேன்” என்று காரில் ஏறிக்கொண்டார் ராமதாதன். விஷ்வாவும் ஒதுங்கிடத் தொடங்கினான். பைக்கை ஸ்டாண்ட்போட்டு நிறுத்திவிட்டு வந்தவனிடம் “விஷ்வா, நீ எப்ப அசோக் ஆனே?” என்று ஆரம்பித்தாள் அன்னபூரணி.

“ஓ… உன்கிட்ட நான் அந்தக் கூத்தை சொல்லலை இல்ல…” என்றவன் தன் பெயரை மாற்றிக்கொண்டு ரேவதி வீட்டுக்குப் போனதில் தொடங்கி, அப்படியே ஆக்சிடென்ட் நியூஸ் வரவும் ஆஸ்பத்திரிக்கு வர, நேர்ந்ததையும் சொல்லி முடித்தான்.

“டி.வி. சீரியல்மாதிரி இன்ட்ரஸ்ட்டா இருக்கு. ஆமா எப்ப, எப்படி விஷ்வா ஆகப்போறே?”

“தெரியலம்மா... இப்ப அதுவா பெருசு, ரேவதி கண் திறக்கணும். என்னோட உன்னையும் பாக்கணும். நிஜமா எவ்வளவு சந்தோஷப்படுவா தெரியுமா?”

“கவலைப்படாதே. உன் விருப்பபடியே நடக்கும் பார். வா, முதல்ல ரேவதிய பாத்துடுவோம். நான் குங்குமப்பிரசாதம் கொண்டுவந்துருக்கேன். என் கையால மகராசியா இருன்னு வெச்சுவிடறேன்...”

இருவரும் ICU வார்டு நோக்கிச் சென்றனர்.

“அம்மா உள்ள நுழையறது கொஞ்சம் கஷ்டம். நாம சாமர்த்தியமாகத்தான் போகணும்.”

“தெரியுண்டா நீ பேசாம வா...” என்று மிகத்தெம்பாக நடந்தாள் அன்னபூரணி. கையில் குங்குமத்தையும் தயாராக எடுத்துக்கொண்டாள்.”

அப்போது சுவாதி யாருடனோ பேசியபடி முதுகைக் காட்டிக்கொண்டு நின்றிருந்தாள். ரேவதியின் சுடிதாரில் அவளைப்போலவே துப்பட்டாவில் முடிச்சுப்போட்டு அது, பின் முதுகில் ஒரு மாலைபோல் கிடப்பதைக் கண்ட விஷ்வாவுக்கு ரேவதிதான் எழுந்துவந்து நிற்பதுபோல் தோன்றியது.

அந்தச் சுடிதார் அவன் அவளுக்கு வாங்கித் தந்ததும்கூட. அந்த நொடி எல்லாம் மறந்துபோக சுவாதியை நெருங்கியவன், “ரேவதி...” என்று தோளிலும் கைவைத்தான். திரும்பியவளோ சுவாதி.

“சு... சு... சுவாதி நீயா?”

“ஹாய் அசோக். என்ன நீயும் என் அப்பாமாதிரி என்னை ரேவதியா நினைச்சிட்டியா?” என்றாள் மிக உற்சாகமாக,

“அ... ஆமா! தி சேம் ஸ்ட்ரக்ச்சர்.”

“அக்கா, தங்கைகள் அப்படித்தான் இருப்போம். ஆமா இவங்க...”

"அம்மா..."

"உன் அம்மாவா?" அவள் அதிக ஆச்சர்யமானாள்.

"பின்ன... உன் அம்மான்னா சொன்னேன்."

"ரொம்ப சிம்பிளா இருக்காங்க. ஹாய் ஆன்ட்டி."

"நீதான் சுவாதியாம்மா..."

"யெஸ் ஆன்ட்டி. என்ன அதுக்குள்ள ஐயா என்னைப்பற்றி எல்லாம் சொல்லிட்டாரா?"

"இல்லம்மா. உன் பேரைத்தான் சொன்னான். என் மகனுக்கு வெட்டியா பேசறதெல்லாம் பிடிக்காதும்மா."

அன்னபூரணி பதில் சுவாதி கன்னத்தில் அவள் செல்லமாய் அறைந்ததுபோல் இருந்தது. சுதாரித்தவளாய்,

"அன்னபூரணி கையைப் பார்த்தாள். கையில் குங்குமப் பொட்டலம்."

"என்ன ஆன்ட்டி... குங்குமமா?"

"ஆமாம்மா... ரேவதிக்கு வெச்சுவிடத்தான் கொண்டுவந்துருக்கேன்."

"இம்பாசிபிள் ஆன்ட்டி. நான் இப்பத்தான் போய்ப் பார்த்தேன். நாலுபேர் அவள சுத்தி இருக்காங்க, பெரிய டிஸ்கஷன் போய்க்கிட்டிருக்கு. கொஞ்சம்கூட ஹோாப் இல்லைன்னு பேசினது காதுல விழுந்தது. நோ பிராப்ளம். உங்க பிரசாதம் வீண்போக வேண்டாம். எனக்கு உங்க கையால வெச்சுவிடுங்க..." - சுவாதி அளவான புன்னகையோடு கண்களை மூடிக்கொண்டு நெற்றியைக் காட்டத்தொடங்க, அன்னபூரணிக்குச் சுருக்கென்றது.

——

12

அத்தியாயம்

கையில் குங்குமத்தோடு அன்னபூரணி விஷ்வாவை ஒரு பார்வை பார்த்தாள். அவனும் தர்மசங்கடத்தில் இருந்தான். சுவாதியோ முகத்தைக் காட்டியபடி அதே சமயம் எதனாலோ கண்களை மூடிக்கொண்டிருந்தாள். அன்னபூரணி அதற்கு மேலும் தாமதிக்க விரும்பவில்லை. குங்குமத்தை அவளுக்கு வைத்தவளாய், "மகராசியா இரும்மா." என்றும் வாழ்த்தினாள்.

"தேங்க்யூ ஆன்ட்டி... யாருக்கு எது கிடைக்கணும்னு இருக்கோ அதுதான் கிடைக்கும். மற்றபடி கிடைக்கக்கூடாதுன்னா என்ன செய்தாலும் கிடைக்காதுன்னு என் அப்பா அப்பப்ப சொல்வார். இங்கே, இந்தக் குங்குமம் எனக்குக் கிடைக்கணும்னு இருக்கு பாருங்க..." என்கிற அவள் ஃபீட்பேக் விஷ்வாவைச் சற்று எரிச்சல்பட வைத்தது. அப்படியே அந்தக் குங்குமத்தை எப்படியாவது ரேவதிக்கும் வைத்தே தீர்வது என்கிற ஒரு வேகத்தையும் அவன் வரையில் உருவாக்கிவிட்டது.

"வாங்க ஆன்ட்டி ரிசப்ஷன்லபோய் உட்காருவோம். எவ்வளவு நேரம் நிப்பீங்க. வாங்க போகலாம்" என்று அன்னபூரணியை அவள் அழைக்கவும், "நீ போ

சுவாதி... நாங்க அப்படியே கேன்டீன்வரை போய் ஒரு காப்பி சாப்டுட்டு வர்றோம்" என்று அவளைவிட்டுப் பிரிய முற்பட்டான் விஷ்வா.

"கேன்டீனுக்கா... நானும் வர்றேன் அசோக், எனக்கும் காப்பி சாப்பிடணும்போல இருக்கு. பை த பை நான் இன்னும் டிபனே சாப்பிடலை. நீங்க சாப்பிட்டாச்சா?"

"அப்புறம் என்ன... டிபனே சாப்பிடுவோம்" சுவாதி விடுவதாயில்லை. நல்லவேளை ஒரு நர்ஸ் அவளை நோக்கி வந்தவளாக, "டாக்டர் உங்களைக் கூப்பிட்டார்..." என்றாள்.

"என்னையா?"

"ஆமாம்... நீங்கதானே சுவாதி?"

"ஆமாம்."

"அப்ப நீங்களேதான்..."

"எதுக்கு?"

"தெரியாதும்மா. டாக்டர்கிட்ட நீங்களே கேட்டுக்குங்க..." நர்ஸ் அப்படியே விலகவும் அரைமனதாக டாக்டரைப் பார்க்கச் சென்றாள். செல்லும் முன், கொஞ்சம் வெயிட் பண்ணு அசோக், வந்துட்றேன், போய்டாதே..." என்று அவனை இழுத்துக்கட்டவும் செய்தாள்.

அவள் அகன்ற நொடி ஒரு பெருமூச்சுவிட்ட விஷ்வா, "அம்மா வாம்மா. ரேவதியைப் பார்த்துக் குங்குமம் வெச்சே தீரணும். இவ என்னவோ தத்துவமெல்லாம் பேசறா..." என்று ஐ.சி.யு. வார்டு நோக்கி வேகமானான் விஷ்வா, அன்னபூரணியும் சிரித்தபடியே தொடர்ந்தாள்.

சுவாதி சொன்னதுபோல் ரேவதி முன்னால் ஒரு கூட்டம்கூடி ரிப்போர்ட்டைப் பார்ப்பதும், பேசுவதுமாகத்தான் இருந்தது. கதவருகே ஒருவர் அமர்ந்திருந்தார். அவரைச் சட்டை செய்யாமல் நுழையப் பார்த்தவனைத் தடுத்தார் அந்த மனிதர்.

“பேஷண்டைப் பார்த்துப் பிரசாத குங்குமம் தரணும்.”

“அது சரி... இந்த வார்டு வரைல இதெல்லாம் பாய்சன்மாதிரி, தயவுசெய்து விலகிப்போங்க.”

“பிரசாதம் விஷமா... என்னப்பா உளர்றே?”

“உங்களுக்குத்தாம்மா இது பிரசாதம். உள்ளபோனா இது டஸ்ட் அதாவது தூசி. எமர்ஜென்சி வார்டுக்கு ஆகவே ஆகாத விஷயம்மா...”

“நீ யாருப்பா புதுசா இருக்கே?”

“நான் வார்டு செக்யூரிட்டி, லீவுல போயிருந்தேன். இன்னிக்குத்தான் ஜாய்ன் பண்ணியிருக்கேன்.”

“அதான பாத்தேன். நேத்தெல்லாம் யாரும் எதுவும் சொல்லலியேன்னும் யோசிச்சேன்.”

“நான் இல்லேன்னாலே இப்படித்தான். சி.சி. கேமராவுல எல்லாம் பதிவாகிக்கிட்டு இருக்கும். புறப்படுங்க முதல்ல.”

“பயப்படாதே. எங்களால உனக்கு எதுவும் ஆயிடாது. அம்மாக்கு பேஷன்ட் ஒரு பார்வை பாக்கணும். பாத்துட்டு வந்துடறோம்.”

“போய் ஹெட்கேப், கிளவுஸ், ஆப்ரன்லாம் போட்டுக்கிட்டு வாங்க, அவங்க போகட்டும், உள்ள விட்றேன்.”

“அதுக்கெல்லாம் எங்கப்பா போக...?”

“ரிசப்ஷன்ல கேளுங்க, சொல்வாங்க...”

“வேணும்னா பத்தோ இருபதோ வாங்கிக்கோ... ரொம்ப கடமை உணர்ச்சியை எல்லாம் காட்டாதே.”

“பத்து இருபதா... சரிதான், அதெல்லாம் டீ குடிக்கக்கூட இப்பப் போதாது. பிச்சைக்காரங்களுக்குப் பிச்சை போடத்தான் அது இப்ப யூஸ் ஆகுது. நம்ப வரைல 50 ரூபாதான் ஸ்டார்ட்டிங்கே...”

“இந்தா நூறு ரூவா... வாயையே இனி திறக்கக்கூடாது...”

விஷ்வா நொடியில் நூறு ரூபாயை அவன் கையில் திணிக்கவும் அன்னபூரணி அவனை முறைத்தாள். இந்த லஞ்சம் போக்கெல்லாம் அவளுக்குப் பிடிக்காத விஷயங்கள்.

“சாரிம்மா... அந்த சுவாதி பிசாசு வர்றதுக்குள்ள ரேவதியைப் பார்த்துடுவோம்மா. நீ அவளுக்குக் குங்குமம் வெச்சே தீரணும்மா... விடக்கூடாதும்மா...”

“அவ சொன்னது உன்னை அவ்வளவு பாதிச்சிடிச்சா விஷ்வா.”

“ஆமாம்மா... இவளைப்பத்தி உனக்குத் தெரியாதும்மா. பாத்தேல்ல. எவ்வளவு ஜாலியா இருக்கான்னு பயங்கர சுயநலவாதி.”

“பத்து விரலும் ஒண்ணாவா இருக்கு, விட்றா.”

“எல்லாத்துக்கும் ஒரு பழமொழி உன்கிட்ட ரெடியா இருக்கும்மா” என்றபடியே உள்ளே பார்வையை விட்டான். டாக்டர்களும் விலகிவிட்டிருந்தனர்.

“யோவ் யாருமில்லை... நாங்க போகவா?” என்று கேட்டு, கதவைத் திறந்து உள்ளே காலை வைத்தான் விஷ்வா.

“சரி, சரி சீக்கிரமாகப்போய்ப் பார்த்துட்டு வாங்க. குங்குமம்லாம் வெச்சுடாதுங்க. அப்புறம் யார் வந்தா போனான்னு என்னை நோண்ட ஆரம்பிச்சிடுவாங்க.” என்று அவன் சொல்லச் சொல்ல இருவரும் உள்ளே சென்றனர். சில்லென்ற ஏ.சி. குளிரும், அதனூடே குலாவும் மருந்து நெடியும் இது வேறு உலகம் என்றது. அங்கங்கே கொடியில் காயப்போட்ட துணிகளைப் போலத்தான் பலரும் படுக்கையில் தெரிந்தனர். ஒன்பது துவாரங்களை மீறி உடம்பில் துவாரங்களிட்டு திரவ மருந்துகள் உள்புகுந்தபடி இருந்தன.

அவர்களிடம் இப்போது ஆயிரம்கோடி வேண்டுமா? ஆரோக்கியம் வேண்டுமா என்றால் ஆயிரம் கோடி யாருக்கு வேண்டும் என்றுதான் சொல்வார்கள். அப்படிக் கிடந்தனர்.

விறுவிறுவென்று ரேவதியின் படுக்கை அருகே போய் நின்று படபடக்கப் பார்த்தான் விஷ்வா. அவ்வளவு பதற்றமெல்லாம் அன்னபூரணியிடம் இல்லை. நிதானமாகவே தெரிந்தாள். தனக்கு மருமகளாக வரப்போகிறவள் என்கிற உறவுணர்வு கலந்த எண்ணத்தோடு ரேவதியைப் பார்த்தாள்.

ரேவதியிடம் காணப்படுவது உறக்கமா? இல்லை மயக்கமா? இது இரண்டும் இல்லாத ஒன்றா? என்று அவனிடம் ஏகக்கேள்விகள்.

"லட்சணமா இருக்காடா."

"இப்பவே லட்சணம்னா, நல்லா இருந்தப்போ பாத்தா அசந்துபோயிருப்பே நீ."

"மெல்லப் பேசு. யாராவது கேட்கப்போறாங்க..."

"உன் கையால தலைல கைவச்சு ஆசீர்வாதம் பண்ணும்மா. அப்படியே பொட்டும் வைச்சுவிடு... சீக்கிரம்..."

"இருடா... அவசரப்படாதே..."

அன்னபூரணி குங்குமப் பொட்டலத்தை எடுத்துப் பிரித்து ஒரு சிட்டிகை எடுக்க முனைந்தபோது, "யாரது?" என்கிற குரல் கேட்கவும், தடுமாறினாள் அன்னபூரணி. அப்போது குங்குமம், பொட்டலத்தோடு கீழே விழுந்து சிதறியது.

குரல் கொடுத்தது ஒரு நர்ஸ். வேகமாய் வந்தவள், "யார் நீங்க? யார் உள்ளவிட்டது..." என்று படபடக்க ஆரம்பித்துவிட்டாள்.

"சிஸ்டர் சிஸ்டர்... நான்தான் அம்மா பாக்கணும்னு கூட்டிக்கிட்டு வந்தேன். பாத்துட்டோம். இப்பவே கிளம்பிடுவோம்" என்று சிதறிய குங்குமத்தைத் தன் கால்களால் மிதித்து மறைக்க முயன்றான்.

"சரி சரி போங்க. இந்த கேஸ்தான் இருக்கறதுலயே பெக்கூலியர். சின்ன அளவு வைரஸ்கூட இவங்கள பெருசா

பாதிச்சிடும். இவங்கள மட்டுமில்ல, உங்களையும்தான். போங்க முதல்ல வெளிய..."

அவள் துரத்தினாள். வேறு வழியின்றி இருவரும் வெளியே வந்தனர். அவ்வளவு குங்குமமும் அவன் கால்களில் ஒட்டிக்கொண்டு நசிந்துபோய் விட்டிருந்தது.

வெளியே வரவும் எதிரில் சுவாதியும் வந்துவிட்டாள். அவளைப் பார்க்கவும் ஒரு இனம்புரியாத சங்கட உணர்வு விஷ்வாவை ஆட்கொண்டது. அன்னபூரணியும் அதை உணர்ந்தாள்.

"விஷ்வா இவளப்பாத்து நீ உனக்குள்ள சிக்கிக்காதே. எல்லாத்தையும் நேசிக்கத் தொடங்கிட்டா இந்தமாதிரி சிக்கல் ஏற்படாது" என்று அந்த நொடியில் அவள் சொன்ன விலைமதிப்பில்லாத கருத்தை எண்ணி தன் தாயை அதிசயமாகப் பார்த்தான் விஷ்வா. சுவாதி நெருங்கிவிட்டாள்.

"வாங்க கேன்டீனுக்குப் போகலாம்..." என்று தன் நலத்தை முன்நிறுத்தினாள்.

"போலாம்மா... நாங்க ரேவதியைப் பார்த்துட்டோம்" என்று சாதாரணமாகப் பேசத் தொடங்கினாள் அன்னபூரணி.

"பாத்துட்டீங்களா... எப்படி? உள்ள விட்ருக்கமாட்டாங்களே?"

"லஞ்சப் பணத்துக்குத் திறக்காத கதவை எந்தத் தச்சனும் இதுவரை தயாரிக்கல சுவாதி..."

"அட... உங்க பதில் ரொம்ப ரசிக்கறமாதிரி இருக்கு ஆன்ட்டி..." அவர்கள் நடக்கத் தொடங்கினர்.

"என் பதில விடு... பாவம் ரேவதி! அவளை ரசிக்க முடியலியே..."

"எக்ஸாக்ட்லி... டைம், டைம்னு அப்பா சொல்லும்போது கடிகாரமாத்தான் அதை நினைச்சேன். ஆனா இப்பத்தான் அவர் காலத்தைச் சொன்னார்னு புரியுது. அந்தக்காலம் எப்படி வேணா மாறும்னும் புரியுது."

“நீயும் அழகா பேசறே சுவாதி...”

“தேங்க்யூ ஆன்ட்டி ரேவதியைப் பார்த்த உடனே உங்களுக்கு என்ன தோணிச்சு?”

“இது என்னம்மா கேள்வி, அவ குணமாகி பழையபடி நார்மலாயிடுவா அதுல எனக்குச் சந்தேகமில்லை.”

“குணமாயிடுவா. ஆனா!” சுவாதி இழுத்தாள். அதில் டன் கணக்கில் அழுத்தம். விஷ்வாவும் கூர்மையானான்.

“என்னம்மா ஆனா...?”

“காயமெல்லாம் குணமாயிடுமாம். ஆனா ஞாபகங்கள் சுத்தமா இருக்காதாம்...”

“யு மீன் அம்னீஷியா?”

“இது அம்னீஷியா இல்ல. வேற ஏதோ சொன்னாங்க. அவளுக்கு அவ பெயரே ஞாபகம் இருக்குமான்னு சந்தேகமா இருக்குன்னார் டாக்டர்.”

“ஓ... இப்ப அதைச் சொல்லத்தான் கூப்ட்டாரா?”

“ஆமாம். அவளை செக் பண்ணப்போற டாக்டர் வந்துட்டாரு. ரிப்போர்ட்டைப் பார்த்துட்டு இப்போதைக்கு இந்த முடிவுக்கு வந்திருக்காங்க...”

“அப்படியெல்லாம் கூடவா நடக்கும். எல்லாமே மறந்துபோனா பேசக்கூட முடியாதே. பாஷை ஞாபகம் இருக்கணுமே?” விஷ்வா வெகுவாகப் பதற்றப்பட ஆரம்பித்தான்.

“பதற்றப்படாதே விஷ்வா... இதெல்லாம் அனுமானம்தான். நாம நல்லதை நினைப்போம். நமக்கும் நல்லதே நடக்கும்.” அன்னபூரணி தேற்றினாள். அதன்பின் கேன்டீன் டேபிளில் அமர்ந்து டிபன் சாப்பிடத் தொடங்கினர்.

விஷ்வா, ‘ரேவதிக்குத் தன்னை ஞாபகமிருக்குமா?’ என்கிற அளவுக்கு யோசிக்கத் தொடங்கிவிட்டான். சுவாதியே ஆர்டர் செய்தாள். பூரி மசாலா முதலில் வந்தது. சூடாக இல்லை.

“சூடா கிடைக்காதா?” என்றாள் சுவாதி.

“மணி 10.30 நீங்க லேட்டா வந்துருக்கீங்க...” என்று அதற்கு ஒரு பதில் உடனே வந்தது.

“சாப்பிடு விஷ்வா... யோசிச்சதுபோதும்” என்று அன்னபூரணி கூறவும் அதிர்ந்தாள் சுவாதி.

‘விஷ்வாவா?’ என்று கேட்கவும், விஷ்வாவுக்குள் மாட்டிக்கொண்ட உணர்வு. ஆனால் அன்னபூரணி துளியும் பதறாமல், “அசோக் விஸ்வநாதன்கறதாம்மா இவன் பேர்... சிலருக்குத்தான் இவன் அசோக், பலருக்கு இவன் விஷ்வா...” என்று அழகாய்ச் சமாளித்தாள் அன்னபூரணி.

அப்பாடா... ஒரு பொய் அவிழ்க்கப்பட்டுவிட்டது. அநாயசமாக அவிழ்த்துவிட்டாள் அம்மா!

விஷ்வா அன்னபூரணியைச் சற்று பிரமிப்போடு பார்த்தான்.

“அப்ப நானும் இனி விஷ்வான்னே கூப்பிட்றேன்” என்று அட்சதையைப் போட்டுக்கொண்டாள் சுவாதி. அதே வேகத்தில் பூரியையும் விழுங்கத் தொடங்கினாள். சுமாராக இருந்தது. ஆஸ்பத்திரி கேன்டீனில் இது கிடைப்பதே பெரிது என்பது அன்னபூரணிக்கும் தெரியும்.

அடுத்து ஒரு தோசை சொன்னாள். விஷ்வா தனக்குப் பூரியே போதும் என்று கூறிவிட்டான். அன்னபூரணியும் போதும் என்று கூறிட, சுவாதி, விஷ்வாவின் காலை யதார்த்தமாகப் பார்த்தாள். பாதம் முழுக்க குங்குமக்கரை.

“என்ன விஷ்வா காலெல்லாம் சிவப்பா” என்று கேட்கவும் அவனும் குனிந்து பார்த்துவிட்டு, “அதுவா குங்குமம்.” என்றான்.

“நெத்தியிலதானே குங்குமம் வெப்பாங்க. அது எப்படி உன் கால்ல?” என்ற அவளின் கேள்வி, “சங்கடமே உனக்கு பெயர்தான் சுவாதியா?” என்று அவனைச் சிந்திக்க வைக்க அதற்கும் பதில் அன்னபூரணியிடமிருந்தே வந்தது.

“என் கைல வெச்சிருந்த குங்குமம் கீழே கொட்டிப்போச்சும்மா. அது தெரியாம அவன் மிதிச்சுட்டான்” என்றாள்.

“அடடா... நல்லவேளை அந்தக் குங்குமம் எனக்குக் கிடைச்சிடிச்சு. ரேவதிக்குத்தான் இல்லைன்னாயிடிச்சு. நான் எப்பவுமே ரொம்ப லக்கின்னு என் அப்பா சொல்வார்...” என்று அதைத் தொட்டு அவள் தன்னை உயர்த்திக்கொள்ளவும் விஷ்வா, அன்னபூரணியைத்தான் முறைப்போடு பார்த்தான். அவளுக்கா புரியாது? கண்களாலேயே ‘எது உண்மையோ அதைப் பேசுவதே நல்லது. சமாளிக்கச் சொல்லும் பொய்கள் மோசமானவை’ என்பதுபோல் பேசினாள்.

ஒரு வழியாகச் சாப்பிட்டு முடித்தனர். விஷ்வா முனைந்து பில்லுக்குப் பணம் கொடுத்தான். மனதுக்குள், ‘உன்னால் சாப்பிட்டு உனக்குக் கடன்பட நான் தயாரில்லை’ என்கிறமாதிரி பார்த்தான்.

“நீயும் எங்கள்ல ஒருத்தி... யார் பணம் தந்தா என்ன?” என்கிற அன்னபூரணி பதில்தான் அவனுக்கு அதிக எரிச்சல் தந்தது. ‘இவள் நம்மில் ஒருத்தியா? கடவுளே’ என்று மனசுக்குள் தலையில் அடித்துக்கொண்டான்.

எப்போது 11 மணியாகும், டாக்டரைப் பார்ப்போம் என்று அப்போதே கூர்மையானான். அதன்பின் ராமநாதன் வந்துவிட, டாக்டரும் வந்தார். பரிசோதித்தார். தனியே கான்ஃப்ரன்ஸ் ஹாலில் அழைத்து விரிவாக விளக்கத் தொடங்கினார்.

“இவங்க வரைல மூளைல நியூரான்ஸ் ரொம்ப டேமேஜ் ஆகியிருக்கு. அது ரெக்ரியேட் ஆக எவ்வளவு காலம் ஆகும்னு சொல்லமுடியாது. இந்த செகண்ட் இவங்களும், பிறந்த குழந்தையும் ஒண்ணு. டாய்லெட் போகக்கூட நாம் சொன்னாத்தான் தெரியும்.

ஒரு சின்னக் குழந்தையை வளர்க்கறது சுலபம். இவங்க அப்படியில்லை. ஒரு ஸ்பெஷல் கேர் இவங்களுக்கு ரொம்ப முக்கியம். ஏன்னா இவங்க ஒரு வயசுப்பொண்ணு. ரொம்ப

கவனமாகவும் சின்சியராகவும் பாத்துக்கணும். இல்லேன்னா நாம கற்பனைகூட செய்துபார்க்க முடியாத சிக்கல்கள் வந்துடும்.

உதாரணத்துக்குச் சொல்லணும்னா என்னை யாரும் தப்பா எடுத்துக்கக்கூடாது. மும்பைல இந்தமாதிரி ஒரு பெண்ணை ஹாஸ்பிடல்ல இருக்கும்போதே யாரோ கெடுத்திட்டாங்க. வயத்துல குழந்தையும் உருவாயிடிச்சு. அவளே ஒரு குழந்தை. அந்தக் குழந்தைக்கு ஒரு குழந்தைன்னா எப்படி இருக்கும்? யோசிச்சுப்பாருங்க...”

டாக்டர் இடைவெளிவிட்டார் ராமநாதன் விக்கித்துப்போனார். அன்னபூரணிக்கும் ஒருமாதிரியாக இருந்தது. ஆனால், விஷ்வா பொங்கிவிட்டான்.

“நோ டாக்டர்... ரேவதி வரைல அப்படி எல்லாம் நடக்காது. நடக்க நாங்க விடமாட்டோம். அவ பூரணமா குணமானாபோதும். அது எப்ப நடக்கும் டாக்டர்?” விஷ்வா விடைத்துக்கொண்டு கேட்டவிதமே ராமநாதனைப் பதிலுக்கு வியப்போடு பார்க்க வைத்தது.

———

13

அத்தியாயம்

விஷ்வாவின் ஆவேசமான பதில் டாக்டரையும், வியப்போடு பார்க்க வைத்தது.

“நீங்க யார்னு நான் தெரிஞ்சுக்கலாமா?” டாக்டர் இதமான குரலில் கேட்டார்.

“நான்… நான் ரேவதியோட ஃப்ரெண்ட் வி ஆர் காலேஜ் மேட்ஸ்…” என்றான் விஷ்வா.

“குட்… பெத்த அப்பா, கூடப்பிறந்த சகோதரின்னு இவங்ககூட உங்க அளவு உணர்ச்சிவசப்படலை. நீங்க உணர்ச்சிவசப்பட்டதை நினைச்சா சந்தோஷமா இருக்கு. உங்ககிட்ட ஒரு நம்பிக்கையையும் நான் பாக்கறேன். இது உங்க எல்லார்கிட்டேயும் இருக்கணும்.”

நான் ஒரு அலோபதி டாக்டரா இருந்தாலும், விஞ்ஞானத்தைக் கடந்து எங்க மருத்துவத்துல நான் பல அதிசயங்கள் நடந்து பார்த்திருக்கேன். பிழைக்கவே பிழைக்காதுன்னு நினைச்சவங்க பிழைச்சிருக்காங்க. இவங்களுக்கு இனி எந்த ஆபத்துமில்லேன்னு சொன்ன கேஸ் செத்தும் போயிருக்கு.

“மருந்து மாத்திரைகளுக்கு அப்பாற்பட்டு நிறைய விஷயங்கள் இருக்கு. அதுல ஒண்ணுதான் நம்பிக்கை. அது உங்க எல்லார்கிட்டேயும் இருந்தா

ரேவதி விபத்து நடக்கறதுக்கு முந்தி இருந்த ரேவதியா மாறிடுவா. எனக்கு இதுல எந்தச் சந்தேகமுமில்லை..." என்ற டாக்டர் இதற்குமேல் ஏதாவது இருக்கிறதா என்பதுபோல் பார்த்தார். ராமநாதனிடம் ஓரளவு தெளிவு தெரிந்தது.

"டாக்டர் எனக்கும் நம்பிக்கை இருக்கு. ரேவதி ஒரு தேவதை. இப்ப இப்படி நடக்கக் காரணம் பூர்வகர்மா! நிச்சயமா என் ரேவதி, பழைய ரேவதி ஆயிடுவான்னு நான் நம்பறேன். உயிருக்கு இனி எந்த ஆபத்தும் இல்லைதானே?" ராமநாதனின் கேள்விக்கு டாக்டர் அமைதியாகச் சிரித்தார். பிறகே பேசினார்.

"நோ... உயிருக்கு எந்த ஆபத்தும் இல்லை. பை த பை உங்க மனைவி, அக்கா, இவங்களை நீங்க நாளைக்கே டிஸ்சார்ஜ் பண்ணிக் கூட்டிக்கிட்டுப் போயிடலாம். ரேவதியைப் பொறுத்தவரை நிச்சயம் ஒரு மாசம் எங்க கண்காணிப்புல இருந்தாகணும். இந்த ஒரு மாசத்துல அவங்களே டாய்லெட்போய் தன் காரியங்களைச் செய்துக்க நாங்க பழக்கிடுவோம். அதுக்குப்பிறகு பதினைஞ்சு நாளைக்கு ஒரு செக் - அப்பும் மானிடரும் கன்டினியூ ஆகும்."

உங்களுக்கு நல்ல விதி இருந்தா ஆறு மாசத்துல ரேவதி வரைல நிறைய அதிசயங்கள் நடக்கலாம். நடக்காமல் ஒரு வெஜிடபுளாவும் அவங்க வாழ நேரலாம். தேகத்துக்குத்தான் நாங்க உத்ரவாதம் தரமுடியும். சித்தம் எங்க கைல இல்ல... அது..." என்று டாக்டர் மேலே கைகளைக் காட்டினார்.

"இல்ல டாக்டர்... நெகடிவா ஒரு வார்த்தைகூடச் சொல்லாதீங்க" என்று திரும்பவும் தடுத்தான் விஷ்வா. டாக்டர் திரும்பவும் மௌனமாகச் சிரித்தார். அதுவரை எதுவும் பேசாமல் இருந்த சுவாதியோ விஷ்வா மேலேயே கண்ணாக இருந்தாள்.

ஒரு சாதாரண நட்புக்கே இவ்வளவு உருகுகிறானே... அந்த நட்பு காதலானால் இவன் உயிரைக்கூடக் கொடுத்துவிடுவானோ? இப்படி ஒருவன் நமக்குப் புருஷனாக வாய்த்தால்...

அவளுக்குள் எழக்கூடாத அந்தக் கேள்வி எழும்பிவிட்டது!

டாக்டரும் மீட்டிங் முடிந்ததன் அடையாளமாய் மற்ற பேஷன்ட்டுகளைப் பார்க்கப் புறப்பட்டார். எல்லோரும் அந்த கான்ஃப்ரன்ஸ் ஹாலைவிட்டு வெளியே வந்தனர். ராமநாதன் வெளியே வந்த மாத்திரத்தில் விஷ்வாவை நெருங்கி அவன் கைகளைப் பற்றினார்.

“யு ஆர் கிரேட் அசோக்... ரேவதிக்கு இப்படி நண்பர்கள் இருக்கறதை நினைச்சா ஆச்சர்யமா இருக்கு. ரேவதியைப் பார்க்க உங்கம்மா வந்ததுல எனக்கு இன்னும் சந்தோஷம், இரண்டு நாளா உங்களுக்கும் நிறைய சிரமங்கள். எல்லாத்துக்கும் சேர்த்து நன்றி சொல்லிக்கறேன்.”

“ஐயோ சார்... எதுக்கு சார் இந்த ஃபார்மாலிடீஸ் எல்லாம். நட்புல இதெல்லாம் சகஜம்தானே சார்?”

“அஃப்கோர்ஸ் இந்தக்காலத்து இளைய சமுதாயத்தை என்னால் புரிஞ்சிக்கவே முடியலை. எப்பவும் செல்ஃபோன், மோட்டர் பைக், அமெரிக்கக் கனவுன்னு ஒரு பக்கம், மறுபக்கம் டெரரா பஸ் டே, பட்டாக் கத்திகளோட ரயில்வே ஸ்டேஷன்ல அட்டகாசம், அப்புறம் வயக்காட்டு நாத்துமாதிரி தலைமுடிய வானம்பாக்க வளத்துக்கிட்டு பேய், பிசாசுமாதிரி அலையற கூட்டம் ஒருபுறம்... இதுல உங்களைப்போல சின்சியர் பர்சன்ஸ் இருக்கறதுதான் எனக்குப் பெரிய ஆச்சர்யம்...”

ராமநாதன் பாராட்டினாரா, விமர்சித்தாரா என்பது தெரியாதபடி பேசினார்.

“எனக்கும் உங்க கருத்துதான்...” என்று அன்னபூரணியும் இணைந்துகொண்டாள்.

“நல்லது... நான் இந்த விஷயத்தைப்போய் என் மனைவி, அக்காகிட்டே சொல்றேன். நீங்க புறப்படுங்க” என்று ராமநாதன் விலக முற்பட, சுவாதி விஷ்வாவை வழக்கத்திற்கு மாறாகப் பார்த்தவளாய்,

“விஷ்வா... இப்பப்போனா அப்புறம் எப்ப வருவே?” என்று கேட்டாள்.

“தினமும் வருவான்மா... ரேவதின்னா எங்களுக்கு அவ்வளவு பிரியம்...” என்று அன்னபூரணி அதற்குப் பதிலளித்தாள்.

“அப்ப சரி... எதுக்கும் இன்னிக்கு வீட்டுக்கு வர்றியா?”

“அவள் அழைப்பை ஆச்சர்யத்தோடு கேட்டவன், ‘எதுக்கு?’ என்பதுபோல் பதிலுக்குப் பார்த்தான்.”

“வா விஷ்வா... உன்கூட நான் நிறைய பேசணும், ப்ளீஸ்...” என்று கெஞ்சினாள்.

“எனக்கு நிறைய வேலை இருக்கு சுவாதி. ஐ ஆம் சாரி...” என்றபடியே அன்னபூரணியோடு தன் பைக்கை நோக்கி நடந்தான். சுவாதிக்கு ஏமாற்றமாக இருந்தது. அது அவள் கண்களில் ஒரு ஆத்திரமாகவும் மாறத்தொடங்கியது. நின்ற இடத்தில் இருந்தபடியே அவனை வெறித்தாள். அவன் போய்க்கொண்டே இருந்தான்...

◈◈◈

வீடு திரும்பியபோது விஷ்வாவுக்கும் அன்னபூரணிக்கும் அதிர்ச்சி காத்திருந்தது. விஷ்வாவின் அப்பா ராமமூர்த்தி கண்ணாடி முன் நின்று ஷேவ் செய்துகொண்டிருந்தார். அவரை ஒரு திருடனைப் பார்ப்பதுபோல் பார்த்தான் விஷ்வா. அன்னபூரணியும் திகைப்பை முகத்தில் காட்டினாள். அவரோ அவர்களை ஒரு பார்வை பார்த்துவிட்டு, சோப்பு நுரையைத் தாடையில் பூச ஆரம்பித்தார்.

கையில் ரேசரோடு கழுத்தை வளைத்தும் நெளித்தும் கண்ணாடி முன் அவர் பண்ணிய சேஷ்டைகள் அவரை ஒரு நுரை பூதம்போல் காட்டிட,

“எப்படி உள்ள வந்தே நீ?” என்று ஆரம்பித்தான் விஷ்வா.

“என்கிட்டதான் ஒரு சாவி இருக்கே?” அவர் அசால்டாய்ப் பதில் சொன்னார்.

“உன்கிட்ட இந்த வீட்டுச்சாவி எப்படி வந்தது?”

“போன தடவை வந்தப்பவே நான் எடுத்து வெச்சிக்கிட்டேன். இப்ப எதுக்குடா மூணாம் மனுஷனைக் கேக்கறமாதிரி கேக்கறே... நான் உன் அப்பாடா...”

“தெருப்புழுதி... போய்யா வெளில முதல்ல...” விஷ்வா அவரைப் பிடித்துத்தள்ள முற்பட, ரேசர் கன்னத்தில் கர்ரக் என்று ரத்தக்கோடுபோட்டது.

அன்னபூரணி விக்கித்தவளாய், “விஷ்வா விட்றா...” என்று தடுத்தாள்.

“என்னம்மா... பதிபக்தியா? அதெல்லாம் வேண்டாம். உன் கடவுள் பக்தியாலேயே ஒரு பிரயோஜனமும் இல்ல. இந்த மனுஷனுக்காக இரக்கப்பட்டே அவ்வளவுதான். போன தடவை இதேமாதிரி வந்துட்டுப்போன பிறகுதான் உன் கழுத்துச் சங்கிலி பீரோவுல இல்லாம போனது...”

என்றபடியே அறைக்குள் சென்று பீரோவைப் பார்த்தான். நல்லவேளை... அது பூட்டிய நிலையில்தான் இருந்தது. ராமமூர்த்தி கன்னத்தில் கைவைத்து ரத்தம் கசிய வெறித்தவராய், “இப்படியே போய் போலீஸ்ல நான் கம்ப்ளைன்ட் கொடுத்தேன்னு வை. அப்புறம் அவ்வளவுதான் நீ?” என்றார்.

“என்ன மிரட்றியா... போய்யா, போய் கம்ப்ளைன்ட் கொடு. என்ன நடக்கதுன்னு நானும் பாக்கறேன்.”

“வேண்டாண்டா... பெத்த அப்பன்கிட்ட எப்படி நடந்துக்கணுமோ அப்படி நடந்துக்கோ...”

அவர் பதிலோடு கையை எடுத்து உதறிட ரத்தப்புள்ளிகள் சுவர், தரை என்று எல்லா இடத்திலும் பட்டன. அதைப் பார்த்த அன்னபூரணிக்கு வயிற்றைக் கலக்கியது.

“முதல்ல முகத்தைக் கழுவி மருந்து போடுங்க...” என்றாள்.

“ஏன் நான்தான் போட்டுக்கணுமா? உன் புருஷனுக்காக நீ போடமாட்டியா?”

அசராத அவர் பதிலில் ஒரு ஆணவம் நன்றாகத் தெரிந்தது. ஆனாலும், அதைப் பொருட்படுத்தாமல் அவர் முகத்தைத் துடைத்து மருந்துபோட அன்னபூரணி தயாரானாள். விஷ்வாவுக்கோ ஆத்திரம் தலைக்கு ஏறத் தொடங்கிவிட்டது.

“அம்மா நீ இப்ப கொஞ்சம் சும்மா இருக்கியா? எவ்வளவு பட்டாலும் உனக்குப் புத்திவராதா...” என்று வேகத்தில் அவரை வாசலுக்கு வெளியே தள்ளிவிட்டு, கதவையும் சாத்தித் தாழிட்டான்.

வெளியே முகத்தில் பாதி சோப்புநுரை, பாதி ரத்தம் என்று ஒரு தினுசாக நின்ற ராமமூர்த்திக்குள் குயுக்தியாக ஒரு முடிவு!

உள்ளே, “கதவைத் திறடா... அக்கம் பக்கம் மானம்போகுது. எதுவா இருந்தாலும் உள்ளவெச்சுப் பேசுவோம். தயவுசெய்து கதவைத் திறடா” என்று அன்னபூரணி கெஞ்சுவது காதில் கேட்டது.

ராமமூர்த்தியோ அதைக் கேட்டவராகப் புறப்பட்டுவிட்டார். அப்படியே வேட்டி, முண்டா பனியன் கன்னத்தில் சோப்புநுரை கலந்த ரத்தக்களரியோடு போலீஸ் ஸ்டேஷன் நோக்கி...!

◈◈◈

ஆஸ்பத்திரியில் எல்லா வேலைகளையும் முடித்துக்கொண்டு சுவாதியிடம் ராமநாதன் வந்தபோது, அவள் தன் ஆண்ட்ராய்டு போனில் ஒரு ஆங்கில சீரியலைப் பார்த்தபடி இருந்தாள்.

“சுவாதி.”

அவள் கவனம் கலையவே இல்லை.

அவர் அவள் தோளைத் தொடவும்தான் அவள் கவனம் கலைந்தது.

“என்னம்மா பண்றே?”

“நெட் ஃப்ளிக்ஸ்ல சீரியல் பாக்கறேம்மா...”

“இந்த ஹாஸ்பிடல்லயுமா?”

“இங்கதான்பா ரொம்ப போரிங்கா இருக்கு...”

“சகிச்சிக்கணும்மா... அதுவும் பெண்ணுக்கு சகிப்புத்தன்மை ரொம்ப அவசியம்.”

“அப்ப ஆணுக்கு அது இரண்டாம்பட்சமாப்பா?”

“நான் அப்படிச் சொல்லல... போய் உன் அம்மாகிட்ட கொஞ்சம் பேசிக்கிட்டு இருக்கலாம் இல்லையா?”

“நான் போனப்ப தூங்கிக்கிட்டு இருந்தாங்க...”

“சரி... சரி... எல்லாத்துக்கும் ஒரு பதில் உன்கிட்ட ரெடியா இருக்கு. போகட்டும். நான் நம்ப ஆபீஸ்வரை போய்ட்டு அப்படியே உங்கம்மா சொன்ன ஜோசியரையும் பார்த்துட்டு வந்துட்றேன். நீ கொஞ்சம் இங்கேயே இருந்து பாத்துக்கோ...”

“ஜோசியர்கிட்ட எதுக்குப்பா?”

“அவர் சொன்னபடியே உன் தங்கைக்குக் கெட்டநேரம் இருந்து அவளைப் படுக்க வெச்சிடுச்சாம். இந்தக் கெட்டநேரம் இன்னும் எவ்வளவு நாள் இருக்கும்... என்ன பரிகாரம் பண்ணா சரியாகும்னு தெரிஞ்சிக்கிட்டு வரச்சொல்லியிருக்கா.”

“அப்பா நானும் வரட்டுமா?”

“நீ எதுக்கு?”

“அந்த ஜோசியரைப் பாக்கணும்னு ஆசையா இருக்கு. அவர் எப்படி இதை எல்லாம் சொல்றார்னு பாக்கணும்போல இருக்குப்பா...”

“இங்க யாராவது இருக்கணுமேம்மா.”

“கொஞ்சநேரம் இல்லாம போறதால எதுவும் ஆயிடாதுப்பா புறப்படுங்க...” சுவாதி அவரைப் பிடித்துத் தள்ளியபடியே நடந்தாள்!

◇◇◇

விஷ்வாவின் செல்போனில் சிணுங்கல். காதைக் கொடுத்தவன் காதில், ஏரியா சப்-இன்ஸ்பெக்டர் முருகவேல் பாய்ந்தார்.

“யாரு... விஷ்வாவா?”

“யெஸ்...”

“நான் எஸ்.ஐ. முருகவேல் பேசறேன்.”

“எஸ்.ஐ.யா? என்ன சார் விஷயம்?”

“ராமமூர்த்திங்கறவர் உங்க அப்பாவா?”

“அ... ஆமா சார் எதுக்குக் கேக்கறீங்க...?”

“உங்க மேல அவர் ஒரு கம்ப்ளைன்ட் கொடுத்திருந்தார். அவரை அடிச்சுத் தெருவுல இழுத்துவிட்டுட்டீங்களாமே...?”

“அடக் கொடுமையே... அப்படியா அந்த ஆள் சொல்லியிருக்கார்?”

“எழுத்துல எழுதியே தந்திருக்கார் சார். ஒரு அப்பாகிட்ட ஒரு பிள்ளை இப்படியா நடந்துக்குவீங்க. கன்னத்துல வேற ரத்தக்காயம். கத்தியால குத்தியிருக்கீங்க! இதெல்லாம் கிரிமினல் விஷயம்னு உங்களுக்குத் தெரியாதா?”

“சார் அவ்வளவும் பொய். அது ரேசரால வந்த சின்னக்காயம். அந்த மனுஷர் ஒரு குடிகாரரர். அவராலதான் சார் எங்கக் குடும்பம் பாடாபடுது...”

“எதுவா இருந்தாலும் விசாரிக்க வேண்டியது எங்கக் கடமை. அவர் மேல சின்னதா ஒரு சந்தேகமும் எனக்கு வந்ததால்தான் உங்ககூட போன்ல பேசிக்கிட்டிருக்கேன். உங்க நம்பரைக்கூட இவர்தான் தந்தார். இல்லேன்னா நேர்ல வந்து அரெஸ்ட்டே பண்ணியிருப்போம்.”

“சார்... ரொம்ப தேங்க்ஸ் சார். நீங்க டவுட் பண்ணினது ரொம்ப சரி. அவர் ஒரு மொடாக்குடியர். சார், இதுல இரண்டு பொண்டாட்டி வேற... டாஸ்மாக்குங்கற சனியனால சாக்கடையா போனவங்கள்ல அவரும் ஒருத்தர் சார்.”

“இருக்கலாம்... கம்ப்ளைன்ட் ஃபைல் ஆயிட்டதால நீங்க கொஞ்சம் நேர்ல வாங்க. அவரைச் சமாதானப்படுத்தி கம்ப்ளைன்டையும் வாபஸ் வாங்கிக்கிட்டு அவரையும் உங்க வீட்டுக்குக் கூட்டிக்கிட்டுப் போங்க. அதுதான் உங்க எதிர்காலத்துக்கு நல்லது...”

“ஐயோ சார்... அவர் வந்தா என் எதிர்காலமே இருண்டு போயிடும் சார்...”

“நீங்க சொல்றது எனக்குப் புரியுது மிஸ்டர் விஷ்வா. நீங்க சொல்ற கோணம் வேற. நான் சொல்ற கோணம் வேற. வம்பு வழக்கு அதனால கோர்ட்டு கேஸ்னு உங்க வரைல ரிக்கார்ட்ஸ் க்ரியேட் ஆகக்கூடாது. அப்புறம் உங்க பாஸ்போர்ட்ல இருந்து எல்லாத்துலயும் ரெட் மார்க் விழுந்துடும். நான் அதை மனசுல வெச்சுச் சொல்றேன்.”

“இப்போ புரியுது சார்... நான் இப்பவே ஸ்டேஷனுக்கு வரேன் சார். கூட எங்கம்மாவையும் வேணா கூட்டிட்டு வரேன்.”

“வேண்டாம். நல்லவங்க கால்பட போலீஸ் ஸ்டேஷன் ஒண்ணும் கோயில் குளம் இல்ல. தவிர்க்கமுடியாத நிலைலதான் ஒரு பெண்ணோட கால் போலீஸ் ஸ்டேஷன்ல படணும்கறது என் கருத்து. நீங்க மட்டும் வாங்க...”

அந்த எஸ்.ஐ.க்கு நல்ல மனது என்பது அவர் பேச்சில் தெளிவாகத் தெரிந்தது.

விஷ்வாவும் அவசர அவசரமாகப் புறப்பட்டான்.

அன்னபூரணி மௌனமாய் அவனைப் பார்த்தபடி இருந்தாள்.

◈◈◈

ஜோசியர் வீடு. ராமநாதனும் சுவாதியும் அவர் எதிரில் அமர்ந்திருந்த நிலையில் ரேவதியின் ஜாதகம் அவரால் கணிக்கப்பட்டுக் கொண்டிருந்தது.

அந்த ஜோசியர் மாந்திரீகத்தொடர்பு உடையவர் என்பதற்கு ஏற்ப பக்கத்தில் ஒரு பத்ரகாளி சிலை. அந்த அறை முழுவதும் ஒருவித ஊதுபத்தி வாசம்.

சுவாதிக்கு எல்லாமே வினோதமாக இருந்தது. பத்ரகாளி சிலையும், சிலை கழுத்தில் தொங்கிக்கொண்டிருந்த மண்டை ஓட்டு மாலையும் சுவாதிக்குள் ஒரு கிலியை உருவாக்கியிருந்தன.

ஜோசியரும் கட்டங்களைக் கணித்து முடித்தவராய் நிமிர்ந்தார். அவரிடம் ஒரு பெருமூச்சு!

“என்ன ஜோசியரே. கட்டம் என்ன சொல்லுது?”

ராமநாதன் கேட்க, ஜோசியர் எதுவும் கூறாமல் திரும்பி பத்ரகாளி சிலையைப் பார்த்தார். அதில் ஆயிரம் அர்த்தங்கள்...

———

14

அத்தியாயம்

ஜோசியரின் செயல்பாடு ராமநாதனைச் சற்று சலனப்படுத்தியது. தனிப்பட்ட முறையில் ராமநாதனுக்கு இதுபோல் மாந்திரீகத் தொடர்புள்ள ஜோசியர்களிடம் துளியும் ஈடுபாடு கிடையாது. பணத்துக்காக இவர்கள் பூனையைக்கூட யானையாகக் காட்டுவார்கள். ஏதோ கொஞ்சம் உண்மை இருக்கும், அவ்வளவுதான்! எனவே, ஒட்டியும் ஒட்டாமல் பத்மா சொன்னாள் என்பதற்காக அந்த ஜோசியரைப் பார்க்க வந்திருந்தார். அவரோ அதிக மௌனமும் உள்கணக்குமாகவே இருந்தார். ராமநாதனால் பொறுக்க முடியவில்லை.

“எதுவும் சொல்லாம இப்படி மௌனமா இருந்தா என்ன அர்த்தம்?”

“எப்படிச் சொல்றதுன்னுதான் தெரியலை.”

“எதுவா இருந்தாலும் சொல்லுங்க. எனக்கு நிறைய வேலை இருக்கு.”

“அப்படி இல்லை. உங்க பொண்ணு நல்ல பொண்ணு இது பூர்வகர்மம் இதுல இருந்து சீக்கிரமா விடுபட என்ன பரிகாரம் சொல்லலாம்னுதான் யோசிக்கிறேன்.”

"அதுக்குதானா இவ்வளவு யோசனை?"

"ஆமாம்... பரிகாரம் சரியான பரிகாரமா இருக்கணும். எப்படி ஒரு பொருளைத் தொலைச்ச இடத்துல தேடினாதான் கிடைக்குமோ அப்படித்தான் பரிகாரமும்."

"சரி... நீங்க யோசிச்சு போன் பண்ணுங்க. நாங்க கிளம்பறோம்."

ராமநாதன் அமர்ந்த நிலையில் இருந்து எழுந்தார்.

"ஒரு நிமிஷம்..." ஜோசியர் அமரச் சொல்லும் பாவனையோடு கூற திரும்ப அமர்ந்தார்.

"இது உங்க மூத்தப்பெண்ணா?"

"ஆமா..."

"இந்தப் பொண்ணுக்கு ஜாதகம் கணிக்கலையோ"

"ஆமாம்..."

"இப்பகூட கணிக்கலாமே?"

"அதுக்கு இப்ப என்ன அவசியம்?"

"இல்ல... பின்னால பிறந்த பொண்ணுக்கு ஜாதகம் இருக்கு, முதல்ல பிறந்த பொண்ணுக்கு இல்லன்னா எப்படி"

"அப்ப நாங்க டெல்லில இருந்தோம். அங்க ஜாதகம் கணிக்கற சூழ்நிலையே இல்லை. அதான்..."

"அப்ப சரி... இப்ப கணிக்கலாமே. எதுக்குச் சொல்றேன்னா உங்க மொத்தக் குடும்ப ஜாதகமும் என்கிட்ட இருந்தா எனக்குப் பிரசன்ன பலன் சொல்றது சுலபமாயிருக்கும்."

"இவ பிறந்தநேரம் துல்லியமா தெரியல. கேட்டு அப்புறமா போன் பண்றேன். நீங்க அப்புறம் கணியுங்க."

"அப்ப சரி... ஒரு முக்கியமான விஷயம். உங்க இளைய மகள் விஷயத்துல ஒரே வழிதான் இருக்கு. சரியான பரிகாரம் செய்துட்டா எல்லாமே சரியாயிடும். பரிகாரம் அமையலன்னா

ரொம்பப் பரிதாபம்தான் அந்தப் பெண்ணோட நிலை. இதை மட்டும் மனசுல வெச்சுக்குங்க."

"ஜோசியரே... நீங்க பரிகாரம் என்னன்னு மட்டும் சொல்லுங்க. அதைப் பண்ணிட்டுப் போறோம். மிரட்ற மாதிரியே பேசாதீங்க..."

"நான் மிரட்டல... உள்ளத சொல்றேன். உங்க பெண்ணோட பாவகர்மத்தை ஒருத்தர் அப்படியே வாங்கிக்கணும். அது சாதாரண விஷயமில்லை. பாவத்தை யார் வாங்கிக்குவா சொல்லுங்க பார்ப்போம்...?"

"இப்படி எல்லாம் நான் கேள்விப்பட்டதேயில்லை."

"இந்தமாதிரி ஜாதகமே அபூர்வமாச்சே... எப்படிக் கேள்விப்பட முடியும்?"

"சரி முடிவா என்ன சொல்லப்போறீங்க?"

"அதை நான் போன்ல சொல்றேன்..."

"சந்தோஷம். நான் புறப்பட்றேன்."

ராமநாதன், சுவாதியோடு வெளியே வந்து காரில் ஏறினார். சுவாதி மிக இறுக்கமாக இருந்தாள். காரும் புறப்பட்டது.

"என்ன சுவாதி ஒருமாதிரி இருக்கே... இந்த ஜோசியர் உன் கணிப்புல எப்படி" ராமநாதன் அவளைக் கலைக்கப் பார்த்தார்.

அவளிடம் தொடர்ந்து இறுக்கம்.

"சுவாதி... உன்னத்தான் கேட்டேன்."

"தெரியுதுப்பா. ஆமா என் ஜாதகத்தை ஏன் இவ்வளவு நாளா கணிக்கலை?"

"அதான் சொன்னேனேம்மா."

"நோ... அது ஒரு வேலிட் ரீசனே கிடையாது."

"இதோ பார்... இது ஒரு சின்ன விஷயம். எனக்கு இதுல எல்லாம் நம்பிக்கை கிடையாது. என்வரைல நீ ஒரு அதிர்ஷ்ட தேவதை. அதுபோதும் எனக்கு. தனியா ஜாதகம், ஜோசியம்லாம்

என்வரைல தேவையே கிடையாது. ஜாதகம்னு இருந்தா இதோ இப்ப மிரட்டாம மிரட்டினானே அப்படித்தான் நடக்கும்."

ராமநாதனின் அதிர்ஷ்ட தேவதை கமெண்ட் நன்றாக வேலை செய்தது. சுவாதியின் இறுக்கம் தளர்ந்து நார்மலாகிவிட்டாள்!

◈◈◈

போலீஸ் ஸ்டேஷன்! விஷ்வா உள்நுழைந்தபோது போலீசாரிடமே டீ வாங்கிக் குடித்தபடி இருந்தார் அப்பா ராமமூர்த்தி, வீம்பாக முகத்தைக் கழுவாமல் அப்படியே சோப்பு நுரை காய்ந்த நிலையில் உட்கார்ந்திருந்தார். அவரைப் பார்த்த மாத்திரத்தில் எரிச்சல்தான் வந்தது விஷ்வாவுக்கு. எஸ்.ஐ. முருகவேல் தன் சீட்டில் இருந்தார். இடுப்பில் ஹெல்மெட்டோடு அவர் எதிரில்போய் நின்றவனை ஏற இறங்கப் பார்த்தார்.

"நான்தான் சார் விஷ்வா..."

"உட்காருங்க."

அமர்ந்தபடியே, "தேங்க்யூ சார்..."

"அவரைக் கூப்புடுங்க..."

எஸ்.ஐயின் அழைப்பில் ராமமூர்த்தி அருகே அழைத்து வரப்பட்டார். டீ குடிப்பதை அவர் விடவில்லை.

"மிஸ்டர் விஷ்வா... இவரை நீங்க உங்ககூடவே வெச்சிக்கறதா இருந்தா கேஸை வாபஸ் வாங்கிக்கறேன்னு சொல்றார். என்ன சொல்றீங்க?"

எஸ்.ஐ. எடுத்த எடுப்பில் விஷயத்திற்கு வந்துவிட்டார்.

"இல்ல சார்... நீங்க கேஸை ஃபைல் பண்ணுங்க. நான் இந்த ஆளை கோர்ட்ல பாத்துக்கறேன். ஒண்ணா நம்பர் 420 சார் இந்த ஆள். ஏதோ இப்பத்தான் எங்க அம்மா கொஞ்சம் நிம்மதியா இருக்காங்க. அதை நான் கெடுத்துக்கத் தயாரில்லை."

விஷ்வாவும் சுற்றி வளைக்காமல் பளிச்சென்று சொல்லிவிட்டான். எஸ்.ஐ. முருகவேலிடம்தான் இப்போது தேக்கம். ஸ்டேஷனில் மற்றவர்களும் விஷ்வா பேசியதைக் கேட்டு அவனை ஆச்சர்யமாகப் பார்த்தனர்.

"மிஸ்டர் விஷ்வா... இவர் உங்க சொந்த அப்பாதானே?"

"ஆமாம் சார். எதுக்கு இப்படிக் கேக்கறீங்க?"

"கோர்ட்டுக்குப் போனா நீங்க ஜெயிக்கறது ரொம்ப கஷ்டம். பெத்தவங்களப் பாத்துக்கற கடமை பிள்ளைகளுக்கு இருக்கு. நீங்க அதைத் தட்டிக்கழிக்கறதாத்தான் ஜட்ஜ் நினைப்பாரு."

"நல்ல அப்பாவா இருந்தா நான் ஏன் சார் இப்படிப் பேசறேன்? இவர் ஒரு 420னு சொன்னேன்ல. எங்கம்மா நகைகளை எல்லாம் குடிக்கறதுக்காக வித்து அழிச்சவர் சார் இவர். போதாக்குறைக்கு இவருக்கு இன்னொரு பொண்டாட்டி வேற. அதுக்காக எங்கம்மா இங்கவந்து கேஸ் ஃபைல் பண்ணா இவர்தான் சார் உள்ள போகணும். எங்கம்மா பெருந்தன்மையா ஒழிஞ்சு போகட்டும்னு விட்டுட்டாங்க சார்."

"என்ன மிஸ்டர் ராமமூர்த்தி, கேட்டீங்களா இவர் சொல்றத?"

"இவன் கிடக்கறான் சார். என் அன்னம் அப்படி எல்லாம் கம்ப்ளைன்ட் கொடுக்கமாட்டா சார். அதோட நான் இப்ப அந்த சின்ன வீட்டைத் தலைமுழுகிட்டேன். என்வரைல எனக்கு இப்ப ஒரு வீடுதான் ஒரு மனைவிதான். ஒரு மகன்தான். இவனைத்தான் சார் சொல்றேன்."

"இந்தமாதிரி டயலாக்கை எல்லாம் நாங்க நிறைய கேட்டுருக்கோம். நீங்க ஒழுங்கா இருந்திருந்தா இவர் இப்படிச் சொல்வாரா?"

"சார். நான் இப்ப பழைய ராமமூர்த்தி இல்ல சார். புதுராமமூர்த்தி. எனக்கு இனிமே என் அன்னம்தான் சார் வாழ்க்கையே..."

"நீங்க சொன்னர் ஆச்சா... இவர் நம்பமாட்டேங்கறாரே..."

அப்போது சற்றும் எதிர்பாராத வகையில் அன்னபூரணியே போலீஸ் ஸ்டேஷனுக்குள் நுழைந்துகொண்டிருந்தாள். விஷ்வா அதைத் துளியும் எதிர்பார்க்கவில்லை.

"அம்மா நீ எதுக்கு இங்க வந்தே?" என்று சத்தமான குரலில் கேட்டான். அன்னபூரணியைப் பார்க்கவும் ராமமூர்த்தியிடமும் ஒரு புதுத்தெம்பு.

"அன்னம் வந்துட்டியா? எனக்குத் தெரியும். நீ இங்க வருவேன்னு. நான் திருந்திட்டேன். வீட்டுக்கு வரேன்கறேன். ஆனா இவன் என்னை கோர்ட்ல பார்த்துப்பானாம். உங்கிட்ட கம்ப்ளைன்ட் வாங்கி என்ன உள்ள தள்ளுவானாம். நீயா இப்படி வளர்த்து வெச்சிருக்கேன்னு எனக்கு ஆச்சர்யமா இருக்கு அன்னம். ஆச்சர்யமா இருக்கு."

ராமமூர்த்தியின் எகிறலைக் கூர்ந்து கவனித்த எஸ்.ஐ.க்கு சிரிப்பு வந்துவிட்டது.

"எதுக்கு சார் சிரிக்கிறீங்க... எதுக்கு இப்ப சிரிக்கிறீங்க? நான் என் அன்னத்துக்கிட்ட புலம்பறது உங்களுக்குச் சிரிப்பா இருக்கா?"

"ஆமாம் சார். சிரிப்பாதான் இருக்கு. உங்க மகன் என்கிட்ட சொன்னது ஒண்ணு. சொல்லி முழுசா அஞ்சு நிமிஷமாகலை. அதுக்குள்ள இவங்க வரவும் அப்படியே மாத்திப் பேசறீங்களே...! இது ஒண்ணுபோதும் எனக்கு உங்களை நான் ஜட்ஜ் பண்ண" எஸ்.ஐ. முருகவேல் சொல்லி முடித்த நொடி அன்னபூரணி அவரை நோக்கி இரு கைகளையும் கூப்பினாள். கண்களில் கலக்கம். அத்தோடு பேசினாள்.

"சார்... எங்க குடும்ப விஷயம் இங்க வந்ததுக்காக நான் ரொம்பவே வருத்தப்படறேன். தயவுசெய்து யார் கம்ப்ளைன்ட் கொடுத்திருந்தாலும் கிழிச்சிப்போட்ருங்க. உங்கள கெஞ்சிக் கேட்டுக்கறேன்" என்றாள்.

"இவரை நீங்க ஏத்துக்கிட்டு உங்களோட வெச்சிக்கறதா இருந்தா கம்ப்ளைன்டை வாபஸ் வாங்கிக்கறேன்னு இவரே சொல்றாரும்மா."

“சரிங்க. அவர் கம்ப்ளைன்டைக் கிழிச்சிடுங்க.” நாங்க அவர் விருப்பப்படியே நடந்துக்கறோம்.

“ஐயோ அம்மா என்ன இது பைத்தியக்காரத்தனம். இவர் பிளாக்மெயில் பண்றாரும்மா.”

“பேசாம இரு விஷ்வா. எல்லாத்தையும் நாம வீட்லபோய்ப் பேசிக்கலாம்.”

“அம்மா இனி பேச என்னம்மா இருக்கு? நீங்க வம்பை விலைக்கு வாங்கறீங்க. இவர் கம்ப்ளைன்ட் எதுவும் பண்ணிடாது. எனக்கும் எதுவும் ஆகிடாது.”

“கொஞ்சம் பேசாம இருக்கியா? நீ இந்நேரம் அமெரிக்கா போக விசா வாங்கப் போயிருக்கணும்! இரண்டு நாளா ஆஸ்பத்திரி, இன்னிக்கு போலீஸ் ஸ்டேஷன். இப்படியே போனா உன் எதிர்காலம் என்னாகும்? இவரை நான் பாத்துக்கறேன். நீ தயவுசெய்து உன் முன்னேற்றத்தைப்பற்றி மட்டும் யோசி. புறப்படு...”

அவள் பேச்சில் தெரியவந்த விஷயங்கள் எஸ்.ஐ. முருகவேலை வேகமாக அந்த கம்ப்ளைன்ட் பேப்பரைக் கிழிக்கச் செய்தது. விஷ்வாவுக்கும் அப்பாடா என்று இருந்தது.

“மிஸ்டர் விஷ்வா நீங்க அமெரிக்கா போகணுமா, என்ன?” முருகவேல் கேட்டார்.

“ஆமாம் சார். அங்க வேலை கிடைச்சிருக்கு.”

“அப்ப முதல்ல இங்க இருந்து புறப்படுங்க. அம்மா நீங்களும்தான்...” முருகவேல் ஊக்கப்படுத்த ராமமூர்த்திக்கு எஸ்.ஐ. செயல் ஏமாற்றத்தை தந்திருந்தது.

“என்ன சார் நீங்க பாட்டுக்குக் கிழிச்சுப்போட்டுட்டீங்க. நான் இன்னொண்ணு எழுத எவ்வளவு நேரம் ஆகும்?” என்று கேட்டவரை முறைத்த எஸ்.ஐ. முருகவேல், “முதல்ல இடத்தைக் காலி பண்ய்யா. போய்க் கால்ல கைல விழுந்து ஒழுங்கா

இருக்கற வழியப் பார். அப்படியே முகத்தைத் துடை...” எரிந்து விழுந்தார்.

◈◈◈

போலீஸ் ஸ்டேஷனுக்கு வெளியே தன் பைக்கை ஸ்டார்ட் பண்ணி அம்மாவைப் பின்னால் ஏறச் சொன்ன விஷ்வாவிடம், “நீ போ... நான் அவரோட ஆட்டோல வரேன்” என்றாள். விஷ்வாவுக்குத் திரும்பவும் திக்கென்றது.

“அம்மா ஏம்மா இப்படி என்னைப்படுத்தறே. கொஞ்சம் இந்தக் காலத்துப் பெண்ணா நடந்துக்க முயற்சி செய்யும்மா” என்றான். அதைக் கேட்டுச் சிரித்தவள், “உன் நல்லதுக்காகத்தான்டா நானே அவரை சகிச்சிட்டுப் போறேன். அதை நான் இப்ப உனக்குச் சொன்னா புரியாது. போகப்போக எல்லா நல்லதும் நடக்கும்போது புரியும். நீ புறப்படு...” என்றவளிடம், திரும்பவும் அசட்டுச் சிரிப்பு சிரித்தபடி ராமமூர்த்தி வந்து நின்றார். பதிலுக்குச் சிரித்தவள், அருகில் நின்றபடி இருந்த ஆட்டோவில் ஏறிக்கொண்டு அவரையும் ஏறச் செய்தாள். ஆட்டோ புறப்பட்டது. முருகவேல் உள்ளே இருந்து பார்த்தபடியே இருந்தார். விசித்திரமான கேஸ்!

◈◈◈

ஆஸ்பத்திரிக்குத் திரும்பிய ராமநாதனிடம் பத்மா முதலில் கேட்ட கேள்வியே, “ஜோசியரைப் பாத்தீங்களா... என்ன சொன்னாரு?” என்பதுதான். பாத்தேன் பத்மா... ஏதோ பரிகாரம் இருக்காம். அதைச் சரியா செய்யணுமாம். அப்புறமா போன் பண்ணி சொல்றேன்னாரு. நானும் சரின்னு வந்துட்டேன்” என்றார் மிக சகஜமாய்...

“அது மட்டுமில்ல... பரிகாரம் சரியா பண்ணலைன்னா அவ்வளவுதானாம். ரொம்பப் பரிதாபமாம் நம்ம ரேவதி நிலை...”

என்று ராமநாதன் சொல்லவேண்டாம் என்று கருதியதைச் சுவாதி சொல்ல பத்மாவின் முகம் அஷ்டகோணலாகியது.

ராமநாதனும் சுவாதியைச் சற்று வெறித்தவராக, "என்ன சுவாதி அந்த ஆள் ஏதோ உளறியிருக்கான். அதை எல்லாமா சொல்வே?" என்று சற்று செல்லமாய்க் கோபித்தார்.

"அந்தப் பரிகாரத்தை எப்படியாவது பண்ணிடணுங்க. அவர் சொன்ன எல்லாமே நடந்துடுச்சுங்க. இவ இப்ப இப்படிச் சொல்லவும் எனக்கு பக்குபக்குன்னு இருக்குங்க..." என்று படபடத்தாள்.

"இதோ பார் பத்மா... எனக்கு அதுல நம்பிக்கை இல்லேன்னாலும், உனக்காக நான் கட்டாயம் செய்வேன். ஏன் கவலைப்படறே? பை த பை உன்னையும், அக்காவையும் ஈவினிங் டிஸ்சார்ஜ் பண்ணிடுவாங்க நாம வீட்டுக்குப் போயிடலாம்."

"ரேவதிய எப்பங்க பண்ணுவாங்க?"

"சரிதான். விடிய விடிய கதை கேட்டு சீதைக்கு ராமன் சித்தப்பாங்கற கதையால்ல இருக்கு. ரேவதி வீட்டுக்குவர ஒரு மாசத்துக்கு மேல ஆகும்."

"இப்ப எப்படி இருக்கா... கண்ணு முழிச்சிட்டாளா?"

"இல்ல பத்மா... கண் முழிச்சா முதல் தகவல் நமக்குத்தான் சொல்வாங்க..."

"எது எப்படி இருந்தாலும் ஜோசியர்கிட்ட பரிகாரத்தைக் கேளுங்க. அவர் ஏன் இவ்வளவு டிலே பண்றாரு...? படபடத்தாள் பத்மா."

——

15

அத்தியாயம்

"அவர் நீங்க நினைக்கறமாதிரி காசுக்காக மட்டும் ஜோசியம் சொல்றவர் இல்லீங்க... இந்த விபத்தை அவர் முன்னாலேயே சொன்னாரு, நடந்துடிச்சி! நம்ப வீட்ல கூடிய சீக்கிரம் கல்யாணமும் நடக்கும்னாருங்க. அப்படி நல்லதெல்லாம் நடக்கணும்னா பரிகாரத்தைப் பண்ணிடணுங்க..."

பத்மா கல்யாணம் என்று சொன்ன விஷயம் சுவாதி மனத்தில் ஒரு தீப்பொறியாசு விழுந்து பற்றி எரிய ஆரம்பித்தது. அவளுக்குள் விஷ்வா நிமிர்ந்து எழுந்து நின்றான். அவன் எண்ணம் வரவுமே அங்கிருந்து விலகியவள் ஆஸ்பத்திரி காரிடாரில் நடந்தபடியே விஷ்வாவை அழைத்தாள். அவன் செல்போன் ஸ்விட்ச் ஆஃப் என்று வரவும் அவளிடம் ஒரு இனம்புரியாத சோர்வு.

அப்போது பத்மாவைப் பார்த்துப் பேசிவிட்டு வெளியே வந்த ராமநாதன், சுவாதியை நெருங்கியவராக, "சுவாதி நீ இன்னிக்குக் கொஞ்சம் நம்ப ஆபீசுக்குப்போய் என் சீட்ல உட்கார்ந்து வேலைய பார். நான் இங்க டிஸ்சார்ஜ் பண்ணி இவங்கள நம்ம வீட்டுக்குக் கூட்டிக்கிட்டுப் போயிடறேன். என்ன சொல்றே?" என்று கேட்டார்.

“ஓகேப்பா” என்றவள், அடுத்து நேராக கார் நோக்கித்தான் சென்றாள். காரும் கிளம்பியது. காருக்குள்ளும் சுவாதி மனத்தில் விஷ்வா நினைப்புதான். கூடவே, ரேவதியின் காதலனுக்கு ரேவதி விஷயம் தெரிந்திருக்குமா என்றும் ஒரு கேள்வி. அவள் மெயிலில் ஜிட்டு என்கிற பெயரில் அறிந்திருந்த விஷ்வாவை அவன்தான் அவள் காதலன் என்பது தெரியாத நிலையில், அவனைப்பற்றியும் விஷ்வாவிடமே கேட்கவேண்டும் என்றும் முடிவு செய்தவள், நிச்சயம் அந்தக் காதலன் இந்த நிலையில் ரேவதியை இனி நினைத்துக்கூடப் பார்க்கமாட்டான்” என்றும் தனக்குள் நினைத்துக்கொண்டாள்.

◈◈◈

விஷ்வா அதிசயமாக ஆஞ்சநேயர் சன்னிதி முன்னால் நின்றுகொண்டிருந்தான். ஆஞ்சநேயரும் அமர்க்களமாக வடை மாலை சகிதம் காட்சி தந்து கொண்டிருந்தார். ஓரளவு கூட்டம்... அதில் தனக்குத் தெரிந்தவர்கள் யாராவது இருக்கிறார்களா என்பதுபோல் ஒரு பார்வை பார்த்தான். ஒருவர் இருந்தார். விஷ்வா வீட்டருகில் குடியிருப்பவர். அவர் விஷ்வாவை மிக ஆச்சர்யத்தோடு பார்த்து, பக்கத்தில் வந்து நின்றுகொண்டு சிரித்தார்!

“என்ன தம்பி கோயிலுக்கெல்லாம்கூட வருவியா?” என்று தயக்கமின்றிக் கேட்டும்விட்டார். விஷ்வா சற்று அசடு வழிந்தான். கோயில் பட்டர், விஷ்வாவிடம்வந்து அர்ச்சனை இருக்கா என்று கேட்கவும் தலையசைத்தான்.

“பேர் நட்சத்திரம் சொல்லுங்கோ...”

“பேரு... பேரு... ஆங் ரேவதி...”

“நட்சத்திரம்?”

“நட்சத்திரம் தெரியலை...”

“பரவால்ல பேருக்கே பண்ணிடறேன்...” அவர் ஆரத்தித் தட்டைத் தொட்டு வாங்கிக்கொண்டு திரும்பினார். பக்கத்தில் இருந்த அந்தத் தெரிந்தவரும் விடாமல், “என்ன தம்பி... வீட்ல நீயும் அம்மாவும் மட்டும்தானே... யார் இந்த ரேவதி காதலா?” என்று தயக்கமோ தடுமாற்றமோ இல்லாமல் நேராகக் கேட்டுவிட்டார். விஷ்வாவுக்குக் கொஞ்சம் சுரீர் என்று இருந்தது. இல்லை என்று சொல்லவும் வாய் வரவில்லை ஒப்புக்கொள்ளவும் தயக்கமாக இருந்தது. விழித்தான்!

“நீ முழிக்கறதுல இருந்தே உன் லவ்வர்தான்னு நல்லா தெரியுது. என் பையனும் யோக்யனில்ல... காதலிச்சிக்கிட்டுதான் இருக்கான். எங்க காலம் காதல்னாலே கதிகலங்கின காலம். ஆனா இது காதலுக்கான காலம் நாங்க ஒத்துக்க மறுத்தா எங்களையே ஒதுக்கிட்ற காலம்.”

அவர் விஷ்வா கேட்காமலே கருத்து கந்தசாமிபோல பேசத் தொடங்கிவிட்டார்.

அது கோயில், நிற்பது சன்னிதியில் என்கிற லஜ்ஜை சுத்தமாய் அவரிடம் இல்லை.

“காதலிக்கறது பெருசு இல்ல தம்பி... கடைசிவரை ஒத்துமையா வாழணும். சமீபத்துல ஒரு டைவர்ஸ் கேஸ்... ஏன் பிரிய நினைக்கறீங்கன்னு ஜட்ஜ் கேட்டதுக்கு அந்தப் பொண்ணு சொன்ன பதிலைக் கேட்டு ஜட்ஜ் வாயப்பொளந்துட்டாரு. அப்படி அந்தப் பொண்ணு என்ன சொன்னா தெரியுமா?”

அவர் விடுவதாயில்லை. இடையில் பட்டர் அர்ச்சனை முடித்து கற்பூர ஆரத்தி காட்டவும், ஆரத்தி காட்றார் பாரு... கன்னத்துல போட்டுக்கோ...” என்றும் சொன்னார். விஷ்வா கன்னத்திலெல்லாம் போட்டுக்கொள்ளவில்லை... கூர்ந்து கவனித்தான். பட்டரும் ஆரத்தியோடுவந்து ஆரத்தியை ஒத்திக்கொள்ளச் சொன்னார். அரையும்குரையுமாக ஒத்திக்கொண்டான். துளசி தீர்த்தம் தந்தார். பக்கத்தில் இருக்கும் அவருக்கும் தந்தார். அவர் தீர்த்தம் குடித்து, துளசியை வாயில் போட்டுக்கொண்டார். அதைப் பார்த்து அவனும்

அவ்வாறே செய்தான். அடுத்து சடாரி...! அதைத் தலையில் வைக்கவும் எதற்கென்று தெரியாமல் தலையைக் காட்டினான்.

“நீ கோயிலைத் தேடி வந்தியா... இப்ப உன்னைத் தேடி சாமியும் வந்துட்டார்...” என்று அந்த மனிதர் அதற்கொரு எளிய விளக்கமும் அளித்தார். அப்படியே, “தட்ல காணிக்கை போடு... அப்பத்தான் பிரார்த்தனை பலிக்கும்” என்றார். அவனும் சற்றே கசப்போடு ஒரு ஐம்பது ரூபாயைப் போட்டான்.

“வா... பிரதட்சணம் பண்ணலாம். அனுமார் வரைல பிரதட்சணம்தான் பலம். அவரை சுத்திச்சுத்தி வரணும். அப்பத்தான் அவரும் என்னடா விடமாட்டேங்கறான்னு நம்ப கோரிக்கையைக் கவனிப்பார்...” என்று நடக்கத் தொடங்க, விஷ்வாவும் வேண்டாவெறுப்பாக அவரோடு நடந்தான் நடந்தபடியே பேசினார் அவர்.

“நீ அந்தப் பொண்ணு கோர்ட்ல சொன்ன காரணத்தைக் கேக்கலியே.”

“நான் கேட்டா சார் இவ்வளவு விஷயமும் சொன்னீங்க. இதை மட்டும் கேக்கலியேங்கறீங்க...?” என்றான் சற்று எரிச்சலாக.

“கோவிச்சுக்காதே... நான் கொஞ்சம் டாக்கி டைப். ஆனா நல்ல மனசுக்காரன். மனசுல பட்டதைப் பேசிடுவேன். எனக்கு உங்க அம்மா மேல ரொம்பவே மரியாதை. அதான் உன்கிட்ட பேசிக்கிட்டிருக்கேன். உங்கம்மா ரொம்பப் பக்குவப்பட்டவங்க. இந்தக் கோயிலுக்கு நிறைய செய்திருக்காங்க. அநேகமா அவங்க சொல்லித்தான் நீ வந்திருக்கணும்.”

அவரிடம் சரியான காரணகாரியம் வெளிப்படவும் ஆமோதிப்பதுபோலத் தலையை அசைத்தான் விஷ்வா.

“சரி, நான் விஷயத்துக்கு வந்துட்றேன். என் புருஷன் ராத்திரில பயங்கரமா குறட்டைவிட்றான். அதனால பிடிக்கலன்னா...! ஜட்ஜ் ஆடிப்போயிட்டாரு! கல்யாண உறவுங்கறது இரும்புச்சங்கிலி மாதிரிங்கறது போய் சணல் கயித்துல கட்டிக்கிட்ட ஒரு உறவுமாதிரி

இப்ப ஆயிடிச்சு... மனசைப் பாத்து உறவை வளர்த்துக்கத் தெரியல. பணம், காசு, அழகுன்னு அழியற விஷயங்கள இப்ப இருக்கற இளைய சமுதாயம் பெருசா நினைக்குது. பணத்தோட மதிப்பும் யாருக்கும் தெரியல. 36 வருஷம் ஒரு கம்பெனில வேலை பார்த்து ரிடையர் ஆகும்போது என் சம்பளம் முப்பதாயிரம் சில்லறை. என் மகன் தன்னோட 25வது வயசுல வேலைல சேர்ந்து வாங்கின முதல் சம்பளமே என் சம்பளத்துக்கும் மேல! இதை வளர்ச்சிங்கறதா? வீக்கம்கறதான்னு தெரியல..."

ஆஞ்சநேயரை ஒரு சுற்று சுற்றி முடித்தான் விஷ்வா. ஆனால் அவர் முடிக்கவில்லை.

"வளர்ச்சின்னு பாசிடிவாவே நினையுங்க. ஏன் வீக்கம்னு நினைக்கறீங்க? என்றான்."

"முடியலியேப்பா...! இதோ பக்கத்துத் தெருவுல இருக்கற வீட்டுக்கு நான் நடந்தே போயிடுவேன். செலவே கிடையாது. ஆனா, நீ மோட்டார் பைக்ல போவே. கேட்டா என்கிட்ட பணம் இருக்கு செலவு செய்யறேன்னு சொல்வே. ஒருபடி மேல போய் எங்களுக்கு அனுபவிக்கத் தெரியல. வாழத் தெரியலன்னும் சொல்வீங்க. நாப்பது வயசுலயே எம்பது கிலோ, தொண்ணூறு கிலோன்னு சதைபோட்டு பிபி, சுகர்வந்து டாக்டருக்குக் கொட்டிக் கொடுப்பீங்க. அவர் கடைசில நடங்க, அதான் உடம்புக்கு நல்லதுன்னு சொல்வார். அதுக்காக காலைல வாக்கிங்னு அதுக்கொரு டிரெஸ்ஸை வாங்கிப் போட்டுகிட்டு நடப்பீங்க. நடக்கறதகூட ஒரு வேலைமாதிரி செய்வீங்க. நடந்தே இனி எங்கேயும் போவோம் வருவோம்னு நினைக்கமாட்டீங்க..."

வெளுத்து வாங்கினார் அவர். மறுக்கவும் முடியவில்லை. ஒப்புக்கொள்ளவும் முடியவில்லை.

"சரி சார். நான் கிளம்பறேன். நிறைய வேலை இருக்கு எனக்கு..." என்று நழுவப் பார்த்தான். ஆனால் அவர் விடவில்லை.

"இருப்பா ஒட்றியே, அமெரிக்கா போகப்போறேன்னு கேள்விப்பட்டேன். வாஸ்தவம்தானா?"

“இல்ல சார்... நான் அமெரிக்கா போகலை. இங்கேயேதான் இருக்கப்போறேன்...” என்றான், துளியும் தயக்கமின்றி.

“நீ அமெரிக்கா போகப்போறதா உங்கம்மா சொன்னாங்களே?”

“போறதா இருந்தது. ஆனா போகப்போறதில்லை. அங்க கிடைச்ச வேலையையும் வேண்டாம்னு சொல்லிட்டேன்.”

“ஏம்ப்பா... உனக்கு இந்த அமெரிக்கக் கனவெல்லாம் இல்லையா?”

“இருந்தது சார். இப்ப எல்லாம் பகல் கனவாயிடிச்சு.”

“ரொம்ப வருத்தத்தோட பேசறே. கவலைப்படாதே. இந்தக் கோயிலுக்கு வந்துட்டேல்ல. எல்லாம் சரியாயிடும்.”

“உங்களப் பாத்ததுல இருந்து நீங்க பேசினதுலயே கடைசியா நீங்க பேசினதுதான் சார் ரொம்பப் பிடிச்சிருக்கு” என்றவன், அதற்குமேல் நிற்காமல் விறுவிறுவென்று கிளம்பிவிட்டான்!

◈◈◈

வெளியே வந்து மோட்டார் பைக்கை உதைத்துக் கிளம்பியவன் முன்னால் எதிர்பாராதவிதமாய்த் தென்பட்டார் ராமநாதன்!

“சார் நீங்களா?”

“அடடே அசோக்கா, என்ன தரிசனம் முடிஞ்சுதா?”

“முடிஞ்சுது சார். இப்பதான் ரேவதி பேருக்கு அர்ச்சனை பண்ணிட்டு வரேன். பொதுவா நான் கோயிலுக்கெல்லாம் போறவனில்ல. அம்மா சொன்னாங்கன்னு வந்தேன் சார்.”

“ஓ... அம்மா சொன்னாங்களா? கிரேட்... அம்மா பேச்சை நீங்க கேட்டதும் ரொம்ப நல்ல விஷயம். பொதுவா எனக்கு இப்ப இருக்கற இளைய சமுதாயம் மேல பெரிய மதிப்போ நம்பிக்கையோ கிடையாது. நீங்க மட்டும் விதி விலக்கோன்னு நினைக்கறேன்...” ராமநாதன் சிரித்தார். கையில் அர்ச்சனைத் தேங்காய் பழத்தட்டு.

“உங்க கருத்து தப்பு சார். ஜெனரேஷன் கேப்பை நீங்க சரியா புரிஞ்சுக்கலைன்னு நினைக்கறேன். போகட்டும்... ஆஸ்பத்திரியில் இருந்தா வர்றீங்க...”

“ஆமாம் அசோக், பத்மாதான் கோயிலுக்குப்போய் அர்ச்சனை பண்ணி பிரசாதம் கொண்டுவர சொன்னா. வந்துருக்கேன்.”

“எனக்கு எங்கம்மா, உங்களுக்கு உங்க மனைவியா?”

“ஆமாம். நான் கடவுளை நம்பலேன்னாலும், அவளை நம்பறேன். இப்போதைக்கு ஒரு நம்பிக்கையும் தேவையா இருக்கே?”

“எக்ஸாக்ட்லி என்னமோ தெரியல சார். கோயிலுக்கு வந்ததுல இருந்து எனக்குக் கொஞ்சம் மனசுக்கு இதமா இருக்கு. கோயிலை எல்லோரும் நம்பறதுல கொஞ்சம் அர்த்தம் இருக்கறமாதிரிதான் தெரியுது.”

“நம்பிக்கை உள்ளவங்க மட்டுமே வருவது ஒரு காரணமா இருக்கலாம். நானும் போய் அர்ச்சனை பண்ணிட்டு வந்துட்றேன்.”

அவர் பேச்சோடு விலக யத்தனிக்க அவர் கைபேசி அமட்டியது. நின்று அதோடு சாலையில் சற்று ஓரம்கட்ட விஷ்வாவும் தொடர்ந்து நின்றான்.

“மறுமுனையில் ஜோசியர் பேசறேன். அந்தப் பரிகாரம் என்னங்கறத நான் இப்பச் சொல்லட்டுமா?”

“இப்பவா....?”

“ஏன் ஏதாவது வேலையா இருக்கீங்களா... அப்புறமா சொல்லட்டுமா?”

“அதெல்லாம் இல்ல... கோயிலுக்குத்தான் வந்துருக்கேன்.”

“அப்ப நல்ல சகுனமாத்தான் படுது... இப்பவே கேட்டுக்குங்க.”

“சொல்லுங்க சொல்லுங்க. ஒரு பெரிய செலவு வைக்காம நீங்க விடப்போறதில்ல. இக்கட்டுல இருக்கற நானும் பிடிச்சிருக்கோ பிடிக்கலையோ அதைச் செய்யத்தான் போறேன்.”

சம்மதிக்கும் சாக்கில் லேசாக அலுத்தும்கொண்டார் ராமநாதன்.

“தப்பாப் புரிஞ்சுக்கிட்டிருக்கீங்க, உங்களுக்கு காலணா செலவு கிடையாது. தேவையெல்லாம் ஒரு நல்ல மனசுகொண்ட ஒருத்தர் அவ்ளோதான்...”

“நீங்க என்ன சொல்றீங்க, எனக்குப் புரியல.”

“உங்க மக நல்லா இருக்கணும்னு மனசார விரும்பி, அவங்க கர்மத்தை அப்படியே வாங்கிக்கற ஒருத்தர் இருந்தா உங்க மக நல்லபடி வாழ்வாங்க, இல்லாட்டி அவங்களைக் கோமாவுல வெச்சிருக்கறதுக்குக் கொன்னுடுங்க. என்னடா இப்படிச் சொல்றேனேன்னு நினைக்காதீங்க. நான் வித்தியாசமான ஜோசியன். ஜோசிய ஆராய்ச்சிதான் என் வாழ்க்கையே! ஜோசியம்கறது அறுபத்தி நாலு கலைல ஒரு தெய்வக்கலையே. அதனால அதைக்கொண்டு பொய் சொல்றதோ இல்ல காசு பாக்கறதோ என் வழக்கம் கிடையாது. நான் சொன்னா சொன்னதுதான்... நீங்க தப்பாப் புரிஞ்சிக்காதீங்க...”

ஜோசியர் டாண்டாணென்று பேசினார். ராமநாதனுக்கு வியர்த்துவிட்டது.

“என்ன சாமி கேக்கறீங்களா... நான் சொன்னது புரிஞ்சிச்சா?”

“புரிஞ்சிச்சு... இப்படிக்கூட ஒரு பரிகாரமா?”

“ஆமாம். பல ஜோசியர்களுக்கு இது தெரியாது. பலபேர் ஜோசியம்னு சொல்றதும் ஜோசியம் கிடையாது. நான் சொல்றதுதான் ஜோசியம். நம்பறதும், நம்பாததும் அந்தப் பொண்ணோட தலையெழுத்துப்படி நடக்கும்.”

“இப்படிச்சொன்னா எப்படி? இதைச் சொல்ற உங்களால என் மக தலையெழுத்து இப்படித்தான்னும் தீர்மானமா சொல்ல முடியாதா?”

“கேட்டாதான் சொல்லணும். கேட்காமலே சொல்ல எனக்கு நேரம் காலமில்ல. இந்த விஷயத்தைக் கண்டுபிடிக்கவே மூணு

நாள் ஆச்சு. அதுக்கு எத்தினி நாள் ஆகுமோ யாருக்குத் தெரியும்?"

"எல்லாத்துக்கும் அடுத்து கேள்வி கேட்க முடியாதபடி ஒரு பதிலைச் சொல்லிடறீங்க. முடிவா என்ன சொல்றீங்க? ஒரு மனுஷன் அவ கர்மத்தை வாங்கிக்கிட்டா அவ பிழைச்சு நல்லாயிடுவா. அதானே?"

"ஆமாம்!"

"நான் வாங்கிக்கறேன். என் மகளுக்காக நான் இதைக் கூடவா செய்யமாட்டேன்?"

"இப்படி நீங்க சொல்வீங்கன்னு எனக்குத் தெரியும். ஆனா, நீங்க வாங்க முடியாது. பெத்தவங்களுக்கும் ரத்த உறவுகளுக்கும் இதுல இடமில்ல."

"ஏன் அப்படி?"

"நீங்கள்லாம் பண்ண நல்லது கெட்டதுதாங்க உங்க மகளோட வாழ்க்கை. நீங்களே காரணமா இருந்துட்டு நீங்க எப்படி அதுல இருந்து விடுபட முடியும்?"

"அப்ப சம்பந்தமில்லாத ஒருத்தர்தான் வேணுமா?"

"ஆமாம். அதே சமயம் அவர் மனசார இதை ஒத்துக்கிட்டு நடந்துக்கணும். காசு பணத்துக்காக இதைச் செய்யக்கூடாது!"

"நீங்க பேசாம போட்டி நடத்தப் போகலாம். இப்படிச் சொன்னா எப்படிங்க?"

"நான் சொல்லல. உங்க பொண்ணு கட்டம் சொல்லுது."

"அப்ப வேற பூஜை புனஸ்காரம்னு எதுவும் தேவையில்லையா?"

"அது உங்க தனிப்பட்ட விருப்பம். அதனால உங்க பொண்ணு விதி எல்லாம் மாறாது."

"இது மட்டும் மாத்திடுமா?"

"ஒருத்தர் வந்து வாங்கிப்பாங்க. அதனால இவங்க நல்லா வாழ்வாங்கன்னு விதில இருந்தா நிச்சயம் மாறும்."

"அப்படி இருக்கான்னு பாருங்களேன்..."

"சரி, பாக்கறேன். ஆனா எவ்வளவு நேரமாகுன்னு என்னால இப்ப சொல்ல முடியாது. அது பெரிய கணக்கு. தனியா ஒதுக்கி ரொம்பக் கவனமா போடணும்."

"போடுங்க... நானும் இன்னொரு பக்கம் முயற்சி செய்யறேன்."

ராமநாதன் பேசி முடித்தார். அருகிலே இருந்து கேட்டபடி இருந்த விஷ்வா, "சார் நான் தயாரா இருக்கேன். நீங்க பேசினது ஜோசியர் பேசினது எல்லாம் என் காதுலயும் விழுந்தது. நான் தயாரா இருக்கேன் சார்..." என்றான்.

விக்கித்தார் ராமநாதன்!

◈◈◈

கடைத்தெரு! காய் வாங்க வந்திருந்தாள் அன்னபூரணி. வயர்கூடை நிரம்பியிருந்தது. ராமமூர்த்தி அன்னபூரணியிடம் 'பீர்க்கங்காய்க் கூட்டு பண்ணுவியே. இன்னிக்குப் பண்ணேன்' என்று சொல்லியிருந்தார். அதனால் அந்தக் காய் எங்கே கிடைக்கும் என்று தேடியபோது அந்தக் குச்சி ஜோசியக்காரிதான் முதலில் கண்ணில்பட்டாள்.

கொஞ்சம் சுருக்கென்றது. அவளும் பார்த்துவிட்டாள். சிரித்தபடியே அருகில் வந்தாள்.

"சொகமா தாயி..."

"ரொம்ப நல்லாருக்கேன்." அன்னபூரணி மிக அழுத்தமாய்ச் சொன்னாள்.

"எங்க... உன் வாய்தான் சொல்லுது. மனசுக்குள்ள ஆயிரம் கவலை..."

"கடல்னு இருந்தா அலைன்னும் இருக்கும். மனசும் அப்படித்தான். நீ போய் உன் வேலைய பார் நான் என் வேலைய பாக்கறேன்" அன்னபூரணி சகஜமாய் பேசி விலக முயன்றாள்.

“இதுவும் என் வேலைதான்! என்னைச் சுத்தி இப்ப நூறுபேர் இருந்தாலும், உன்கிட்டதான் கோர்ப்பு இருக்கறதா ஜக்கம்மா சொல்றா. அதனால சொல்றேன்... உன் கழுத்துப் புருஷன் கைப்புருஷன்னு ரெண்டுபேர்ல ஒண்ணுதான் தங்கும். இன்னொண்ணு பறந்துடப்போகுது. குறிப்பா வயித்து புருஷன பத்திரமா பாத்துக்கோ. கொலகாரி என் கண்ணுக்குத் தெரியறா!”

அவள் பீதியைக் கக்கினாள். எதற்கும் அசராத அன்னபூரணிக்கும் மனசு அதிரத் தொடங்கியது!

———

16
அத்தியாயம்

மனது அதிர்ந்தாலும் அன்னபூரணி அவளிடம் காட்டிக்கொள்ளவில்லை. சமாளிக்க முற்பட்டாள்.

"ஏன் இப்படி என்னைத் தேடிவந்து குட்டைய குழப்பறே... உனக்குப் பணம் வேணும்னா கேள் தரேன், ஆளை விடு! இப்படி மனுஷங்கள பயமுறுத்திப் பணம் பறிக்க முயற்சி செய்யாதே..." என்றபடி தன்வசமுள்ள பர்சைத் திறந்து பணத்தை எடுத்தபடி நிமிர்ந்தாள். அந்த ஜோசியக்காரியோ திரும்பிப் போய்க்கொண்டிருந்தாள். அவள் அப்படிச் செல்வதே இந்த விஷயத்தை, 'நீ நம்பினால் நம்பு நம்பாவிட்டால் போ' என்று சொல்வதுபோல் இருந்தது.

அன்னபூரணியிடம் திரும்பவும் சலனம்.

◈◈◈

அன்னபூரணி வீடு திரும்பியபோது வீட்டுக்குள் சிகரெட்புகை வாடை அவளுக்குத் தெரிந்துவிட்டது. அது அவள் கணவர் ராமமூர்த்தியின் பழக்கத்தினால் என்று. ராமமூர்த்தியும் உள்ளே எதையோ எலி குடைவதுபோல் குடைந்தபடி இருந்தார். அன்னபூரணி

வரவும் சுதாரிக்கத் தொடங்கினார். முகத்தில் அசட்டுச் சிரிப்பும் வந்து ஒட்டிக்கொண்டது.

“என்ன அன்னம்... கடைத்தெருவுக்குப் போய்ட்டு வந்துட்டியா? சீக்கிரமாவே வந்துட்டேபோல இருக்கே...” என்று அவர் வழிந்ததை அன்னபூரணி கண்டுகொள்ளவே இல்லை.

“வீட்டுக்குள்ள இனிமே சிகரெட் பிடிக்காதீங்க. விஷ்வாவுக்குத் தெரிஞ்சா பெரிய பிரச்சனையாயிடும்...” என்று நேராக விஷயத்துக்கு வந்தாள்.

“அதுவா... சரி அன்னம்! நீ சொல்றதால கேக்கறேன். பாழாப்போன பழக்கத்தை விடமுடியல. ஆனா அன்னம் முன்ன எல்லாம் ஒருநாளைக்கு இரண்டு பாக்கெட்டுக்குக் குறையாது. இப்ப ரெண்டோ மூணோதான்.”

“இந்த வீட்ல எங்ககூட இருக்கணும்னா அது கூடவேகூடாது.”

“சரி அன்னம்... விட்டுட்றேன், விட்டுட்றேன்...” ராமமூர்த்தி சரணடையாத குறை. அன்னபூரணி மளமளவென்று ஊதுபத்தியை எடுத்து வந்து ஏற்றி அதை நான்குபுறமும் பரவும்படி அங்கங்கே செருகினாள்.

அப்போது பார்த்து விஷ்வாவும் வந்து சேர்ந்தான். மோட்டார் பைக் சப்தம் அதை உறுதி செய்தது. சாவிக்கொத்தைத் தூக்கிப்போட்டுப் பிடித்தபடி வந்தவன் ஊதுபத்தி வாசத்தை முகர்ந்து ஆச்சர்யப்பட்டான். திருதிருவென விழித்தபடி நின்ற ராமமூர்த்தியையும் பார்த்தவன் முகம் மாறினான்.

“வாடா... காப்பி குடிக்கிறியா? போடட்டுமா?” என்று அவன் கவனத்தைத் தன் பக்கம் திருப்ப முயன்றாள் அன்னபூரணி.

“என்னம்மா என்னமோ கெட்ட வாடை...?” என்று மூக்கைச் சிணுப்பினான்.

“ஊதுபத்திடா... அது உனக்குக் கெட்ட வாடையா?”

"அதை எதுக்கு இப்ப ஏத்தி நாலுபக்கமும் செருகி வெச்சிருக்கே? அதையும் கடந்து சிகரெட்புகை வாடை காட்டிக்கொடுக்குதே. இந்த ஆள் சேட்டையை ஆரம்பிச்சிட்டாரா...?"

"விஷ்வா... விட்றா! எல்லாம் சரியாயிடும் நீ கோயிலுக்குப் போனியா... ரேவதி பேருக்கு அர்ச்சனை பண்ணியா?"

"பண்ணேம்மா. அப்பபாத்து இந்தத் தெருவைச் சேர்ந்த ஒரு பனாமா பிளேடு ஒண்ணு! உயிரை எடுத்துட்டாரு..."

"யாரைச் சொல்றே நீ?"

"எனக்குப் பேரெல்லாம் தெரியாது. ஆனா உன்னை அவருக்கு நல்லா தெரிஞ்சிருக்கு. மனுஷர் கருத்து கந்தசாமியா மாறி நான் ரேவதிய லவ் பண்றத எல்லாம் தெரிஞ்சிக்கிட்டு அட்வைசா பண்ணித் தள்ளிட்டாரு..." என்றபடியே தன் செல்போனை எடுத்து சார்ஜரோடு கனெக்ட் செய்தான்.

"இலவச அரிசி, இலவச டிவிக்கு முன்னால இருந்தே இந்த நாட்டுல இருக்கிற ஒரு விஷயம் இலவச ஆலோசனைடா... விட்றா... ஆகற காரியத்த பார். நல்லத யார் சொன்னாலும் கேட்டுக்கோ."

"நீ எதுக்குமே டென்ஷன் ஆகமாட்டியாம்மா... போகட்டும் உன்கிட்ட நான் ஒரு முக்கியமான விஷயம் பேசணும்மா."

"பேசுடா... இதுக்கெல்லாம் பர்மிஷன் கேட்கணுமா?"

"அதுக்கில்ல. நான் சொல்லபோறத கேட்டு நீ கொஞ்சம் பதற்றமடையலாம். அதான் உன்கிட்ட அப்படிச் சொன்னேன்."

அவர்கள் இருவர் பேசுவதையும் ஒரு பேப்பரை விரித்துக்கொண்டு கேட்டும் கேட்காதவரைப்போல நடந்துகொள்ளத் தொடங்கியிருந்தார் ராமமூர்த்தி.

"அம்மா..."

"சொல்லுப்பா–"

"யு.எஸ்க்கு ஆபீஸுக்கு மெயில் அனுப்பிட்டேன்மா."

"அதான் சொன்னியே. திரும்பவும் கேட்கறேன். அந்த நல்ல சந்தர்ப்பத்தை நழுவவிட்றதபத்தி நல்லா யோசிச்சியா?"

"யோசிக்க என்னம்மா இருக்கு... ரேவதிய விட்டுட்டுப் போனாலும் மனசு கிடந்து தவிக்குமேம்மா..."

சொல்லும்போதே கண்கலங்கிற்று விஷ்வாவுக்கு...

அன்னபூரணியும் அதைப் பார்த்து நெகிழ்ந்தவளாய், "விஷயத்துக்கு வா... அந்த முக்கிய விஷயத்தைச் சொல்" என்று அவனை ஊக்கப்படுத்தினாள். சட்டென்று ராமமூர்த்தியைப் பார்த்தவன் அவளோடு தனியே ஒதுங்கத் தொடங்கினான். ராமமூர்த்திக்கு அது எரிச்சலைத் தந்தது.

அப்போது பார்த்து அவன் செல்போனிடமும் அமட்டல், ஆனால் அது விஷ்வா காதில் விழும் தூரத்தில் அவன் இல்லை. கொல்லைப்புறம் போயிருந்தான். கொல்லைப்புறத்தில்...

"அம்மா இந்த ஜோசியம் ஜாதகம் இதெல்லாம் உண்மையா?" விஷ்வா ஆரம்பித்திருந்தான். அன்னபூரணிக்குப் பகீர் என்றது. 'தெருவில் தான் சந்தித்த ஜோசியக்காரியை இவனும் ஒருவேளை பார்த்துவிட்டானா?' என்கிற கேள்வி மனத்தில் ஓடியது.

"என்னம்மா பதிலக் காணோம்..." அவன் அவளைக் கலைத்தான்.

"அதுவா... நாமதான் நிறையப் பேசியிருக்கோமேப்பா. அதுவும் கடவுள் மாதிரிதான். இருக்குன்னா இருக்கு இல்லைன்னா இல்லை."

"நீ நம்பறேதானே?"

"ஏன். யாராவது ஏதாவது சொன்னாங்களா?"

விஷ்வா, ராமநாதனிடம் ஜோசியர் சொன்ன அவ்வளவையும் அப்படியே வரிவிடாமல் சொல்லி முடித்தான்.

இதற்குள் விஷ்வாவின் போன் மூன்றாவதுமுறை அமட்டி அதை ராமமூர்த்தி தன் கையில் எடுத்து, "ஹலோ யார் பேசறதுங்க...?" என்று கேட்கவும் வைத்துவிட்டது.

“நீங்க யார்... புதுசா இருக்கே?” என்றது பதிலுக்கு அந்தப்பெண் குரல்.

“நான் யாரா? சரிதான்... நான் விஷ்வாவோட அப்பன்மா...”

“அப்பாவா... நமஸ்காரம் சார்... நமஸ்காரம்...” மறுபுறம் பேசியது சுவாதிதான்!

சுவாதியின் நமஸ்காரக் குரல் ராமமூர்த்திக்கும் மிகப்பிடித்துவிட்டது.

“நீ யாரும்மா?”

“நான்... நான் விஷ்வாவோட ஃப்ரண்ட் அங்கிள்.”

“ஃப்ரண்டா... கேர்ள் ஃப்ரண்டா? அப்படின்னாலே அர்த்தமே வேறயாச்சே...?”

“புரியல அங்கிள்.”

“இல்ல அவன் வேற யாரையோ லவ் பண்றதா இப்பத்தான் அவங்க அம்மாகிட்ட சொல்லிக்கிட்டிருந்தான். பேர்கூட ஏதோ திங்கற எழுத்துல முடிஞ்சது. கோயிலுக்குப்போய் அர்ச்சனை எல்லாம் பண்ணேன்னான். நீயும் கேர்ள் ஃப்ரண்டுங்கிறியா, அதான் ஒருவேளை நீயோன்னு நினைச்சு அப்படிக் கேட்டேன்...”

“அப்படியா... என் பேர் சுவாதி இந்தப் பேரையா விஷ்வா சொன்னான்?”

“சொன்னானா...?”

“சாரி, சொன்னாரு...”

“அது. அப்ப நீதான் அந்தப்பொண்ணா?”

“அங்கிள் நீங்களா இப்படி வெளிப்படையா பேசறிங்க என்னால நம்பவே முடியல.”

“பேசணும்மா, பேசினாதான் காலம் தள்ளமுடியும். அதுலயும் நான் கொஞ்சம் முற்போக்கானவன் வேற...”

“ரொம்ப சந்தோஷம் அங்கிள். விஷ்வாகிட்ட நான் இன்னும் ப்ரபோஸ் பண்ணல இப்ப நீங்க சொல்லவும் ரொம்ப சந்தோஷமா இருக்கு.”

“ஆமா நீ யாரு? என்ன பண்றே?” அவள் சொல்லத் தொடங்கினாள்.

கொல்லைப்புறத்தில் விஷ்வா அம்மாவிடம் ஜோசியர் சொன்னதைச் சொல்லி முடித்தவனாய் அவள் முகத்தைப் பார்த்துக்கொண்டிருந்தான். அன்னபூரணி கிட்டத்தட்ட உறைநிலைக்குப் போயிருந்தாள்!

“அம்மா என்னம்மா மௌனமாயிட்டே?”

“காலத்த நினைச்சேம்ப்பா... அதோட சக்தி முன்னால நாமல்லாம் சுண்டைக்காயடா...”

“என்னம்மா என்னென்னமோ சொல்றே?”

“ஒருபுறம் உங்க அப்பா வந்திருக்காரு. நீயும் எல்லா பாவத்தையும் வாங்கிக்கறேன்னு சொல்றே சம்பந்தமில்லாத ஒரு ஜோசியக்காரியோ தேடிவந்து மிரட்டிட்டுப்போறா, எனக்கு நடக்கற எதுவுமே நல்லதா தெரியலடா...”

“அப்பாவை நானா சேருன்னு சொன்னேன்...”

“அந்தப் பெண்ணோட கர்மாவைக்கூட நான் உன்னை வாங்கிக்கச் சொல்லலியே, ஆனா நீ வாங்கிக்கறேன்னு சொல்லி நிக்கிறியே?”

“அம்மா ரேவதி கழுத்துல நான் தாலி மட்டும்தாம்மா கட்டலை. மத்தபடி அவளை நான் என் மனைவியாவும் அவ என்னை தன் கணவனாவும்தாம்மா நினைக்கறா. அப்படிப்பட்ட ஒரு உறவுல இதைக்கூடச் செய்யலேன்னா எப்படிம்மா?”

“தாலி கட்டாத உறவுக்கே இவ்வளவு செய்யலாம்னா நான் உன் அப்பாவை அனுமதிச்சதெல்லாம் ஒண்ணுமே இல்லடா...”

"விடும்மா இப்ப எதுக்கு அந்தாள் பேச்சு? எனக்கு உன் அனுமதி வேணும். ஜோசியர் சொன்னபடி அவ கர்மத்தை நான் வாங்கிக்கிட்டா ரேவதி குணமாயிடுவாதானே?"

"நிச்சயமாப்பா... எனக்கு அதுல அசைக்கமுடியாத நம்பிக்கை இருக்கு. அந்தப் பெண் பெரிய பாவியா இருந்தா உன்னைப்போல தன்னலமில்லாத ஒருத்தன் அவளுக்குக் கிடைச்சிருக்கவேமாட்டான். அவ உண்மைல ரொம்பக் கொடுத்துவெச்சவ. இந்த விபத்து அவ வரைல ஒரு சோதனை அவ்வளவுதான்!"

"கரெக்ட்... இப்படித்தான் பாசிடிவா திங்க் பண்ணனும். ரொம்ப தேங்க்ஸ்மா. அப்ப நான் இப்பவே அந்த ஜோசியரைப் பார்த்து என்ன செய்யணுமோ செய்யறேன். கிளம்பறேன்..."

"இருடா... நான் ஒரு பாதியதான் சொல்லியிருக்கேன். இன்னொரு பாதி இருக்குடா..."

"என்னம்மா அது?"

"ஒரு அம்மாவா சொல்றேன்டா. அவ அளவு நீ அதிர்ஷ்டம் பண்ணலடா. கிடைச்ச வேலைய வேண்டாம்னுட்டே இப்ப பாவத்தை வேற வாங்கிக்கறேன்னு சொல்றே? உன் எதிர்காலத்தை நினைச்சா எனக்குப் பயமா இருக்கு விஷ்வா..."

"நீயாம்மா இப்படிச் சொல்றே...?"

"நான்தான் சொல்றேன் காலம் என்னைச் சொல்ல வைக்குதுப்பா."

"பயப்படாதம்மா... எனக்கு எதுவும் ஆகாது..."

"இதுக்கு மேல என்னடா ஆகணும். வேலைபோய் பாவியாகவும் ஆகறதவிட என்னடா இருக்கு?"

"அப்ப உனக்கு இதுல விருப்பமில்லையா?"

"ஆமாம் விஷ்வா, எனக்கு இதுல விருப்பமில்லை. நீ வாழ வேண்டியவன்."

"எனக்கு எதுவும் ஆகாதும்மா. நான் நிச்சயம் நல்லா இருப்பேன். ஒரு பக்கம் நீ; இன்னொரு பக்கம் ரேவதி. இதைவிட என்ன சந்தோஷம் எனக்கு வேணும்?"

"உன் வயசுக்கு நீ இப்படித்தான் பேசுவே... உனக்கு சில விஷயங்களைப் புரியவைக்கவும் முடியாது. இப்ப நான் சொல்லப்போறத கேள்..."

"என்னம்மா?"

ரேவதி விஷயத்துல அந்த கர்மாவை நீ வாங்கிக்க ஆசைப்படாதே. விட்டுடு அதே சமயம் ரேவதி நல்லபடியா குணமாகி வருவா. அதுக்கு நான் உனக்கு உத்தரவாதம் தர்றேன். அந்த வேலையகூட நீ விடாதே அமெரிக்கா புறப்படற வழியைப் பார்..."

"என்னம்மா திடீர்னு இப்படி எல்லாத்தையும் அப்படியே தலைகீழா புரட்டிப்போட்டுட்டே...?"

"உனக்கு அப்படித் தெரியலாம். ஆனா நான் எப்பவும் நானாதாம்ப்பா இருக்கேன்."

"அம்மா..."

"சொன்னா கேள் விஷ்வா... ரேவதிக்கு எதுவும் ஆகாது."

"எப்படிம்மா? அவ கர்மத்தை என்னைவிட்டா வேற யார் வாங்கிப்பா?"

"ஏண்டா நானில்லை?"

அன்னபூரணி அப்படிக் கேட்கவும் ஸ்தம்பித்தான் விஷ்வா!

◈◈◈

ராமமூர்த்தி, சுவாதியோடு பேசி முடித்திருந்தார். பெரிய இடம் பணக்காரக் குடும்பம் என்கிற அந்த விஷயங்களே அவருக்குப் போதுமானதாகவும் இருந்தது. வீட்டு மருமகளாக வரப்போகிறவளை இப்போதே கைக்குள் போட்டுக்கொண்டு

விடுவதே புத்திசாலித்தனம் என்று அவருக்குள் இருக்கும் கிரிமினல் அவரை இயக்கியதில் சுவாதி அவரை வீட்டுக்கே அழைத்திருந்தாள். அவரும் வருவதாகச் சொல்லிவிட்டு பலமாதிரி யோசிக்கத் தொடங்கிவிட்டார்.

விஷ்வா வந்து பார்க்கவும் அவர் அருகில் செல்போன் இருந்தது. பகீர் என்றது.

"யோவ் எதுக்குய்யா என் போனை எடுத்தே?" என்று எடுப்பிலேயே வேகமானான்.

"தொடர்ந்து போன் வந்தது நீயோ உன் அம்மாகூட கொல்லைப்பக்கமா ஒதுங்கிட்டே பதில் சொல்லதான் எடுத்தேன். இது ஒரு தப்பா?"

"சரி போன்ல யார் கூப்பிட்டது?"

"வேற யாரு... எல்லாம் உன் ஆள்தான்."

"என் ஆளா? என்ன உளர்றே?"

"அதாம்ப்பா அந்த ஃபார்மாடிவிஷன் முதலாளிப்பொண்ணு சுவாதி..."

"அவ என் ஆளா... உனக்கு யார் சொன்னா?"

"இதை ஒருத்தர் வந்து சொல்லணுமாக்கும். கேர்ள் ஃப்ரண்டுன்னாலே அப்படித்தானே அர்த்தம்?"

"போய் உன் வாய முதல்ல நல்லா கழுவு. என் ஆளாம் என் ஆளு. இனிமே நீ என் போனை எடுத்தே கையை உடைச்சிடுவேன்."

விஷ்வா வேகமாகக் கத்தவும் அன்னபூரணி இடையில் நுழைந்து ஆற்றுப்படுத்தத் தொடங்கினாள்.

"விஷ்வா இப்படி எல்லாம் கோபப்படாதேடா. நெருப்புன்னா சுட்டுடுமா என்ன? போடா போய் ஆகவேண்டியதப் பாருடா" என்று அவனை அனுப்பி வைத்தாள். அவன் விலகவும் ராமமூர்த்தி, அன்னபூரணியிடம், "நான் இப்ப என்ன அன்னம்

தப்பா சொல்லிட்டேன்? அந்தப் பொண்ணு இவன் மேல எவ்வளவு காதலோட இருக்கா தெரியுமா?" என்றார்.

அன்னபூரணிக்கு நெஞ்சில் திம்மென்று யாரோ கத்தினதுபோல் இருந்தது.

"என்னங்க சொல்றீங்க?"

"அது சரி... நான் என்ன ஈரான் ஈராக் பாஷைலயா சொன்னேன். தமிழ்லதான் சொன்னேன்."

"உங்ககூட பேசினது சுவாதிதானா நல்லா தெரியுமா?"

"போன்ல முகமெல்லாமா தெரியும். அந்தப் பொண்ணு அப்படித்தான் சொன்னா..."

"விஷ்வாவைக் காதலிக்கறதாவா சொன்னா?"

"ஆமா"

"இல்ல... நீங்க யார்னே தெரியாத நிலைல ஒரு பொண்ணு எப்படித் தன் காதலப்பத்தி எல்லாம் பேசுவா?"

"நான் விஷ்வா அப்பான்னேன். முடிஞ்சுபோச்சு. இதுக்கு மேல என்ன வேணும்?"

"நீங்க எதுக்கு அவன் போனை எடுத்தீங்க?"

"ஏன் அன்னம்? ஓயாம ரிங் அடிச்சிச்சு. அதான் அட்டெண்ட் பண்ணேன்."

"அட்டெண்ட் பண்ணா விஷ்வா வேலையா இருக்கான். பிறகு பேசுங்கன்னு சொல்லி வெச்சுட வேண்டியதுதானே?"

"எதுக்கு இவ்வளவு கோபப்படறே? அவன் தன் காதலைப் பத்திதான் உன்கிட்டேயும் சொல்லிக்கிட்டிருந்தானே?"

"ஒட்டு கேட்டீங்களாக்கும். இந்தப்பழக்கம் உங்களவிட்டுப் போகவே போகாதா?"

"அன்னம் நீயா இவ்வளவு கோபப்படறே?"

“படவெச்சிட்டீங்க... சிக்கல் தெரியாம அவகிட்ட பேசக்கூடாததெல்லாம் பேசியிருக்கீங்க, அவன் அவளை லவ் பண்ணலைங்க, அவ தங்கையைத்தான் லவ் பண்றான்.”

“ஓ... தங்கை ஒருத்தி இருக்காளாக்கும்?”

“எதையும் முழுசா தெரிஞ்சிக்காம ஏங்க இப்படி எதையாவது பண்றீங்க?”

“விடு... இப்ப என்ன கெட்டுப்போச்சு. அவகிட்ட என் பையன் உன்னை லவ் பண்ணலேம்மா நான் தப்பா சொல்லிட்டேன்னு சொல்லிட்டா போச்சு.”

“இது அதைவிட ஆபத்து. அந்தப்பொண்ணு சாமான்யப்பட்டவ கிடையாது. ஒரு விஷயத்துக்கு அவ ஆசைப்பட்டா பட்டதுதான்...”

“அவ பட்டா பட்டுட்டுப் போகட்டும். நம்ம பையன்தான் படலையே...”

“புரியாமலே பேசறீங்க. அவ அப்படி எல்லாம் லேசுல விடமாட்டா.”

“இப்ப நீ சொல்றதுதான் எனக்குப் புரியல. அவ விட மாட்டான்னா என்ன பண்ணிடுவா?”

“கொலைகூட பண்ணுவா... போதுமா?” அன்னபூரணி கேட்ட விதத்தில் ராமமூர்த்தியே மிரண்டுபோனார்.

——

17

அத்தியாயம்

'**கொ**லைகூட பண்ணுவா' என்று ஒரு வேகத்தில் சொல்லிவிட்டு அன்னபூரணி விலகிக்கொண்டாள். ராமமூர்த்திக்கோ அதை நம்ப முடியவில்லை. தன்னோடு போனில் பேசியவளுக்குள் அந்த அளவுக்கா ஒரு தீவிரம் இருக்கும் என்கிற ஒரு கேள்வி அவருக்குள் உள்ளோடியது. பேசும்போது 'அங்கிள் வீட்டுக்கு வாங்க அங்கிள்...' என்று மிக மரியாதையாகக் கூப்பிட்டதெல்லாமும் உள்ளோடியது. அப்படியே இந்த விஷயம் அடுத்து என்னாகும் என்கிற கேள்வியும் எழும்பியது. அப்போது திரும்ப வந்தாள் அன்னபூரணி. ராமமூர்த்தியைப் பார்த்து, "என்ன தீவிர யோசனை?" என்று கேட்டாள்.

"இல்ல நீ சொன்னத நினைச்சுப் பார்த்தேன். இப்படி எல்லாம்கூட பெண்கள் இருப்பாங்களான்னு எனக்கு ஒரே ஆச்சர்யம் அன்னம்..." என்றார்.

"போதும்... இனிமே இதைப்பத்தி நீங்க எதுவும் பேசவேண்டாம். அந்த சுவாதி உங்ககூட இப்படிப் பேசினான்னு விஷ்வாவுக்குத் தெரிஞ்சா துடிச்சிப் போயிடுவான்."

“அவன் எங்க என்கிட்ட முகம் கொடுத்துப் பேசறான் நான் அவன்கிட்ட இதையெல்லாம் பேசறதுக்கு...”

“என்கிட்ட பேசினதோடு விட்றுங்க... நான் பாத்துக்கறேன்.”

“அதுசரி... விஷ்வா அந்தப் பெண்ணோட தங்கையை லவ் பண்றான்னு சொன்னியே. அந்தப் பொண்ணு எப்படி?”

“அவ கட்டித்தங்கம்.”

“அப்ப இவ பித்தளையா?”

“நான் அப்படிச் சொல்லலை... அந்தப் பொண்ணு தங்கம்னு மட்டும்தான் சொன்னேன்...”

“சரி, இவ இப்படி ஒரு ஆசையோட இருக்காளே... என்ன செய்யப்போறே?”

“இந்தக் கவலையெல்லாம் உங்களுக்கு வேண்டாம். நீங்க போய் உங்க வேலைய பாருங்க... நீங்க இது எதுலையும் தலையிடவேண்டாம்.”

“அன்னம், நான் தெருவுல போறவன் இல்லை. விஷ்வாவோட தகப்பன்...”

“நான் உன் அப்பன்டான்னு அவன் முன்னால சொல்ற தைரியம் உங்களுக்கு இருக்குதா? அப்பாவ ஒரு கடமையை ஒழுங்கா செய்திருக்கீங்களா? அவனுக்கு காலேஜ் ஃபீஸ் கட்றதுக்காக வெச்சிருந்த பணத்தை எடுத்துக்கிட்டு போய் சீட்டாடினவர் நீங்க! அவன் திருப்பிக் கேட்டான்னா உங்களால தாங்கமுடியாது. நான் அவன் எதிர்ப்பையும் மீறி உங்கள இங்க அனுமதிச்சிருக்கேன். அதை கண்டதைப் பேசி கெடுத்துக்காதீங்க... போங்க... போய் அமைதியா இருங்க. அதுமட்டும்தான் உங்களக் காப்பாத்தும்.”

அன்னபூரணி முதல் தடவையாக ராமமூர்த்தியிடம் சற்றுக் கடுமையாகப் பேசிவிட்டு செல்லவும் ராமமூர்த்தியின் முகம் இருளத் தொடங்கியது. அவருக்குள் ஓரமாய்க் கட்டிப்போட்டதுபோல் அமர்ந்திருந்த குரூரம் தூசு தட்டியதுபோல எழுந்து நின்றது!

◈◈◈

ஹாஸ்பிடல்!

"விஷ்வாவும் அன்னபூரணியும் வந்தபோது அங்கே யாரும் இல்லை. விஷ்வாவுக்குச் சற்றுப் பகீர் என்றது. நர்சிடம் கேட்கவும் பத்மாவும், தேவகியும் டிஸ்சார்ஜ் செய்யப்பட்டு வீட்டுக்குப் போய்விட்ட செய்தி தெரிந்தது."

'ரேவதிக்கு யார் துணை?' என்று கேட்கவும், "இப்போதைக்கு யாரும் தேவையில்லை. ஐ.சி.யு.வில இருக்கறதால நாங்களே பார்த்துப்போம்... அங்க இருந்து ஜெனரல் வார்டுக்கு மாறிட்ட பிறகுதான் யாராவதுகூட இருக்கணும்" என்றார் நர்ஸ்.

"ரேவதியை ஒரு பார்வை பாக்கமுடியுமா?" என்று மிகப்பரிதாபமாகக் கேட்டவனை, அரைமனதாக அழைத்துச் சென்றாள். நடக்கையில் அன்னபூரணி சில கேள்விகள் கேட்டாள்.

"ஏம்மா... பூரணமா குணமாயிடுவாதானே?"

"எங்களால ஆன எல்லாம் செய்யறோம்மா மற்றபடி எல்லாம் கடவுள் கைல..."

"அது தெரியும்மா... உன் அனுபவத்துல நீ எவ்வளவோ பாத்திருப்பே. அதைவெச்சு சொல்லேன்..."

"சொல்ல முடியலம்மா... இதுவரை எந்தப் பின்னடைவும் இல்லை. முன்னேற்றமும் இல்லை."

"அப்ப எப்படி வேணா திரும்பும்னு சொல்றியா?"

"அ... ஆமாம்மா..."

"நல்ல பொண்ணும்மா..."

"பெரும்பாலும் ரொம்ப நல்லவங்களுக்குத்தாம்மா எனக்குத் தெரிஞ்சு இப்படியெல்லாம் நடக்குது."

ஐ.சி.யு. வந்துவிடவும் பேச்சு முடிந்து அவர்கள் உள்நுழைந்தனர். தலைக்கு கேப், ஆப்ரன் என்று தற்காப்பு உபகரணங்களோடு ரேவதியை நெருங்கினர். ரேவதி ஒரு உயிர்ப்பிணமாகத்தான் காட்சி தந்தாள். அருகில் மானிடரில்

ஒரு ஒளிப்புள்ளி ஓடிக்கொண்டேயிருந்தது. சொட்டுச்சொட்டாய் சலைனும் இறங்கிக்கொண்டிருந்தது. முகத்தில் மட்டும் எந்தப் பிசிறும் இல்லை. பிரகாசமாய்த் தெரிந்தது. அவள் கையைப் பற்றும்போது கண்ணீர் வர ஆரம்பித்துவிட்டது விஷ்வாவுக்கு... பதிலுக்கு அவன் கையைப் பிடித்த அன்னபூரணி, "அழாதே விஷ்வா... தப்பா எதுவும் நடக்காது. நான் இருக்கேன். நாளைக்கு அந்த ஜோசியக்காரர் முன்னால சாஸ்த்ரபூர்வமா இவளோட கர்மங்களை வாங்கிக்கறேன்னு சொல்றதுக்கு முன்னால இங்க இப்பவே உன் முன்னால நான் வாங்கிக்கத் தயாராயிட்டேன்.

நான் வாழ்ந்து முடிச்சவ. இவளும் நீயும் இனிதான் வாழவே போறீங்க. ஆகையால இப்படி நடந்துக்கறதுல எனக்குத் துளியும் வருத்தமில்லை மாறா ரொம்பவே சந்தோஷப்படறேன் ஒரு அம்மாவா உனக்கு நான் எந்தச் சொத்துபத்தும் வைக்கல. ஏதோ சமைச்சுப்போட்டேன் எனக்கு தெரிஞ்ச நல்லதை எல்லாமும் சொன்னேன், உருப்படியா எதுவும் செய்யலையேங்கற ஒரு வருத்தம் இருந்தது. இப்ப இவளால அதுவும் நீங்கிப்போச்சு."

என்று உணர்வுப்பூர்வமாகப் பேசிய அன்னபூரணி, ரேவதியின் வலதுகரத்தைப் பற்றினாள். இடது கரத்தில்தான் ரத்தமும் சலைனும் ஊடுருவிக்கொண்டிருந்தது. வலது கரம் பூப்போல் இதமாக இருந்தது. தெளிவாகச் சில ரேகைகள் மட்டுமே இருந்தன. மகத்தான ஞானிகளுக்கு மட்டுமே அப்படி இருக்கும். அந்தக் கையோடு தன் வலதுகையை வைத்து இதமாய் அழுத்திய அன்னபூரணி, "அம்மாடி... உன்னோட பொல்லாத பாவமெல்லாம் இனி என்னைச் சேர்ந்தது. மனசார அதை நான் உன்கிட்ட இருந்து வாங்கிக்கறேன். என் கணக்குல எதாவது புண்ணியம் இருந்தா அது உன்னைச் சேரட்டும்.

மகாபாரதத்துல போர்க்களத்துல கர்ணன் தன் ரத்தத்தால தன் புண்ணியத்தை தானமா தந்தான். இதுதான் எனக்கு முன்னுதாரணம்... மனப்பூர்வமா இதை நான் சொல்றேன். நல்லபடியா குணமாகி எழுந்துவா. நீயும், விஷ்வாவும் மாலையும்

கழுத்துமா நிக்கறதை நான் என் கண் குளிரப் பார்க்கணும் அதுபோதும்.

என் பிள்ளை புத்திசாலியா, சாமர்த்தியசாலியான்னுல்லாம் எனக்குத் தெரியாது. ஆனா அவன் ரொம்ப நல்லவன். இந்த நிலையிலேயும் உன் மேல அவன் வெச்சிருக்கற காதலே அதுக்கு சாட்சி. ஒரு நல்ல பிள்ளைய உனக்கு புருஷனா தரப்போறதுல எனக்கு ரொம்பவே பெருமை.

தானமோ தர்மமோ எதையும் எதிர்பார்த்துச் செய்யக்கூடாதும்பாங்க. நீ உணர முடியாம இருக்கற நிலைல இங்க நடக்கற இந்தச் செயல்களுக்குப் பெரிய அர்த்தம் இருக்குன்னுதான் உறுதியா நம்பறேன். நீ குணமாகி தீர்க்காயுசோட என் பிள்ளையோட வாழ்ந்தா அதுவேபோதும் எனக்கு...”

என்று கைகளைப் பிடித்தபடியே பேசிய அன்னபூரணியை மிகவும் ஆச்சர்யத்தோடு பார்த்தாள் அந்த நர்ஸ். அவள் வாழ்வில் ஒரு ஐ.சி.யூ. வார்டுக்குள் இப்படி எல்லாம் நடந்து பார்த்ததேயில்லை. அவள் கண்களிலும் கண்ணீர் திரளத் தொடங்கிவிட்டது.

விஷ்வா ஸ்தம்பிப்பில் இருந்தான். அம்மா என்றாலே அன்புதான். அன்னபூரணியோ நான் பேரன்பு என்பதுபோல செயல்பட்டுக்கொண்டிருந்தாள். நெகிழ்ந்துபோனவன் அங்கேயே அவள் காலில் விழுந்தான். அவளும் அவனை எழுப்பிக் கட்டிக்கொண்டாள். கண்கள் கசிந்தாள்.

“இந்தப் பொண்ணு நிச்சயமா பிழைச்சு நல்லா வாழும்மா. நான் உறுதியா சொல்றேன். இப்படியெல்லாம் ஒரு பேஷன்ட்கிட்ட ஒருத்தர் நடந்து நான் பார்த்ததேயில்லை. ஒரு பொண்ணுக்கு விதி இல்லாட்டி சத்தி இருக்கறவங்களும் தப்பாதான் நினைப்பாங்க. தப்பாதான் எல்லாமும் நடக்கும். ஆனா, இந்த பேஷண்ட் வரைல எல்லாமே நல்லபடியாதான் நடக்குது. இப்படிப் பாவத்தை எல்லாம் மனசார வாங்கிக்கற விஷயமே எனக்குப் புதுசு.”

என்று அந்த நர்சும் மனம் நெகிழ்ந்து பேசினாள்.

"உன் வாக்கு பலிக்கட்டும்மா... ரேவதி விஷயத்துல முன்னேற்றம் ஏற்படும்போது அதை உடனே எங்களுக்குச் சொல்றியா?" என்று கேட்டு தங்கள் செல்போன் நம்பரையும் தந்தாள் அன்னபூரணி. அதன்பின் இருவரும் ராமநாதன் வீடு நோக்கித்தான் புறப்பட்டனர்.

அப்போதே ரேவதியின் கால் கட்டைவிரலில் சிறிதாய் ஓர் அசைவு. ஆனால் யாரும் கவனிக்கவில்லை.

◈◈◈

ரேவதியின் வீட்டில் அரைமனதாக ஹாஸ்பிடலுக்குக் கிளம்பிக்கொண்டிருந்தாள் சுவாதி.

"நீ போய் ரேவதிக்குத் துணையா இரு. நான் காலைல வந்துட்றேன். இங்க இவங்க இரண்டுபேரும் வீட்டுக்கு வந்துட்டாலும் இவங்க இன்னும் பேஷன்டுங்கதான். இவங்களை நான் பார்த்துக்கணும்" என்று சுவாதியை ஒப்புக்கொள்ள செய்திருந்தார் ராமநாதன்.

அவள் அந்தப் பக்கமாகச் செல்லவும் இந்தப் பக்கமாக அன்னபூரணியும், விஷ்வாவும் வந்து சேர்ந்தனர். இருவரையும் பார்த்த ராமநாதனுக்கு இன்ப அதிர்ச்சி.

"வாங்க வாங்க..." என்று வரவேற்றார். அன்னபூரணி மிரட்டலான அந்தப் பங்களாவைப் பார்த்துச் சற்று அயர்ந்தாலும் சுதாரித்துக்கொண்டு சோஃபாவில் அமர்ந்தாள்.

மணி இரவு எட்டு. சுவாதி வீட்டில் இல்லை என்பதும் பளிச்சென்று தெரிந்தது.

"ஆஸ்பத்திரிக்குப் போயிருந்தோம்... ரேவதி அம்மாவும், அத்தையும் டிஸ்சார்ஜ் ஆயிட்டதாக சொன்னாங்க. அப்படியே

ரேவதியைப் பார்த்துட்டு நேரா வர்றோம்" என்று தொடங்கினான் விஷ்வா.

"ரொம்ப சந்தோஷம்... என்ன சாப்பிட்றீங்க?"

"எதுக்கு சார் ஃபார்மாலிடீஸ்... விடுங்க சில முக்கியமான விஷயங்களைப் பேசத்தான் வந்திருக்கோம்."

"சொல்லுங்க..."

"அவங்க முழிச்சிக்கிட்டு இருக்காங்களா?"

"யாரு பத்மாவா... யெஸ், யெஸ்... என் சிஸ்டரும் இன்னும் தூங்கல."

"அவங்களால இந்த ஹாலுக்கு வரமுடியுமா?"

"முடியும்னுதான் நினைக்கறேன்..." என்ற ராமநாதன், அடுத்த சில நிமிடங்களில் அவர்கள் இருவரோடும் ஹாலுக்கு வந்தார். இதில் தேவகி நிதானமாய் நடந்துவர, பத்மா வீல் சேரில் அமர்ந்து வந்தாள்.

பரஸ்பர நமஸ்காரப் பரிமாற்றங்களின் முடிவில் விஷ்வாவே தொடங்கினான்.

"சார்... அந்த ஜோசியர் சொன்னபடி ரேவதியோட எல்லா பாவகர்மாவையும் நான் வாங்கிக்கறேன்னு சொன்னேன் இல்லியா... அதுல ஒரு சிறு மாற்றம்" என்று விஷ்வா அன்னபூரணியைப் பார்த்தான்.

"ஆமாங்க... அந்த மாற்றத்துக்குக் காரணம்கூட நான்தான்! நானே அந்தப் புண்ணியத்தைச் செய்ய முடிவு செய்துட்டேன். இந்த விஷயத்துல தாமதிக்கவேண்டாம் நாளைக்கே அதுக்கான சடங்குகளை அந்த ஜோசியர் செய்யலாம். எங்களுக்கு ரேவதி குணமாகி வீடு திரும்பினா போதும்..." என்றவளை பிரமிப்போடு மூவரும் பார்த்தனர். பத்மாவின் கண்களில் கண்ணீர் துளிக்கத் தொடங்கிவிட்டது. தேவகி விக்கிப்பில் இருந்தாள்.

“அம்மா என்ன இது. நீங்களா?” என்று படபடப்போடு எழுந்து நின்றார் ராமநாதன்.

“உக்காருங்க. நான் வாழ்ந்து முடிச்சவ... விஷ்வா வாழவேண்டியவன். அவனே ரேவதிக்காகத் துணியும்போது அதை நான் வேடிக்கை பார்த்தா எப்படி?”

“சரியான சிந்தனைதான்... ஆனா சொந்தங்களே விலகி நிக்கற இந்தக்காலத்துல நீங்க தேடி வந்து காட்ற அன்புக்கும் பரிவுக்கும் நாங்க என்ன கைமாறு செய்யப்போறோமோ தெரியல.”

“எங்கள மூணாம் மனுஷங்களா நினைச்சா இப்படித்தான் சொல்லத்தோணும். உங்க உறவா நினைச்சா இதெல்லாம் பெரிசா தெரியாது...”

“உறவாவா?” ராமநாதன் லேசாக அதிர்ந்தார். விஷ்வாவும் முக்கியமான கட்டம் வந்துவிட்டதை உணர்ந்து அன்னபூரணியைப் பார்த்தான்.

“ஆமாம்... உறவுதான்! நான் சுத்தி வளைச்செல்லாம் பேச விரும்பல. விஷ்வா, ரேவதியைக் காதலிக்கறான் இரண்டுபேருக்கும் ஒரு இன்டர்வியூவுலதான் காதல் ஏற்பட்டது. ரொம்ப கண்ணியமா அது வளர்ந்தது. அமெரிக்காவுக்கு விஷ்வாவும் போக இருந்தான். ரேவதிக்கு விபத்து ஏற்படவும் அந்த வேலையையும் வேண்டாம்னு சொல்லிட்டான். இப்போதைக்கு என் மகனுக்கு ஒரே விருப்பம்தான். அது ரேவதி நல்லபடியா பிழைச்சு வரணும்கறதுதான்.” என்று மிக மென்மையாகச் சொல்லி முடித்தாள் அன்னபூரணி.

அதைக் கேட்ட மூவரிடமும் சிறிது ஸ்தம்பிப்பும்கூட...

“மன்னிக்கணும். அசோக்குங்கற பேர்ல நான் உங்கள கொஞ்சம் ஏமாத்திட்டேன். அதை நான் திட்டம் போட்டெல்லாம் செய்யல. சுவாதிக்காக அப்படிச் சொன்னேன்! ஏன்னா சுவாதிபத்தி ரேவதி என்கிட்ட ரொம்பவே சொல்லியிருக்கா, வெரி பொசசிவ், வெரி அக்ரசிவ் ரொம்பவே பெக்கூலியர் கேரக்டர்னு... அதனால யதார்த்தமா ரேவதிய பாக்க உங்க வீட்டுக்கு வந்தப்பதான் ரேவதி

ஆக்சிடென்ட் ஆகி ஆஸ்பத்திரியில இருந்தா... நீங்க யாரும் இல்லை... சுவாதி மட்டும் இருந்தா... அதனால சாதாரணமா நான் ரேவதியோட கிளாஸ்மெட், என் பேர் அசோக்ன்னு சொல்லி அவளையும் ஆழம் பார்த்தேன்... இனியும் அது தொடர்வதை நான் விரும்பல. அதான் இப்ப எல்லாத்தையும் சொல்லிட்டேன்."

விஷ்வாவும் மனம் திறந்து பேசி முடித்தான். ராமநாதன் முகத்தில் கலவர ரேகைகள் உருவாகி முகம் முழுக்க வியாபிப்பது நன்றாகத் தெரிந்தது.

"என்ன சார்... நான் சொன்னதை உங்களால ஜீரணிக்க முடியலியா?"

"இல்ல... இதைக் கொஞ்சம் முந்தி சொல்லியிருக்கக்கூடாதா அசோக்... சரி விஷ்வா..."

"எதனால சார் இப்படிச் சொல்றீங்க?"

"இப்பதான் ஒரு அரைமணி நேரம் முந்தி சுவாதி உங்களத்தான் காதலிக்கறதா சொல்லி என்கிட்ட தன் காதலைச் சொன்னா! நானும் சந்தோஷம்மா... அசோக் ஒரு நல்ல சாய்ஸ். உன் கல்யாணத்தை நான் நடத்தி வைக்கறேன்னும் சொல்லியிருந்தேன்..."

மென்று விழுங்கியவராக ராமநாதன் சொல்லவும் விஷ்வாவுக்குத் தலையில் இடி விழுந்ததுபோல் இருந்தது. ஆனால் அன்னபூரணி கலங்காமல் அதற்குப் பதில்கூறத் தொடங்கினாள்.

"சுவாதி என் புருஷன்கிட்டேயும் பேசியிருக்கா. அவர் மூலமாக அவ விஷ்வாவை விரும்பற விஷயம் எனக்கும் தெரியவந்தது. இது கொஞ்சம் சங்கடமான விஷயம்தான்! விதி தன் விளையாட்டை ரேவதிகிட்ட விபத்தா நிகழ்த்தினா. என் மகன்கிட்ட சுவாதி ரூபத்துல நிகழ்த்தியிருக்கு. இப்ப இந்தப் பிரச்சனை இருக்கு. இதை நாம சுவாதிகிட்ட பேசி அவளுக்குப் புரியவெச்சிட்டா சரியாயிடும்னு நான் நம்பறேன்" என்றவளை தேவகி பார்த்தவிதமே ஒருமாதிரி இருந்தது.

"அப்படி எல்லாம் அவகிட்ட நீங்க பேசி எதையும் புரிய வைக்க வேண்டாம்... பேசினாலும் அவளுக்குப் புரியாது. அவ

நீங்க நினைக்கறமாதிரி சாமான்யப்பட்டவ கிடையாது. அது ஒரு பிசாசு...” என்றாள். தேவகியின் பேச்சு அன்னபூரணியைக் கொஞ்சம் சிரிக்க வைத்தது.

“என்ன சிரிக்கறீங்க?”

“யானைக்கு அங்குசம், மீனுக்கு வலைங்கற மாதிரி, இவளுக்கும் ஏதாவது இருக்கும். நீங்க இவ்வளவு பயப்படத் தேவையே இல்லை.”

“பயமெல்லாம் இல்லம்மா... அருவருப்பு... உங்களுக்குச் சொன்னா புரியாது. அனுபவிச்சாதான் புரியும்.”

“அப்ப என்ன செய்யலாம்னு நீங்களே சொல்லுங்க. என்ன செய்யலாம்?” அன்னபூரணி கேட்க, பதிலுக்கு ராமநாதன் தீவிரமாய் யோசித்திட,

“என்ன யோசனை ராமநாதா... என்கிட்ட விட்டுடு. நான் பாத்துக்கறேன்... இப்ப நீ ரேவதியப்பத்தி மட்டும் நினை! இவளை என்கிட்ட விட்டுடு, இவளை எப்படி அடக்கறதுன்னு எனக்குத் தெரியும். அது என்னன்னு உனக்கும்... வினையே வேண்டாம். எங்களைக் கொத்திக் குதறிடுவாம் தெரியும்” - என்று மர்மமாகப் பேசினாள் தேவகி, ஆனால் ராமநாதன் சம்மதிக்கவில்லை

“இல்லக்கா... வேண்டாம் நீ கொஞ்சம் சும்மா இரு” என்றார் மிகவே படபடப்போடு...

◈◈◈

விஷ்வா வீடு!

வீட்டு முன் காரில் இருந்து இறங்கிக்கொண்டிருந்தாள் சுவாதி. உள்ளே ராமமூர்த்தி மட்டும்!

——

18

அத்தியாயம்

வீட்டினுள் ராமமூர்த்தி சமையல் கட்டில் கொறிப்பதற்கு ஏதாவது கிடைக்குமா என்று தேடிக்கொண்டிருந்தார். சட்னி செய்ய உடைத்த தேங்காய் கண்ணில் படவும் அதை எடுத்து ஓடு நீக்கி தேங்காய்ப் பருப்பை வாயில் போட்டுக்கொண்டார். அப்படியே முந்திரிப்பருப்பு பாட்டில் கண்ணில் படவும் அதில் கொஞ்சம், அப்புறம் நாட்டு வெல்லம்... வாய் நிறைய இப்படிக் கொறிப்பு ஐட்டங்கள் இருக்க, காதில் 'அங்கிள்... அங்கிள்...' என்கிற குரல் கேட்டது.

எட்டிப் பார்க்கவும் சுவாதி தெரிந்தாள். கூலிங்கிளாசை நெற்றிக்குமேல் ஏற்றிவிட்டவளாய், தோளில் தொங்கிய டம்பப் பையோடு அவளைப் பார்த்தவருக்கு அவள்தான் சுவாதி என்பது தெரிந்துவிட்டது.

"வாம்மா மருமகளே வா... வா..." என்றார், அவர் மருமகளே என்று அழைக்கவும் சுவாதியிடம் ஜிவ்வ்வ்!

"அங்கிள்... நீங்க?"

"நான்தாம்மா உன் வருங்கால மாமனார் விஷ்வாவோட அப்பா..."

“ஓ... அது சரி, நான்தான் சுவாதின்னு எப்படிக் கண்டுபிடிச்சீங்க?”

“என்னம்மா நீ லஷ்மி கடாட்சமா இருக்கே! உன்னைப் பார்த்தா என்னைப்போல கிழவனுக்கே காதலிக்கற ஆசை வரும். என் பிள்ளைக்கு வராதா? உன் ரூப லாவண்யம் சொல்லிடுதே நீதான் சுவாதின்னு.”

ராமமூர்த்தி அவளைக் கவிழ்த்துவிடும் தீவிரத்தோடு பேசினான். சுவாதியும் கவிழ்ந்துவிட்டாள்.

“நீங்க ரொம்ப ஷார்ப் அங்கிள். அதேசமயம் நீங்க ரொம்ப பிராட் மைண்டோட இருப்பீங்கன்னு நான் கொஞ்சம்கூட எதிர்பார்க்கல. பை த பை எங்கே விஷ்வா... அம்மா எல்லாம்?”

“அவங்க வெளியேபோய் ரொம்ப நேரமாச்சும்மா. நல்லவேளை நீ யாருமில்லாத சமயம்தான் வந்துருக்கே.”

“ஏன் அங்கிள் அப்படிச் சொல்றீங்க?”

“சொல்றேன்... முதல்ல உக்காரு. என்ன சாப்பிட்றேன்னும் சொல்லு.”

“ஐயோ... ஒண்ணும் வேண்டாம் அங்கிள். நான்தான் உங்களுக்குச் செய்யணும். நீங்க இல்லை.”

“என்னம்மா நீ, எங்ககாலப் பெண்ணாட்டம் பேசறே... இந்தக்காலப் பெண்ணாட்டமே இல்லையே...”

“நான் அப்படித்தான் அங்கிள். அதனால்தான் எங்கப்பாக்குக்கூட நான் மகாலக்ஷ்மியா தெரியறேன். இப்பகூட ஆபீஸ் சாவியில் இருந்து செக்புக் வரை எல்லாம் என் கன்ட்ரோல்லதான் இருக்கு...”

சுவாதியும் தனக்குத்தானே தன் புகழ் பாடிக்கொண்டாள். அப்படியே மெல்ல அமர்ந்தாள். ராமமூர்த்திக்கு அவள் சொன்னதிலேயே செக்புக் என்று சொன்ன வார்த்தைதான் மிகவும் பிடித்திருந்தது.

“ஆமா... ஆபீஸ்னு சொன்னியே... என்ன ஆபீஸ்?” அவரும் போட்டு வாங்க ஆரம்பித்தார்.

“என்ன அங்கிள் விஷ்வா எதுவுமே சொன்னதில்லையா?”

“இல்லம்மா... உன் காதலே இப்பத்தானே தெரிய வந்துருக்கு...”

“அப்ப எங்க காதலப்பத்திச் சொல்லிட்டாரா?”

“அரைகுறையா அவன் அம்மாகிட்டதான் சொன்னான். அப்ப லேசா என் காதுல விழுந்தது. ஆமா உங்க ஆபீஸ் பத்திக் கேட்டேனே...?”

“அதுவா அங்கிள்... அப்பா ஒரு ஃபார்மாடிவிஷன் நடத்தறார். நியர்தான் ட்வென்ட்டி டேப்ளட்ஸ், அப்புறம் இஞ்ஜெக்ஷன் சிரிஞ்ச், நீடில்ஸ்னு தயாரிக்கறோம்.”

“மாசம் எவ்வளவு தேறும்?” அவர் கைவிரலைச் சிண்டிக்காட்டி மிகப் பாமரத்தனமாகக் கேட்டார்.

“என்ன ஒரு பத்து பதினைஞ்சு லஞ்சம் பிராஃபிட் வரும் அங்கிள்.”

அவள் சொன்னதைக் கேட்டு நெஞ்சில் பூரான் நெளிந்தது.

“பத்து பதினைஞ்சு லட்சமா...” என்று அவர் வியப்போடு எதிர்கொண்டதை சுவாதி சரியாகப் புரிந்துகொள்ளவில்லை.

“என்ன அங்கிள் குறைச்சலா ஃபீல் பண்றீங்களா? விஷ்வா மாப்ளையா வரட்டும். அப்புறம் அவன்தான் எம்.டி. சாரி, அவர்தான் எம்.டி. அதுக்குப்பிறகு 50 லட்சம், 60 லட்சம்னு எகிறிடும்...”

“அதுவும் சரிதான்...” என்றவர் மனதுக்குள் இப்போது ஏராளமான கூட்டல் கழித்தல்கள்.

“என்ன அங்கிள் எதுவும் பேசாம எதையோ யோசிக்க ஆரம்பிச்சிட்டீங்க...”

“அது ஒண்ணுமில்லம்மா பணத்தை விடு அதை எப்ப வேணா சம்பாதிச்சிக்கலாம். ஆனா.”

ஆனால் என்று அவர் இழுத்தது சுவாதியைக் கலவரப்படுத்திற்று.

“என்ன ஆனால்னு இழுக்கறீங்க?”

“ஒண்ணுமில்லம்மா என் பிள்ளைக்கு எதனால இப்படி ஒரு சோதனைன்னுதான் யோசிச்சேன்.”

“சோதனையா... என்ன அங்கிள் சொல்றீங்க?”

“அவன் ஜாதகத்துல தாரதோஷம்கற ஒரு தோஷம் இருக்கும்மா. அதுக்குப் பரிகாரம் பண்ணினாதான் கல்யாணம் நடக்கும்.”

“ஐயோடா... இது என்ன புதுகுண்டு?”

“இன்னொரு குண்டும் இருக்கு. அது வெடிச்சா உன்னால தாங்கிக்க முடியாது.”

“என்ன அங்கிள் என்னென்னமோ சொல்றீங்க?”

“நீ ஆசையா அங்கிள்னு சொல்ல சொல்ல கேட்கவே ஆனந்தமா இருக்கு. ஆனா உனக்கு நான் அங்கிளாக முடியுமான்னு ஒரு டவுட்டும் இருக்கு.”

“அங்கிள் கொஞ்சம் புரியறமாதிரி பேசறீங்களா... நீங்க என்ன சொல்றீங்கன்னே புரியல எனக்கு...”

“அம்மாடி நான் இனியும் சுத்தி வளைச்செல்லாம் பேச விரும்பல. நேராவே வந்துட்றேன். விஷ்வாவை நீ காதலிக்கறே ஆனா, அவன் உன்னைக் காதலிக்கலை உன் தங்கையைக் காதலிக்கறான்போலத் தெரியுது.”

“வாட்” சுவாதி அதிர்வின் உச்சிக்கு போய்விட்டாள்.

“ஆமாம்மா... நான் என் மனைவி மூலமா நீ என்கிட்ட பேசின விஷயத்தைச் சொன்னேன். அப்பதான் எல்லாம் தெரியவந்தது.”

சுவாதியிடம் பேச்சு மூச்சே இல்லை. அப்படியே வெறித்தபடியே இருந்தாள்.

“என்னம்மா ஸ்தம்பிச்சிட்டே? இதுல இருந்தே உன் காதலோட ஆழம் எவ்வளவுன்னு எனக்குத் தெரியுது. எனக்கும் நீ மருமகளா வரணும்கறதுதான் விருப்பம். அதனாலதான் நீ வரும்போது ‘வாம்மா மருமகளே’ன்னு கூப்பிட்டேன். ஆனா விஷ்வா உன் சிஸ்டரை லவ் பண்ணிட்டு இப்ப ரொம்பவே குழப்பத்துல இருக்கான். நீ விரும்பறதும் அவனுக்குத் தெரிஞ்சிருக்கு. ஆனா தங்கையைக் காதலிச்சிட்டு எப்படி அக்காவை ஏத்துக்க முடியும்னு நினைக்கறான். ஆனா உன் தங்கையோ பிழைப்பாளோ மாட்டாளோன்னு இருக்கா.

ஒண்ணு மட்டும் எனக்கு நிச்சயமா தெரியும். உன் தங்கை ஒருவேளை பிழைக்காம போனா உன் காதலுக்கு உயிர் வரலாம். இல்லேன்னா கஷ்டம்... நீ உன் தங்கைக்கு வழிவிட்டுத்தான் தீரணும்.”

ராமமூர்த்தி அவள் முகம்போகும் போக்கைப் பார்த்தபடியே பேசினார். கொஞ்சம் உண்மை கொஞ்சம் தன் விருப்பம் என்று கலந்துகட்டிப் பேசியவர், “ஆமா உன் தங்கை பிழைக்க எந்த அளவுக்கும்மா வாய்ப்பிருக்கு?” என்று கேட்டார். அவர் கேட்டது எதுவும் சுவாதி காதில் விழவேயில்லை. தான் மனதாரக் காதலித்தவன் தன் தங்கையைக் காதலிப்பதா என்கிற அந்த ஒற்றைக் கேள்வியில் ஊசலாடியபடி இருந்தாள்.

“அம்மாடி உன்னைத்தான்” லேசாக அவள் தோளைத் தொட்டு உசுப்பவும் செய்தார். அவளும் கலைந்தாள். பின் சற்று மிரட்சியோடு பார்த்தாள்.

“என்னம்மா ரொம்பவே ஸ்டன்னாயிட்டே கொஞ்சம்கூட எதிர்பார்க்கலை...”

“அதுக்குப் பேர்தாம்மா வாழ்க்கை... நீ மனசபோட்டுக் குழப்பிக்காதே. உன் தங்கை குணமாக வாய்ப்பு இருக்கா அதை முதல்ல சொல்...”

“தெரியல அங்கிள். என்வரைல ஃபிஃப்டி ஃபிஃப்டி அங்கிள்.”

“அடடா ஒருவேளை அவளுக்குக் குணமாகலைன்னா உன் விருப்பம் ஈடேறலாம். ஆனா நாம நல்லதையே நினைப்போம். என்ன சொல்றே நீ?”

“அங்கிள் இதுக்கு மேல நீங்க எதுவும் பேசவேண்டாம். நான் பாத்துக்கறேன் பை த பை என்னை உங்களுக்குப் பிடிச்சிருக்குத்தானே?”

“என்னம்மா அப்படிக் கேட்டுட்டே... நீ இந்த வீட்டு மருமகளா வந்தா சந்தோஷப்படப்போற முதல் ஆத்மாவே நான்தான். ஆனா என் பிள்ளை ஜாதகத்தையும், உன் தங்கையையும் நினைச்சாதான் ஒரே குழப்பமாயிருக்கு.”

“என் தங்கையை விட்ருங்க. பரிகாரத்தை நீங்க பாருங்க...”

“ஐயோ அதுக்கு முப்பதாயிரம் வேணும்மா. நான் எங்க போவேன்? வினையே வேண்டாம். எங்களைக் கொத்திக் குதறிடுவா” நா ஒரு ரிட்டயர்ட் கேஸ்... பிரைவேட் கம்பெனில வொர்க் பண்ணதால பென்ஷனும் கிடையாது. அவன்கிட்ட கேட்டா எனக்கு அதுல எல்லாம் நம்பிக்கை இல்லைங்கறான்.”

“நோ பிராப்ளம்... நீங்க கவலைப்பட வேண்டாம். நான் தரேன் அங்கிள்.”

“வேண்டாம்மா வேண்டவே வேண்டாம். தப்பித்தவறி அவனுக்குத் தெரிஞ்சு போச்சுன்னா என்னைக் குதறி எடுத்துடுவான்.”

“தெரியாம செய்யுங்க... என்ன இப்போ?”

“அது எப்படிம்மா...” போலியாக நடித்தார் ராமமூர்த்தி.

அவளோ தன் டம்பப் பையில் இருந்து ஏ.டி.எம். கார்டை எடுத்து நீட்டியவளாக, “இந்தாங்க பிடிங்க... எவ்வளவு வேணா பணத்தை எடுத்துக்குங்க. எனக்கு என் விஷ்வா வேணும்.”

“இது என்னம்மா கார்டையே கொடுக்கறே. உன் சீக்ரட் நம்பரும் தெரியாது.”

“டபுள் ஒன் டபுள் ஒன்... எதலயும் நான்தான் முதல்ல இருக்கணும்னு எப்பவும் ஒண்ணைத்தான் செலக்ட் பண்ணுவேன்.”

“சபாஷ்... இப்படித்தாம்மா எனர்ஜடிக்கா இருக்கணும். ஆமா எனக்கு உன் கார்டை கொடுத்துட்டு, நீ என்ன பண்ணுவே?”

“எனக்குப் பல கார்டு இருக்கு அங்கிள் நோ பிராப்ளம்! நீங்க வெச்சுக்குங்க. அந்தப் பரிகாரத்தை எப்படியாவது பண்ணிடுங்க. இந்தப்பக்கம் மற்றதை எல்லாம் நான் பாத்துக்கறேன்” என்றவளாகக் கிளம்பினாள்.

“அது சரி, நீ என்னம்மா பண்ணுவே. அவன்கிட்ட நீ இப்ப எதைக் கேட்டாலும் எரிஞ்சுதான் விழுவான்.”

“பரவால்ல அங்கிள். அவன் இப்பவே என்கிட்ட கொஞ்சம் விலகித்தான் நிக்கறான். இப்பத்தானே எனக்கும் காரணம் தெரிஞ்சிருக்கு? என்வரைல என் தங்கை பிழைக்க வாய்ப்பு ரொம்பக் கம்மி. பிழைச்சாலும் அவ ஒரு வெஜிடபுளாதான் இருப்பா. அவளால குடும்ப வாழ்க்கை எல்லாம் வாழமுடியாது. ஆகையால என் விருப்பம் ஈடேறும்கறதுதான் என் எண்ணம்.”

“வெரிகுட். இந்த பாசிடிவ் தாட்தான் ரொம்ப முக்கியம். நீ விடாதே...”

“தேங்க்யூ அங்கிள்” அவள் வேகமாக கிளம்பத் தொடங்கினாள்.

“அம்மாடி இந்த கார்டை நான் உனக்குப் பணம் எடுத்துட்டு திரும்பிக் கொடுத்துடுவேன்.”

“இல்ல நீங்க வெச்சிக்குங்க. நான்தான் உங்க மருமக. அதை மட்டும் மறந்துடாதீங்க...”

அவள் ஒரு தீவிரத்துடன் சொல்லிவிட்டுப் போகவும், ராமமூர்த்தி அந்த ஏ.டி.எம். கார்டை முத்தமிட்டு மகிழ்ந்தார். ஒரு புதிய தெம்பு வந்துவிட்ட மகிழ்ச்சி முகத்தில்... மனக்கண்ணில் அப்போதே மதுபாட்டில்கள் ஆடத் தொடங்கிவிட்டன!

ஜோதிடர் வீடு!

அவர் முன்னால் விஷ்வாவும், அன்னமும், ராமநாதனும் அமர்ந்திருந்தனர். ஜோதிடர் முகத்தில் ஒரு திருப்தி தெரிந்தது.

"நீங்க இப்படி மனசார முன்வந்திருக்கறது ரொம்ப நல்ல விஷயம்மா. அந்தப் பொண்ணுக்கு நிச்சயம் நிறைஞ்ச ஆயுள். இல்லேன்னா இவ்வளவு சீக்கிரம் நீங்கள்லாம் வந்திருக்கமாட்டீங்க" என்றார். அப்படியே ராமநாதனைப் பார்த்து, "உங்க பெண் கடைசியா கட்டின புடைவை ரவிக்கையோட அவங்க வளையலும் வேணும். அதைக் கொண்டுகிட்டு என்னோட ராமேஸ்வரம் வாங்க. அங்க சமுத்திரக்கரைலதான் சில சடங்குகள் செய்யணும்" என்றார்.

"நான் இப்பவேகூட வீட்டுக்குப்போய்க் கொண்டுவரேன். நாம உடனேயே கிளம்பலாம்."

"உடனேயேதான் கிளம்பறோம்."

"நாளைக்குக் காலை சூரிய உதயத்தின்போது அக்னி தீர்த்தக் கடல்ல குளிச்சிட்டு சடங்குகளைத் தொடங்குவேன். அதிகபட்சம் மூன்று மணிநேரம். அதுக்குப்பிறகு இவங்க அங்க இருக்கற புண்ய தீர்த்தங்கள்ல குளிக்கணும். அப்படிச் செய்யற பட்சத்துல இவங்க வாங்கிக்கிட்ட பாவமும், இவங்க ஏதாவது பாவம் செய்திருந்தா அதுவும்கூட விலகி ஒரு நல்ல சூழ்நிலை உருவாகும்."

"அதுபோதும் ஜோதிடரே... நாங்களும் வீட்டுக்குப்போய் ராமேஸ்வரம் புறப்பட ஆயத்தமாறோம்..." என்று அன்னமும் விஷ்வாவும் கிளம்பினர்.

◈◈◈

ஹாஸ்பிடல்!

அந்த ஸ்டாஃப் நர்ஸ் ரேவதியின் பெட் அருகே சென்று சலைன் பாட்டிலை மாற்ற முற்பட்டபோது அதிசயமாக ரேவதியிடம்

கண்விழிப்பு! பளிச்சென்று திறந்துகொண்ட கண்களோடு மருள மருள நர்சைப் பார்த்தாள் ரேவதி. நர்ஸுக்கு திகைப்பு... ரேவதி வாய்திறந்து பேசவும் முற்பட்டாள். முகத்தில் தசை நரம்புகளில் அசைவு...

“நா... நா...” என்று நாக்கு எதையோ பேச முற்பட்டது. ஆனால் பேச்சு வரவில்லை. நர்ஸ் டாக்டரை அழைத்துவர ஓடினாள். டாக்டரோடு வேகமாக வந்து பார்த்தபோது படுக்கையில் ரேவதி கிட்டத்தட்ட நிமிர்ந்து அமர்ந்திருந்தாள். டாக்டரையும் நர்சையும் மாறிமாறிப் பார்த்தவள்,

“நீ... நீங்கள்லாம் யாரு... நான்... நான் எப்படி இங்க வந்தேன்... எனக்கென்ன ஆச்சு?” என்று திக்கித்திக்கிக் கேட்டாள்.

“முதல்ல படும்மா... உனக்கு ஒண்ணுமில்லை ரேவதி... முதல்ல படு” என்றார் டாக்டர்.

“ரேவதியா யார் அது?” என்கிற ரேவதியின் அடுத்த கேள்வியில் அதிர்ந்தது அவர் மனது!

——

19

அத்தியாயம்

அதிர்ந்த டாக்டர் ரேவதியை அந்த அதிர்வோடு பார்க்கவும் ரேவதியிடமும் ஒரு குழப்பம்... அதன் எதிரொலியாக முகத்தில் சிணுங்கல். பின் டாக்டரிடமே "நீங்கள்ளாம் யாரு" என்று திரும்பக் கேட்டாள்.

"நான் டாக்டர்மா... பார்த்தா தெரியல? டாக்டரின் கேள்வி முன் ஒரு புதிய உலகத்தில் புதிய காட்சிகளைப் பார்ப்பதுபோல் பார்த்தாள். அந்தக் கேள்விக்கு ஒரு பதிலைக் கூறவும் முடியவில்லை."

"ரேவதி ஸ்ட்ரெய்ன் பண்ணிக்காதே. நான் சொல்றது புரியுதா?" டாக்டர் இதமான குரலில் கேட்டாள்.

"ஸ்ட்ரெய்ன்... ஸ்... ஸ்... ட்ரெ... அப்படின்னா?"

திக்கித்திணறித் திருப்பிக் கேட்டாள்.

"தட் மீன்ஸ் சாரி... அதுவந்து நீ இப்ப பேசற பாரு... அதைச் சொன்னேன்."

"பேசறேனா. அப்படின்னா?"

அவளின் அந்தக் கேள்விக்கு டாக்டர் பதில் கூறவில்லை. மாறாக மளமளவென்று ஒரு ஊசிபோடத் தயாரானார். அவரது அந்த முயற்சியை மலங்க மலங்கப் பார்த்தாள் ரேவதி. டாக்டர் போடப்போவது

ஊசி என்றோ அதனால் வலிக்கும் என்றோ அவளுக்குப் புரியாததுதான் ஆச்சர்யம். ஊசி போடவும் 'ஆ' என்று தன்னையுமறியாமல் வாய் திறந்தாள். அடுத்த சில நொடிகளில் மயக்கம் வந்து அவளை ஆட்கொள்ளத் தொடங்கியது. டாக்டரும் சிந்தனையோடு சுற்றி நிற்கும் நர்ஸையும், தன் சக டாக்டர் ஒருவரையும் பார்த்தார். அவர்களுக்குள் ஒரு சின்ன கன்சல்டேஷனும் தொடங்கியது.

"டாக்டர்... இது மிராகிள்! பிரெய்ன் ஃபுல்லா செயல்படத் தொடங்கிடிச்சு. ஹார்ட் பீட் வெரி நார்மல், எழுந்து உட்கார முயற்சி செய்தது ரியலி அன் பிலீவபிள்..."

"அஃப்கோர்ஸ். ஆனா மென்டலி ஒரு டிசார்டர் பளிச்னு தெரியுது."

"அவ பேசினதே பெரிய விஷயம். பாஷை மறக்கலை. ஆனா மீனிங் தெரியல."

"நிச்சயம் போகப்போக எல்லாமே சரியாயிடும். இட்ஸ் ஒன் கைண்ட் ஆஃப் அம்னீஷியா..."

"நல்லவேளை ஓவர் ஸ்ட்ரெய்ன் பண்ண முடியாதபடி செடேஷனுக்குக் கொண்டுபோயிட்டீங்க. மும்பைக்கு போன் பண்ணி பிரெய்ன் ஸ்பெஷலிஸ்ட் நிரஞ்சன் கிலானியை வரச்சொல்வோம். அப்புறமா நாம ஒரு முடிவுக்கு வரலாம்."

"அவர்கள் தங்களுக்குள் தற்காலிகமாய் ஒரு முடிவுக்கு வரவும், அந்த நர்ஸ் மட்டும் தனியே ஒதுங்கி அன்னபூரணிக்கு போன் செய்யத் தொடங்கினாள்."

அன்னபூரணி அப்போது தன் வீட்டில் ராமேஸ்வரம் செல்வதற்குத் தயாராகிக்கொண்டிருந்தாள். ராமமூர்த்தியும் வீட்டில் இல்லை. போன் சப்திக்கவும் காதைக் கொடுத்தாள் அன்னபூரணி.

"அம்மா நான் ஆஸ்பத்திரியில் இருந்து அமலோற்பவமேரி பேசறேன்."

"யாரு நர்ஸ் அமலோற்பவமேரியா?"

“ஆமாம்மா...”

“சொல்லும்மா என்ன விஷயம்?”

“நல்ல விஷயம்தாம்மா. இங்க பேஷன்டுக்கு நினைவு திரும்பிடிச்சிம்மா, எழுந்திருச்சி உக்காந்து நான் இப்ப எங்க இருக்கேன்னு தெளிவா கேட்டாங்கம்மா.”

“அப்படியா... மகமாயி!”

“ஆமாம்மா... அப்புறமா டாக்டர்லாம் வந்து பார்த்தாங்க. ரொம்ப ஆச்சர்யப்பட்டாங்க.”

“நல்ல சேதி சொன்னம்மா... நல்ல சேதி சொன்னே! நான் இனிமேதான் ஜோசியர் சொன்னபடியே நடந்துக்கப் போறேன். ஆனா பலன் முன்னாடியே கிடைச்சிடிச்சு. ராமேஸ்வரத்துக்கும் நாங்க ரொம்ப சந்தோஷமா போய்ட்டு வருவோம்...”

“ஆனா...”

“என்ன ஆனான்னு இழுக்கறே?”

“அவங்களுக்குத் தன்னையே யார்னு தெரியல... பழசெல்லாம் மறந்துட்டமாதிரி தெரியுது. தலைல அடிபட்டாலே இதெல்லாம் சகஜம், போகப்போக சரியாயிடும். மும்பைல இருந்து ஸ்பெஷலிஸ்ட் டாக்டரை வர சொல்லியிருக்காங்கம்மா.”

“அப்படியா... பரவால்ல, அவ உயிர் பிழைச்சாளே. அதுவே போதும் எங்களுக்கு. நீ சொன்னமாதிரி போகப்போக எல்லா ஞாபகமும் வந்துடும். நாமளும்தான் நிறைய சினிமால பாத்துருக்கோமே...?”

அன்னபூரணி பேசப்பேச அது குளித்துவிட்டு தலை துவட்டியபடியே வந்த விஷ்வாவின் காதுகளிலும் விழுந்ததில் அவனிடம் பரவசம்.

“அம்மா... யாரும்மா போன்ல. ரேவதிக்கு சுயநினைவு வந்திடுச்சாம்மா?” என்று சரத்தலையை உதறிக்கொண்டே வந்து கேட்டான்.

“ஆமாம் விஷ்வா... சுயநினைவு வந்தது மட்டுமில்ல. நான் எங்க இருக்கேன்னு பேசவும் செய்திருக்கா...”

“அய்ய்ய்யோ! அம்மா கிளம்பும்மா இப்பவே ஹாஸ்பிடலுக்குப்போய்ப் பார்ப்போம்.”

“போலாம்டா... முதல்ல விஷயத்தை ரேவதி அப்பாவுக்குத் தெரியப்படுத்து...”

“ஆமாம்மா... அவருக்கும் சொல்வோம்... ரொம்ப சந்தோஷப்படுவார்” என்றவன் அவர் எண்களைத் தன் கைபேசிமூலம் சீண்டினான். மறுபுறம் அவரும் கவனமானார்.

“சொல்லுங்க அசோக்... சாரி அசோக்னே வருது... சொல்லுங்க விஷ்வா...”

விஷ்வாவும் ரேவதிக்கு நினைவு திரும்பி அவன் பேசிவிட்டதையும் கூறி முடித்தான். மறுபக்கம் ராமநாதனிடம் ஒரு கனத்த மெளனம்!

“சார்... நான் பேசறது கேக்குதா?”

“கே... கேட்குது விஷ்வா.”

“என்ன சார், எவ்வளவு பெரிய நல்ல விஷயத்தைச் சொல்லியிருக்கேன். உங்ககிட்ட ஒரு சந்தோஷமே தெரியலியே”

“நோ... நோ... நான் ஸ்தம்பிச்சிட்டேன். அதான் பேச முடியல.”

“அதான பார்த்தேன்... அம்மா அத்தைன்னு எல்லார்கிட்டயும் சொல்லுங்க.”

“ஷ்யூர்... ஷ்யூர்.”

“நாங்க இப்ப ஹாஸ்பிடலுக்குக் கிளம்பிக்கிட்டிருக்கோம். நீங்க சார்...?”

“நானும்... நானும் வரேன். இப்பவே வரேன்...” என்று போனை கட் செய்தார். விஷ்வாவுக்கோ ராமநாதன் தடுமாறுவதுபோல் ஒரு உணர்வு.

“என்னப்பா அவர்கிட்ட பேசிட்டியா?”

“பேசிட்டேன்மா. ஆனா... அவர்கிட்ட பெருசா சந்தோஷம் தெரியலம்மா!”

“அப்படியா சொல்றே?”

“ஆமாம்மா ஒருவேளை சுவாதியை நினைச்சு பயந்திருப்பாரோ?”

“நிச்சயமா அப்படித்தான் இருக்கும்.”

“எனக்குக்கூட இப்ப அவளை நினைச்சா கொஞ்சம் பயமாதாம்மா இருக்கு. என்மேல ஆசையை அவ வளர்த்துக்கிட்டதை நான் கொஞ்சம்கூட எதிர்பார்க்கல, நல்லவேளை இதுவரை அவளைப் பார்க்கலை. பார்த்தா எப்படிச் சமாளிக்கப் போறேன்னும் தெரியல...”

“இந்த விஷயத்துல தயக்கமோ பயமோ கொஞ்சம்கூட உனக்கு வேண்டாம் விஷ்வா நீ ரேவதியைத்தான் விரும்பறே. அவதான் உன் வருங்கால மனைவிங்கறத பளிச்சின்னு சொல்லிடு”

“ஆமாம்மா... மூடிவெச்செல்லாம் பேசப்போறதில்லை.”

அவர்கள் இருவரும் தங்களுக்குள் துளியும் குழப்பமின்றித் தெளிவாகப் பேசிக்கொண்டனர். அப்படியே விஷ்வா வீட்டை ஒரு பார்வை பார்த்தான். அதில் ஒரு தேடல்!

“யாரைப்பா தேடுற?”

“உம்... தெரியல. உன் புருஷனைத்தான்.”

“ஏன் உன் அப்பான்னு சொல்லமாட்டியா?”

“அது ரொம்ப மதிப்பான சொல்லும்மா... உன் புருஷனுக்கு அது கொஞ்சம்கூட பொருந்தாது.”

“போதும்டா... அவர் உனக்குப் பயந்துகிட்டேகூட வெளிய போயிருப்பார்.”

“எனக்குப் பயந்துகிட்டா?”

“ஆமாம். சுவாதிகிட்ட என்னைப்பத்தி ஏன் பேசினேன்னு கேட்டு நீ சண்டைபோட்டா என்ன பண்றது?”

“கரெக்ட்மா... நீ இப்ப சொல்லும்போதுதான் ஞாபகம் வருது. இரண்டு பேருமே டேஞ்சரான கேரக்டர்ஸ். அவங்களுக்கு நடுவுல நாம சிக்கினா நம்பளை கதறவிட்றுவாங்க. வரட்டும் அந்த ஆள்... முதல்ல வாய்ப்பூட்டுப் போட்றேன்” என்ற விஷ்வா வேகவேகமாய்ப் பேச்சோடு பேச்சாக பேன்ட் ஷர்டை அணிந்துகொண்டு ஆஸ்பத்திரிக்குப் போய் ரேவதியைப் பார்க்கத் தயாரானான். அன்னபூரணியும் ஒரு நல்ல புடைவை அணிந்தவளாக ஓடிவந்தாள்.

இருவரோடும் அந்த மோட்டார் பைக் கிளம்பிற்று!

◈◈◈

பத்மா அவள் அறையில் படுக்கையில் இருந்தாள். ராமநாதன் மௌனமாக வந்து நிற்கவும் ஏறிட்டாள்.

“என்னங்க?”

“எப்படிச் சொல்றதுன்னு தெரியல பத்மா எனக்கு...”

“அய்யோ புதுசா ஏதாவது சிக்கலா?”

“சந்தோஷமான சிக்கல்...”

“சந்தோஷமான சிக்கலா?”

ராமநாதன் ரேவதி பேசிய விவரத்தைச் சொல்லி முடித்தார். பத்மாவிற்குக் கண்கள் பனித்துவிட்டன.

“ரே. ரேவதி பேசிட்டாளா... என் தங்கத்துக்குச் சுயநினைவு திரும்பிடிச்சா? அய்யோ எவ்வளவு சந்தோஷமான விஷயம். இதுல என்னங்க சிக்கல் இருக்கு?”

“நல்லவேளை இப்ப சுவாதி இல்லை. அவள நீ மறந்துட்டே...”

“என்னங்க நீங்க... அவள இப்ப நாம எதுக்கு நினைக்கணும்.”

“பைத்தியம்... சுவாதி வரைல விஷ்வா அவளைக் காதலிக்க முடியாதுங்கறது முதல் அடி ரேவதிக்குக் குணமாயிடிச்சுங்கறதும் அவ வரைல அடிதான். ரெண்டுபேரும் ஒண்ணு சேரத் தடையே இல்லைங்கற விஷயம் அவளை எப்படி எல்லாம் டிஸ்டர்ப் பண்ணும்னு யோசிச்சுப்பார்...”

“அதுக்கு நாம என்னங்க பண்ணமுடியும்?”

“நாம ஒண்ணும் பண்ண முடியாதுங்கறதுதான் இப்ப பிரச்சனையே...”

“என்ன சொல்றீங்க நீங்க?”

“சுவாதி எப்படி ரீ ஆக்ட் பண்ணுவான்னே என்னால இப்ப சொல்ல முடியல. சிறு தோல்வியக்கூட அவளால தாங்கிக்க முடியாதுன்னு நமக்கும் நல்லா தெரியும். காலேஜ்ல இவளோட போட்டி போட்ட விமலாங்கறவளோட ஹால் டிக்கெட்டை திருடி கிழிச்சுப்போட்டு அது பிரச்சனையாகி நாம பாடாபட்டதைக் கொஞ்சம் நினைச்சுப்பார்.”

“ஆமாங்க... சரி இப்ப என்ன பண்ணப்போறீங்க?”

“ஆஸ்பத்திரிக்குப்போய் ரேவதிய பார்த்துட்டு வரேன். அப்புறமா நாம முடிவுக்கு வருவோம்.”

“ராமேஸ்வரம் போற புரோக்ராம்?”

“அதெல்லாம் அப்படியே நடக்கட்டும். எதுலயும் மாற்றம் வேண்டாம். இப்பவே எதையும் முடிவுசெய்ய முடியாது. அதுக்காக சும்மா இருக்கவும் முடியாது. பை த பை அக்காவுக்கு இது எதுவும் தெரியவேண்டாம்.”

“அவங்களுக்குத் தெரிஞ்சா என்ன?”

“நான் விளக்கிச் சொன்னாத்தான் உனக்குப் புரியுமா பத்மா?”

ராமநாதன் பரிதாபமாகக் கேட்டார். அப்போது பார்த்து கச்சிதமாக தேவகியும் அறைக்குள் மெல்ல நடந்து வந்தவளாய்...

"ராமநாதா... உன்னைக் காணோம்னு இந்த உடம்போட வீடு பூரா தேடிட்டு வரேன்" என்றாள் தேவகி.

"என்னக்கா விஷயம்?"

"ஆமா ஆஸ்பத்திரில ரேவதிகிட்ட இப்ப யாரு இருக்கா?"

"யாருமில்லக்கா... நான் இப்ப ஆஸ்பத்திரிக்குத்தான் போய்க்கிட்டு இருக்கேன்."

"நான் வேணும்னா அங்க உன்கூட வரட்டுமா... பேசாம என்ன அங்கேயே விட்டுடேன்."

"பெருசா எந்த காயமும் படாததால அந்தத் தைரியத்துல பேசறியா? நீயும் ரெஸ்ட் எடுக்கவேண்டிய ஒரு பேஷன்டுங்கறத மறந்துடாதே."

"பின்ன என்னடா அவள இப்படி அம்போன்னு விட்டுட்டு எல்லாரும் இங்க இருந்தா என்ன அர்த்தம்? இதுல நீ ராமேஸ்வரம் வேற போகணும்."

"அதெல்லாம் நான் பாத்துக்கறேன், ரேவதிக்கு இப்ப எந்த ஆபத்துமில்லை. அவ நல்லா இருக்கா. அதுபோதும் இப்ப உனக்கு. நான் கிளம்பறேன்..."

ராமநாதன் புறப்பட்டார். வாசலில் போர்ட்டிகோவில் நிற்கும் காருக்குள் அவர் ஏறப்போன சமயம் சுவாதியின் கார் பின்னாலேயே வந்து நின்றது. சுவாதி காரில் இறங்கிவரும்போதே ஆச்சர்யமளித்தாள். நெற்றியில் நிறைய விபூதி குங்குமம்!

"வாம்மா... என்ன இது வேஷம்?"

"வேஷமா... கோயிலுக்குப் போய்ட்டு வரேம்ப்பா."

"கோயிலுக்கா?"

"ஆமாம்... அதுவும் காளிகாம்பாள் கோயிலுக்கு..."

"ரொம்பக் கூட்டம் இருந்திருக்குமேம்மா."

"இருந்தது. ஆனா நான் அதப்பத்தி எல்லாம் கவலைப்படலப்பா..."

“என்னம்மா திடீர்னு ரேவதிக்கு உடம்பு சரியாகி குணமாகணும்னு ஏதாவது வேண்டுதலா?”

அவர் கேட்கவும் அவரை உடனேயே ஒரு மாதிரி பார்த்தாள். அதில் கோபமும் தெரிந்தது.

“ஏம்மா அப்படிப் பாக்கறே?”

“ரேவதிக்குத்தான் வேண்டிக்கணுமா... எனக்கு நான் வேண்டிக்கக் கூடாதா?”

“தாராளமா. அப்படி என்னம்மா வேண்டிக்கிட்டே?”

“என்னோட எந்த ஒரு ஆசையும் பாழாயிடக்கூடாது. என் எல்லா விருப்பங்களும் ஈடேறணும்னு வேண்டிக்கிட்டேன். அப்படியே ரேவதிக்காகவும் வேண்டிக்கிட்டேம்ப்பா...”

“குட் அப்படித்தான் இருக்கணும்...”

“பாவம்ப்பா ரேவதி... இப்படி ஐ.சி.யுவுல அவ கஷ்டப்படறத பாக்கச்சே மனசுக்கு ரொம்ப வேதனையா இருக்குப்பா. நல்லவிதமா அவளை உன்கிட்ட சேத்துக்கோன்னு வேண்டிக்கிட்டேன்பா...”

சுவாதியின் பதில் ராமநாதன் நெஞ்சில் ஒரு பெரும் குத்தாக விழுந்தது. அதிர்ச்சியுடன் பார்த்தார்.

——

20

அத்தியாயம்

"**சா**ரிப்பா... நான் இப்படிச் சொல்றது உங்களுக்கு அதிர்ச்சியா இருக்கும்... ஜோசியர் சொன்னதையும் கொஞ்சம் யோசிச்சுப் பாருங்க. இவளோட பாவத்தை எல்லாம் வாங்கிக்க யாராவது ஒருத்தர் கிடைச்சா ஒருவேளை பிழைக்கலாம். அப்பகூட ஒருவேளைதான். முதல்ல பாவத்தை எல்லாம் வாங்கிக்க ஒருத்தர் கிடைக்கணும். அவரும் அதைக் காசுக்காக இல்லாம மனசார வாங்கிக்கணும். அப்படி அவர் வாங்கிக்கிட்டாக்கூட பிழைச்சாதான் பிழைப்பா. இதுக்கு அவர் சான்சே இல்லைன்னு சொல்லிட்டுப் போயிடலாம். அப்படிச் சொல்றதுக்குத் தயங்கித்தான் இப்படிச் சொல்லியிருக்கார். நான் எல்லாத்தையும் யோசிச்சுப் பாத்துட்டுதாம்ப்பா காளிகாம்பாள்கிட்ட இப்படி வேண்டிக்கிட்டேன்."

அதிர்ச்சியுடன் பார்த்த ராமநாதனை சுவாதியும் ஒருமாதிரி பதிலுக்குப் பார்த்தாள்.

"என்னப்பா... நான் சொன்னதைக் கேட்டதும் உங்களுக்கு அதிர்ச்சியா இருக்கா? எனக்கும் கஷ்டமாதாம்ப்பா இருக்கு. ஆனா ரேவதி கண்ணே திறக்காம படுத்திருக்கறத நினைச்சா ரொம்பப் பாவமா இருக்குப்பா. அவ பிழைக்கறான்னே வெச்சுக்கோ...

நூறு சதவிகிதம் ஒரு வெஜிடபிளாதாம்பா அவ இருப்பா. அது கொடுமைப்பா... அந்தக் கொடுமைக்குப் போய்ச் சேர்ந்துடறது மேல் இல்லையா?"

என்று விடாமல் கேட்டாள். ராமநாதனால் அதற்குமேல் அவள் பேசுவதைக் கேட்க முடியவில்லை.

"சுவாதி... திஸ் ஈஸ் டூ மச்... என்கிட்ட பேசினமாதிரி உள்ள உன் அம்மாகிட்டயோ இல்லை அத்தைகிட்டயோ பேசி வைக்காதே. நான் கொஞ்சம் வெளிய போறேன்... போய்ட்டு வந்து பேசறேன்" என்று சரேலென்று கார் கதவைத் திறந்துகொண்டு புறப்பட்டுவிட்டார். அவரின் பதில் சுவாதிக்கே சற்று அதிர்வைத் தந்தது. இருந்தும் தான் பேசியதைத் தவறென்று உணர அவளுக்குத் தோன்றவில்லை!

"ஆமா நீங்க எங்கப்பா கிளம்பிட்டீங்க?"

சுவாதியின் கேள்விக்குப் பதில் சொல்ல இஷ்டமில்லாதவர்போல் காரில் ஏறி அவரே ஓட்டிக்கொண்டு புறப்பட்டார். சுவாதிவரையில் முதல் தடவையாக ராமநாதன் தன் கோபத்தைக் காட்டியிருக்கிறார். அவளுக்கும் அது புரிந்தது. அவர் அப்படிப் போனது அவளையும் என்னவோ செய்தது. மௌனமாக உள்ளே நடந்தாள்.

◈◈◈

ஆஸ்பத்திரி!

உள் நுழைந்த அன்னபூரணியும், விஷ்வாவும் நேராக அமலோற்பவமேரியைத்தான் தேடினர். அவளும் எதிர்வந்தாள். முகத்தில் ஒரு அசலான மகிழ்ச்சிப் புன்னகை.

"வாங்கம்மா."

"என் வயித்துல பால வார்த்தேம்மா..." ஆமா ரேவதி எப்படி இருக்கா... நாங்க அவளைப் பாத்துப் பேசத்தான் வந்துருக்கோம்.

“புரியிதும்மா... ஆனா அவங்க இப்ப செடேஷன்ல இருக்காங்க. எப்ப கண் விழிப்பாங்கன்னு சொல்ல முடியாது.”

“நல்லா பேசினான்னு சொன்னியேம்மா... அப்புறம் எப்படி செடேஷன்...?”

“பேசினாங்க... ஆனா அவங்களுக்கு அர்த்தம் புரியல. ரொம்ப ஸ்ட்ரெய்ன் பண்ணாங்க. அப்படி ஸ்ட்ரெய்ன் பண்ணா அது மூளை நரம்புகளுக்கு நல்லது இல்லை. அதனால டாக்டர் ஊசி போட்டுட்டாங்க...”

“எதுவா இருந்தாலும் நாங்க அவளை இப்ப பாக்கணும்மா...”

“தாராளமா வந்து பாருங்க. ஆனா பேச மட்டும் வேண்டாம்.”

அமலோற்பவமேரி பேசியபடியே அழைத்துச் சென்றாள். காற்று முழுக்க மருந்து வாசம். மனநிலையே வேறுமாதிரி மாறிப்போய்விடும் ஒரு மாறுபட்ட சூழல்.

அமெரிக்காவில் உல்லாசமாய் உயரமான மாடியில் இருந்து ஊரைப் பார்த்தபடி வேலை பார்க்கப் போகிறோம் என்கிற அவ்வளவு கற்பனையும் இப்படி தலைகீழாக மாறிப்போய், ரேவதியால் பேசமுடிகிறது என்பதையே ஒரு பெரும் விஷயமாகத் கருதவேண்டி வந்துவிட்டதை எண்ணியபடியே நடந்தான் விஷ்வா.

இதுபோன்ற மாற்றங்களின் போதுதான் வாழ்க்கை என்பது நம்கையில் இல்லை, அதன் கைகளில்தான் நாம் இருக்கிறோம் என்கிற உண்மையும் புலனாகிறது.

ஐ.சி.யூவுக்குள் ஆயத்தங்களோடு நுழைந்து ரேவதி எதிரில்போய் நிற்கவும் பார்க்கவே மிகவும் பரிதாபமாக இருந்தது.

அவளிடம்கூட அவர்கள் வந்து நிற்கவும் சலனம்!

குறிப்பாக மிருதுவாக அவள் கரத்தின்மேல் தன் கரத்தை அன்னபூரணி வைக்கவும் ஏதோ மின்சாரம் பாயத்

தொடங்கிவிட்டதுபோல் ஒரு மெல்லிய அதிர்வு! அவள் திரும்பக் கண்களைத் திறந்தாள். அமலோற்பவமேரியிடம்கூட பதற்றம்.

"அம்மா ரேவதி கண் திறந்துட்டாம்மா... ரே... எப்படி இருக்கே? உனக்கு ஒண்ணுமில்லையே... யு ஆர் ஆல்ரைட்!" என்ற விஷ்வாவை ரேவதி மலங்க மலங்கப் பார்த்தாள்.

"ப்ளீஸ்... எதுவும் பேசாதீங்க. இவங்க ஸ்ட்ரெய்ன் பண்ணக்கூடாது. அது நல்லதில்லை" என்று தடுக்கப் பார்த்தாள் அமலோற்பவமேரி.

அது விஷ்வா வரையில் எரிச்சலைத் தந்தது.

"இல்ல சிஸ்டர். இனி என் ரேவதிக்கு எதுவும் ஆகாது. ரேவதி கமான் ஸ்பீக்..." என்று உணர்ச்சிமயமானான்.

ரேவதியிடம் புருவம் உள்ளிட்ட நெற்றி சுருங்கி மடிப்பு விழுந்தது. விஷ்வாவின் குரல் அவளை எதுவுமே செய்யவில்லை. மாறாக 'யாரு ரேவதி?' என்று கேட்டாள். அப்படிக் கேட்கவுமே அவள் எந்த அளவு தன்னை மறந்திருக்கிறாள் என்பதை விஷ்வாவாலும், அன்னபூரணியாலும் உணர முடிந்தது. ஆனால் மொழி மறக்கவில்லை. கோர்வையாகப் பேசமுடிகிறது.

"ரேவதி. அதுதான் உன் பேர்! நான் விஷ்வா... என்னை உனக்குத் தெரியல?" விஷ்வா தொடர்ந்து அவளைத் தூண்டினான். அதற்குள் டாக்டர்களும் வந்துவிட அவனிடம் சிறுதேக்கம். ரேவதியும் மயங்கிய கண்களோடு எல்லோரையும் பார்த்தாள். எழ முயன்று இயலாமல் முகம் சிணுங்கினாள்.

"நோ... நோ... டோன்ட் பீ எ ஸ்ட்ரெய்ன்...! ப்ளீஸ் எல்லாரும் முதல்ல இங்க இருந்து கிளம்புங்க. நர்ஸ்... ஆக்சிஜன் ட்யூபை ஆபரேட் பண்ணுங்க... கோ... கோ... அவே..."

டாக்டர் ஒருவர் பதற்றமானார். இன்னொரு டாக்டர் விஷ்வாவை தோளில் கைவைத்து விலகச் சொன்னார். அவனும் அன்னபூரணியோடு வெளியே வரவும் ராமநாதனும் வந்து நின்றார்.

அவரைப் பார்க்கவும், "சார்... ரேவதி பேசிட்டா சார். இப்பதான் எங்ககூட பேசினா. இனிமே ஆபத்து ஒண்ணுமில்லை சார்..." என்று விஷ்வா பரபப்பானான்.

"சந்தோஷம். ரொம்ப சந்தோஷம்... கடவுளே!" என்று இரு கைகளைக் கூப்பி உணர்ச்சிவசமானார் ராமநாதன்.

"விஷ்வா கொஞ்சம் அமைதியா இருடா! சார். ரேவதி உயிருக்கு இனி எந்த ஆபத்துமில்லை. ஆனா..." என்று சற்று தள்ளிப் போடப்பட்டிருக்கும் நாற்காலிகளை நோக்கி நடந்தபடி பேசினாள் அன்னபூரணி.

ராமநாதன், ஆனால் என அன்னபூரணி இழுக்கவுமே பதற்றமாகிவிட்டார்.

"அவளுக்கு தன் ஞாபகமே இல்லை. தான் யார்னே தெரியல" என்று அன்னபூரணி கூறவும் அவரிடம் பதற்றம்கூடத் தொடங்கியது. "பொதுவா விபத்துல இப்படி ஆகறதெல்லாமும் சகஜம்தானே? எவ்வளவு சினிமா ட்ராமால பாத்துருப்போம்?"

"அப்படியா?"

"ஆமா... இப்ப பேசினப்போ பளிச்சின்னு தெரிஞ்சது. நல்லவேளை பாஷை மறக்கலை. தெளிவா கேள்வி கேட்கறா? நிச்சயமா போகப்போக எல்லமே சரியாயிடும்னு நான் நம்பறேன்."

"ஆமாம்மா... நான் கொஞ்சநேரம் பேசினா போதும். எல்லா ஞாபகங்களையும் மீட்டு எடுத்துடுவேன்... எனக்கு நம்பிக்கை இருக்கு..." என்றான் விஷ்வா.

ராமநாதனிடம் ஒரு கனத்த அமைதி! டாக்டர்களும் அவர்களை நோக்கி வந்தனர்.

"வாங்க என்னோட ரூமுக்குப் போய்ப் பேசுவோம் என்று அவர்களோடு தன் அறைக்குச் சென்று அமர்ந்த நிலையில் ஒரு பால்பாய்ண்ட் பேனாவை கையால எடுத்து பெண்டுலம்போல ஆட்டியபடியே பேசத் தொடங்கினார் சீஃப் டாக்டர்."

“லுக் மிஸ்டர் ராமநாதன். எங்க கேரியர்ல நாங்க இந்தமாதிரி நிறைய கேஸைப் பாத்துருக்கோம். தலைல அடிபட்ட ஒரு கேஸ்ல இப்படி ஒரு க்விக் ரெகவரியை மட்டும் எங்களால் எப்படின்னு புரிஞ்சிக்க முடியலை. இதைத்தான் நாங்க மிராகிள்னு சொல்வோம். ரேவதி வரைல உயிருக்கு ஆபத்துங்கற பேச்சுக்கே இடமில்லை. ஆனா அவங்க அம்னீஷியாவுல இருந்து முழுமையா குணமாவாங்களா இல்லை... இப்படியே தொடருமான்னும் சொல்ல முடியலை. ஒரு விஷயம் நிச்சயம். எழுந்து நடமாட அதாவது முன்புபோல நடமாட பல வருஷங்கள் ஆகும்! முதுகெலும்பு டிஸ்லொகேட் ஆகி ப்ரேக்கேஜும் நிறைய இருக்கு. இவை எல்லாம் ஸ்கேன்ல துல்லியமா பாக்கமுடியாது. ஒரு பெரிய சர்ஜரி, அப்புறம் குட்டி குட்டி சர்ஜரின்னு ஒரு பெரிய பிராசஸ் இருக்கு.”

சுருக்கமாச் சொல்லப்போனா இவங்க லைஃப் இனிமே ஒரு பெரிய போராட்டம்னே சொல்லலாம். சில மாசங்கள்ல எல்லா சரியாயிடும்னு ஒரு ஃபால்ஸ் ஹோப்பை வீ டோன்ட் வான்ட் டு கிவ்.

டாக்டர் சொல்லி முடித்தார்.

◈◈◈

ராமநாதனின் கண்களில் இருந்து கண்ணீர் உருள ஆரம்பித்திருந்தது. சிலரை கண்ணீரோடு கற்பனைகூட செய்து பார்க்க முடியாது. அப்படி ஒரு முகம்தான் ராமநாதனின் முகமும். அதைப்பார்க்க என்னவோபோல் இருந்தது. விஷ்வாவையும் அந்தக்காட்சி உலுக்கியது.

“சார்... அழாதீங்க! நிச்சயமா ரேவதி நல்லபடியாகி எழுந்து நடப்பா. ஏன்னா அவ ரொம்ப நல்லவ...” என்று டாக்டர்களே வியக்கும்படி பேசினான் விஷ்வா.

“ஆமாங்க... இப்பகூட இவ்வளவு சீக்கிரம் குணமாவாள்னு நாங்க எதிர் பார்க்கலைன்னாரே... கேட்டீங்கதானே? அதேமாதிரி

எல்லாமே சரியாயிடும். நான் சொல்றேங்க... அதிகபட்சம் மூணு மாசத்துல ரேவதி பழையமாதிரி ஆயிடுவா" என்றாள் அன்னபூரணி.

"அஃப்கோர்ஸ் மிராகிளா என்ன வேணா நடக்கலாம். அதே சமயம் மிராகிள்சை நாங்க பிலீவ் பண்ணக்கூடாதுங்கறதுதான் மருத்துவ பாடம்."

அதன்பின் அந்த அறைக்குள் ராமநாதன் அமர்ந்து டாக்டர்களின் ஆங்கிலமும் தமிழும் கலந்த பேச்சைக் கேட்கத் தயாரில்லை. சோர்வாக எழுந்தவர் விஷ்வாவோடு வெளியேறினார். அன்னபூரணி அவர்களைத் தொடர்ந்தாள்.

"சார் ஒரு காப்பி சாப்பிடுவோமா?" என்று கேட்டான் விஷ்வா.

"இல்ல விஷ்வா... ஐம் நாட் இன் த மூட்! பை த பை வாட் அபவுட் யுவர் யு.எஸ் ஜாப்?"

"யு.எஸ் ஜாப்... அதை நான் ரிஜெக்ட் பண்ணிட்டேன் சார்..."

"திரும்ப முயற்சி செய்தா கிடைக்காதா?"

"தெரியல சார்... எதுக்குக் கேக்கறீங்க?"

"ப்ளீஸ்... நீங்க உங்க எதிர்காலத்தை ரேவதிக்காகப் பாழாக்காதீங்க... எப்படியாவது அந்த ஜாப்ல சேரப்பாருங்க..."

"சார்... என்ன சொல்றீங்க. ரேவதிதான் எதிர்காலமே..."

"டாக்டர்கள் சொன்னதைக் கேட்ட பிறகுமா இப்படிச் சொல்றீங்க?"

"அஃப்கோர்ஸ். இப்பதான் ரேவதிக்கு நம்ப எல்லார் ஆதரவும் ரொம்ப முக்கியம்."

"பெத்த கடமைக்கு நான் கஷ்டப்படணும். எனக்கு அது தலையெழுத்து. உங்களுக்கு அப்படியில்லையே."

"என்னாச்சு... எதுக்காக இப்படி நெகடிவா பேசறீங்க?"

“நெகடிவாவா? உள்ளத பேசறேன். யு ஆர் எ குட் பர்சன், உங்க அம்மாவுக்கும் ஒரே பிள்ளை. நீங்க நல்லா இருக்கணும். அதனால பேசறேன். நீங்க போய் ட்யூட்டில ஜாய்ன் பண்ணுங்க. இங்க ரேவதியை நாங்க பாத்துக்கறோம். ஒருவேளை உங்க நம்பிக்கைபடி ரேவதி குணமாகி, உங்களுக்கும் அப்ப கல்யாணமாகாம இருந்தா அப்ப உங்க கல்யாணம் நடக்கட்டுமே?”

“சார். அது ஒரு முடிஞ்ச விஷயம். ஆனா ரேவதி வரைல இனிமேதான் எல்லாமே ஆரம்பம். ரேவதி சீக்கிரம் குணமடையணும்னா நான் உங்ககூட இருந்து நாம எல்லாருமா பாடுபடணும் சார்.”

“விஷ்வா நீங்க சொல்றது வாஸ்தவம்தான். கேட்கவும் ரொம்ப சந்தோஷமா இருக்கு. ஆனா அது அவ்வளவு சுலபமில்லை.”

“கஷ்டமாவே இருந்துட்டு போகட்டுமே. இப்ப அதுக்கென்ன?”

“நான் எப்படிச் சொல்வேன். நீங்க இனி ரேவதியைப் பார்க்க வரவேண்டாம். தயவுசெய்து உங்க எதிர்காலத்தைப்பத்தி யோசிச்சு மேலும் மேலும் முன்னேறுகிற வழியைப் பாருங்க.”

ராமநாதன் எதனால் அப்படிச் சொல்கிறார் என்பதை விஷ்வா அந்த நொடியே கண்டுபிடித்துவிட்டான்.

——

21
அத்தியாயம்

"**சா**ர். நீங்க, இப்படி எல்லாம் பேச என்ன காரணம்னு எனக்கும் தெரியும் சார். நீங்க சுவாதியை நினைச்சுக் குழம்பிப்போய்தான் இப்படி எல்லாம் பேசறிங்க. ஆம் ஐ கரெக்ட்?"

கச்சிதமாக அப்படிக் கேட்டவனை விக்கிப்போடு பார்த்த ராமநாதன் மௌனமாக வெறித்தார்.

"நாம இப்ப சுவாதிக்கு எப்படிப் புரிய வைக்கணும்னுதான் யோசிக்கணும். அவளை நினைச்சு இப்படியா பயப்படுவீங்க?"

அவன் கேள்வி முன் அந்த நிலையிலும் ஒரு சிரிப்பு சிரித்தார்.

"புரியுது சார்... அவ ஒரு சிக்கலான பாத்திரம்தான் ரொம்ப பொசசிவ்... ரொம்ப ஜலசி... இப்படி நிறையப்பேர் இருக்காங்க. இவங்களுக்குப் பயந்துபோய் நாம நம்மை மாத்திக்கறது கோழைத்தனம்..."

விஷ்வா அழுத்தமாய்ச் சொன்னாலும் அவரிடம் பெரிதாய் மாற்றமில்லை. மௌனமாகவே இருந்தார்.

"சார்... அவளை நினைச்சு பயப்படாதீங்க. நான் அவகிட்ட பேசறேன்" என்று அவர் கைகளைப் பிடித்தான்.

“இல்லை விஷ்வா... உங்க எந்த முயற்சியும் பயன் தராது. சுவாதி வரைலதான் விரும்பினபடியே எல்லாம் நடக்கணும்னு நினைப்பா. அப்படி நடக்கலேன்னா தனக்குக் கிடைக்காதது யாருக்கும் கிடைக்கக்கூடாதுன்னு அதை அழிச்சிடுவா... நான் அவ வரைல ஒரு தடவை இல்ல... நூறு தடவை தோத்தவன்! அந்த அடிப்படைல சொல்றேன்.”

“என்னங்க இது... முளைல கிள்ளி எரியவேண்டியதை உங்க பாசத்தால வளரவிட்டுட்டு இப்ப அதேமாதிரி எங்களையும் நடந்துக்க சொல்றீங்களே? இப்படிப்பட்டவ விஷ்வா யு.எஸ் போறத மட்டும் விரும்புவாளா? வந்து கத்தமாட்டாளா?”

“அப்படி இல்லம்மா... அவளுக்கு ஒண்ணு கிடைக்கலேன்னாகூட சும்மா இருந்துடுவா. அதேசமயம் அது இன்னொருத்தருக்குக் கிடைக்கறத அவ அனுமதிக்கவேமாட்டா இது ஒருவிதமான ஃபோபியான்னு டாக்டர்கள் சொல்லி, சின்ன வயசுல நான் ட்ரீட்மென்ட் எல்லாம்கூட எடுத்திருக்கேன். எதுவும் பலன் தரலை. அவ அப்படியேதான் இருக்கா...”

“இல்ல சார்... திஸ் ஈஸ் டூ மச்! இந்தமாதிரி கேரக்டர்களை அட்ஜஸே பண்ணக்கூடாது சார். ரெண்டுல ஒண்ணு பாத்துடணும். விடுங்க சார். நானா அவளான்னு ஒரு கை பாக்கறேன். நீங்க தயவுசெய்து கவலைப்படாதீங்க.”

“விஷ்வா... இப்பவும் சொல்றேன். யு ஆர் எ குட் பாய். நீங்க நல்லா இருக்கணும்னு மனசார விரும்பறேன். இங்க ரேவதி நல்ல கண்டிஷன்ல இருந்து இப்படி நடந்திருந்தாலும் இதே பேச்சதான் நான் பேசுவேன்... உங்களுக்கு இப்ப இரண்டு ஆப்ஷன்தான் இருக்கு. ஒண்ணு சுவாதி காதலை ஏத்துக்கறது இல்லைன்னா யு.எஸ். போய் லைஃப்ல செட்டில் ஆகறது. நீங்க ரேவதிய மட்டும் எந்த நிலைலயும் கல்யாணம் பண்ணிக்க முடியாது... இதுல எல்லா வகைலயும் உங்களுக்கு சரின்னு நான் நினைக்கறது நீங்க யு.எஸ் போய் வேலைல சேரணும்கறதைத்தான். உங்கள கெஞ்சிக் கேட்டுக்கறேன். தயவுசெய்து ரேவதியை மறந்துட்டு புறப்படுங்க...”

ராமநாதன் கைகளைக் கூப்பினார். விஷ்வாவிடம் ஒருவகை ஆவேசம் துளிர்க்க ஆரம்பித்தது.

“சார் இது கோழைத்தனத்தோட உச்சம். எங்க காதலை மறுக்க உங்களுக்கு உரிமை இருக்கு... ஆனா என்னை வெளிநாட்டுக்குப் போகச்சொல்ல உங்களுக்கு எந்த உரிமையும் கிடையாது. நான் போகவும் போறதில்ல. அந்த சுவாதியோட ஃபோபியாவா நானான்னு ஒரு கை பாக்கறேன்.”

“வேண்டாம் விஷ்வா. வரும்போது நான் அவளைப் பாத்துட்டுதான் வந்தேன். உங்கமேல உள்ள காதலுக்காக ரேவதி சீக்கிரம் சாகணும்னு கோயிலுக்குப்போய் அர்ச்சனை பண்ணிட்டு வந்துருக்கான்னா பாத்துக்குங்க.”

“ஐயோ இதென்ன கொடுமை. இப்படிக்கூடவா ஒருத்தி இருப்பா.”

“இருக்காளே... நான் என்ன செய்வேன்? நிஜமா சொல்றேன். ரேவதிக்கு உங்களமாதிரி ஒரு துணை கிடைக்க அவ எவ்வளவோ தவம் செய்திருக்கணும். ஆனா அவ கொஞ்சம் பாவமும் பண்ணியிருக்காளே. அவகூடவே கடவுள் இப்படி ஒரு பாவியையும் இருக்கும்படி பண்ணிட்டானே?”

ராமநாதன் கண்களில் திரும்ப கண்ணீர்!

“சார் அழாதீங்க. பயப்படவும் செய்யாதீங்க. சுவாதியை என்கிட்ட விட்ருங்க, அவளை நான் பாத்துக்கறேன்.” அழுத்தமாய் அவன் சொன்னபோது அவளிடமிருந்தே அவனுக்கு போன், “விஷ்வா எங்க இருக்கே? இப்பவே நான் உன்னைப் பாக்கணும்” என்று... விஷ்வாவிடமும் ஒரு தீர்மானம். ராமநாதனோ நடுங்கத் தொடங்கியிருந்தார்.

◈◈◈

ராமநாதன் ஒருபுறம் நடுங்கிட விஷ்வா, சுவாதிக்கு தீர்க்கமாகப் பதில் கூறத் தொடங்கினான்.

"சுவாதி நானும் உன்னைப் பாக்கணும்னுதான் இருந்தேன். நீ இப்ப எங்க இருக்கே?"

"நான் என் வீட்லதான் இருக்கேன்..."

"சரி, அப்ப நீ காக்டெய்ல் காப்பி ஷாப்புக்கு வந்துட்றியா?"

"அதுக்கு முந்தி உனக்கு ஒரு சந்தோஷமான விஷயம்..."

"என்ன விஷ்வா...?"

"ரேவதி கண் திறந்துட்டா... அதுமட்டுமில்ல நல்லா பேசவும் செய்யறா."

"என்ன விஷ்வா... என்கிட்ட கதைவிட்றியா?"

"சரி அப்ப நீ இப்பவே ஹாஸ்பிடலுக்குக் கிளம்பி வா. அந்த அதிசயத்தை நேர்லயே பாக்கலாம்..."

அடுத்தநொடி மறுபுறத்தில் போன் கட்டானது விஷ்வாவுக்கும் புரிந்தது. அவனும் தன் போனை பாக்கெட்டுக்குள் போட்டுக்கொள்ள அவனையே இமைக்காதபடி பார்த்துக்கொண்டிருந்தார் ராமநாதன். அவர் பார்வையே, 'நீ தேன் கூட்டுக்குள் கை வைத்துவிட்டாய். உனக்கு கடி நிச்சயம்' என்று சொல்வதுபோல் இருந்தது.

"என்ன சார்... ரொம்ப பயமா இருக்கா?"

"பயமா மட்டுமில்லை விஷ்வா... அடுத்து என்ன நடக்கும்னு என்னால் யூகிக்கவே முடியல..."

"ஒண்ணும் ஆகாது சார்! அவ படிச்சவதானே... சொன்னா புரிஞ்சுக்கமாட்டாளா?"

"அதெல்லாம் நம்மைப்போல இருக்கற ரெகுலர் கேரக்டர்களுக்கு. அவ ஒரு ஃபோபியான்னு சொன்னேனே விஷ்வா..."

"நோ சார். அப்படியே ஃபோபியாவாவே இருந்துட்டு போகட்டுமே. எனக்கு உன்னைப் பிடிக்கலைன்னா அவளால என்ன சார் செய்துடமுடியும்?"

“என்ன செய்ய முடியுமா... அவ செய்யும்போது தெரிஞ்சுக்குவீங்க!”

“அதையும் நான் பாக்கறேன். பொதுவா ஒரு காதல்ல பேரண்ட்ஸ்தான் பிரச்சனை பண்ணுவாங்க. ஆனா உலக வரலாற்றுலயே காதலியோட அக்கா பிரச்சனை பண்றது இதுதான் முதல் தடவைன்னு நினைக்கறேன். உங்க மேலயும் தப்பு இருக்கு சார். நீங்க ரொம்ப இடம் கொடுத்துட்டீங்க. முளைலயே கிள்ளி இருக்கணும்.”

விஷ்வாவிடம் ஆவேசம் பீறிட்டது. அதுவரை அமைதியாக இருந்த அன்னபூரணி, விஷ்வாவை சற்றுக் கடுமையாகப் பார்த்தவளாக,

“விஷ்வா... அவசரப்பட்டு வார்த்தைகளை விடாதே. அவரைக் குறைசொல்ல உனக்கு உரிமையும் இல்லை. தகுதியும் இல்லை. அவர் இடத்துல இருந்து பார்த்தா தெரியும். ஆமா நீ சொன்னதுக்கு சுவாதி பதிலுக்கு என்ன சொன்னா?”

“அவளால நம்ப முடியல. அப்புறம் போனை கட் பண்ணிட்டா.”

“அப்ப அவ நிச்சயம் ஆஸ்பத்திரிக்கு வந்து ரேவதியைப் பார்ப்பா...” என்ற ராமநாதன் விசும்பி அழ ஆரம்பித்தார்.

“சார்... என்ன சார் நீங்க... எதுக்கு சார் அழறீங்க?”

“கத்தி போய் வால் வந்த கதையாயிடுச்சே விஷ்வா. ரேவதி தேறிட்டதுக்காக நான் சந்தோஷப்படுவேனா, இல்லை சுவாதி என்ன செய்வாளோன்னு நான் பயப்படவேனா. நான் என்ன செய்வேன்?”

“ஐய்யோ சார்... அவ உங்க பொண்ணு. என்னமோ ஒரு மோகினிப் பிசாசுக்கு பயப்படறமாதிரி பயப்படறீங்களே...”

“நான் உங்களுக்கு எப்படிப் புரியவைப்பேன். வீடே இப்ப அங்க ரணகளத்துல இருக்கும் என்றவர், உடனடியாக மனைவி பத்மாவுக்குத்தான் போன் செய்தார்.”

“பத்மா...”

“சொல்லுங்க...”

“சுவாதி என்ன பண்றா இப்ப?”

“வீட்லயே இல்லையே... அவசர அவசரமா காரை எடுத்துகிட்டு கிளம்பினா. ஏன் கேக்கறீங்க?”

“ரேவதி பேசிட்ட விஷயம் இப்ப அவளுக்குத் தெரியும். அதான் கேட்டேன்.”

“அப்ப அங்கதாங்க வருவா. ஐய்யோ பார்த்துங்க.”

“உங்ககிட்ட ஒண்ணும் கோபப்படலியே...”

“இல்லீங்க. ஆனா ஒருமாதிரி பார்த்தா. அப்பவே எனக்கு சந்தேகம்.”

“சரி... நீ ஒண்ணும் கவலைப்படாதே. இங்க நாங்க பார்த்துக்கறோம்.”

“நாங்கன்னா...?”

“நான், விஷ்வா, அவங்க அம்மால்லாம்தான்.”

“பார்த்துங்க...”

“பார்த்துங்க பார்த்துங்கன்னா என்னால என்ன செய்யமுடியும்? வினோதமான ஒரு மனவியாதியுடைய ஒரு பொண்ணால நாம் கஷ்டப்படணும்னு இருந்தா அதை எல்லாம் மாத்தமுடியாது பத்மா.”

“ஐயோ என்னங்க இவ்வளவு விரக்தியா பேசறீங்க ஆமா ராமேஸ்வரம் போகணும்னு சொன்னது என்னாச்சுங்க?”

முதல்ல என் பெரிய பொண்ணுங்கற புயல் அடிச்சி முடியட்டும். அப்புறம் அதைப்பத்திச் சிந்திக்கறேன். இப்ப போனை வெச்சுட்றேன்.” கட் செய்தவர் நிமிரவும், சுவாதி உள்ளே நுழையவும் சரியாக இருந்தது.

அவள் நடையில் ஓர் ஆவேசம்!

நேராக நேர்கோடுபோல் ஐ.சி.யு. நோக்கித்தான் நடந்தாள். அப்படி இப்படித் திரும்பிப் பார்க்கவில்லை. மெல்லிய சில்க் சாரி அணிந்திருந்தாள். இரண்டு இன்ச் உயரத்திற்கு ஹை ஹீல்ஸ் கையில் ஒரு லெதர் பேக், தலை முடியைப் பின்னிக்கொண்டிருக்கவில்லை. அது அலைபாய்ந்தது.

ராமநாதனும் விஷ்வாவும் அன்னபூரணியும் அவள் வேகத்தைப் பார்த்தே அவள் மனநிலையை யூகித்துவிட்டனர். ஐ.சி.யு. அருகே சென்றவள் சுதவைத் திறக்க முனைந்தாள். அதுவும் திறந்துகொண்டது. விறுவிறுவென்று ரேவதி படுத்திருக்கும் படுக்கை நோக்கித்தான் சென்றாள்.

சுவாதி வரவும் ரேவதி அரைக்கண்களால் பார்த்தாள். அதுவே சுவாதியை ஒரு உலுக்கு உலுக்கிவிட்டது. “ரேவதி.” என்றாள் சற்று கெட்டியான குரலில் ரேவதியும் முழுக் கண்களைத் திறந்தாள். திறந்த நிலையில் மலங்க மலங்கப் பார்த்தாள்.

“என்னடி பார்க்கறே... நீ பேசிட்டியாமே. எங்க பேசு என்கூட...” என்று அதட்டலாக அவள் கொடுத்த குரல் நர்ஸ் அமலோற்பவமேரியை ஓடிவரச் செய்தது.

“மேடம் என்ன இது... இங்க இப்படி எல்லாம் கத்தக்கூடாது. அப்புறம் இப்படி லெதர் பேக்கோட எல்லாம் வரக்கூடாது. முதல்ல வெளியப்போங்க...” என்று கத்தினாள் மேரி.

“நான் போறது இருக்கட்டும்... இவ பேசுவாளா?”

“நல்லா பேசுவாங்க... நீங்க முதல்ல போங்க...”

“நான் கொஞ்சம் அவகூட பேசணும்...”

“அதுக்கு நேரமிருக்கு... இப்ப அவங்களுக்கு யாரையும் பெருசா தெரியல. அவ்வளவு என் தன்னையே தெரியலை.”

மேரி, சுவாதியைத் தள்ளிக்கொண்டே வெளியில் வந்து கதவையும் அடைத்தாள்.

“அப்ப ரேவதி சீக்கிரமா குணமாயிடுவாளா?”

“நிச்சயமா...”

“டிஸ்சார்ஜ் ஆக எவ்வளவு நாளாகும்?”

“அதை எல்லாம் டாக்டர்கிட்ட கேட்டுக்குங்க, நான் எனக்கு தெரிஞ்சதைத்தான் சொல்லமுடியும்...”

“ஆமா அந்த விஷ்வா வந்தானா?”

“எந்த விஷ்வா?”

“இங்க எங்ககூட என்ன நூறுபேரா இருந்தாங்க. ஒண்ணு என் அப்பா, அடுத்து விஷ்வா...”

“அவரா... வந்தாரும்மா. வந்து பிரசாத குங்குமமெல்லாம் வெச்சுவிட்டாரு...”

“அதை எல்லாம் பர்மிட் பண்ணமாட்டீங்களே...?”

“உங்களமாதிரியே ஓவர் லுக் பண்ணும்போது என்ன செய்ய முடியும்?”

“சரி... இப்ப அவங்க எங்க?”

“கொஞ்சம் முந்திதான் உங்கப்பாவோட வந்து பாத்துட்டுப் போனாங்க. கேன்டீன்கிட்ட இருக்கலாம்.”

படபடவென்று சுவாதி கேட்க, மேரியும் பதில் சொல்ல, அதைச் சற்றுத்தள்ளி மறைவாய் நின்று பார்த்துக்கொண்டே இருந்தான் விஷ்வா. அவன் பின்னாலேயே ராமநாதனும் அன்னபூரணியும் நின்றபடி இருந்தனர்.

சுவாதி அடுத்து அவளுக்கு ஒரு நன்றிகூடக் கூறாமல் திரும்பி நடக்கத் தொடங்கினாள்.

மூவரும் மௌனமாக பார்த்தபடியே இருந்தனர். அவள் வெளியே காரில் ஏறிக்கொண்டாள். காரும் கிளம்பியது. ராமநாதனுக்கு அப்பாடா என்று இருந்தது.

“என்ன சார் இது... வந்தா, பார்த்தா, போய்ட்டா...”

“ஆமா... இனிமேதான் க்ரூயலா யோசிப்பா. உங்களுக்கு ஒண்ணு தெரியுமா? ரேவதியை நாங்க யாரும் கவனிக்க முடியாதபடி எல்லோரும் பெட்ரிட்டன் ஆயிட்டோம். ஒருவேளை ரேவதிக்கு மட்டும் ஆக்ஸிடென்ட் ஆகி அவளுக்கு நாங்க பணிவிடை செய்யறமாதிரி இருந்தா, சுவாதியும் அவ பக்கத்துலேயே வந்து படுத்திருப்பா. ரேவதியைவிட அவளை அதிகம் கவனிக்கும்படி செய்திருப்பா...”

“எல்லா விஷயத்துலயும் அவளுக்கு அப்புறம்தான் எல்லாரும்...”

“மை காட் இப்படி ஒரு மனோபாவமா?”

“ஆயிரம் தடவைக்கு மேல கேட்டுருக்கா... எதுக்காக ரேவதியைப் பெத்தே நான் ஒருத்தி போதாதான்னு...”

“டாக்டர்கிட்ட காட்டினதுக்கு என்ன சொன்னாங்க...”

“என்னென்னமோ சொன்னாங்க புராணத்துல வர்ற சூர்ப்பனகை, மந்தரைமாதிரி கேரக்டர்கள் பொய்யில்ல. அவங்களா மாறினாதான் உண்டு. மற்றபடி மின்சாரத்தை நெருங்கற மாதிரிதான் எப்பவும் நெருங்கணும்னு சொல்லிட்டாங்க...”

“சரி சார்... இப்ப நிச்சயம் என்னைக் கூப்பிடுவா. நான் எப்படிச் சமாளிக்கறேன்னு பாருங்க...”

“கூப்பிடமாட்டா விஷ்வா. அவளோட அடுத்தகட்டச் செயல்பாட்டை நம்ம யாராலயும் கண்டுபிடிக்க முடியாது. ஆனா அது ஒரு புலி தன் இரைமேல ஆவேசமா பாய்ஞ்சாமாதிரிதான் இருக்கும். அது மட்டும் நிச்சயம்.”

ராமநாதன் சொல்லும்போதே பயமாக இருந்தது. அதேபோல் அவளிடம் இருந்துபோனே வரவில்லை. விஷ்வா போன் செய்தபோது ஸ்விட்ச் ஆஃப் என்று வந்தது. அப்படியானால் அடுத்து...?”

——

22
அத்தியாயம்

விஷ்வா போனை சட்டைப்பாக்கெட்டில் போட்டான். அதுவே ராமநாதனுக்கும், அன்னபூரணிக்கும் அவன் ஸ்விட்ச் ஆஃப் செய்ததை உணர்த்திவிட்டது.

“என்னப்பா ஸ்விட்ச் ஆஃபா?”

“ஆமாம்மா.”

“நல்ல போன் பா... இதன் மூலமாகூட ஒருத்தரைப் புரிஞ்சிக்க முடியுது பார்.”

“இது நல்ல போன் இல்லம்மா, அணுகுண்டைவிட மோசமான ஆயுதம். விஞ்ஞானம் இந்தச் சமூகத்துக்குச் செய்திருக்கிற பெரிய தீமை.”

விஷ்வா செல்போன் குறித்த தன் கருத்தைக் கூறியபடியே அடுத்து என்ன செய்வது? என்பதுபோல் ராமநாதனைப் பார்த்தான்.

“நான் ஹாஸ்பிடலுக்குப்போய் ரேவதிகூடவே இருக்கப்போறேன் மிஸ்டர் விஷ்வா” என்றார் அவர். அதுவே அவரின் பயத்தைக் காட்டிவிட்டது. சுவாதியால் ரேவதிக்கு நிச்சயம் ஏதாவது ஆகிவிடக்கூடும் என்று அவர் நம்புவதை அவர் சொன்னவிதமே ஊர்ஜிதம் செய்தது.

“அப்ப ராமேஸ்வரம்?” என்று இழுத்தாள் அன்னபூரணி.

“என்ன தப்பா எடுத்துக்காதீங்க. இப்ப யார் வந்து சொன்னாலும் நான் கேட்கமாட்டேன். நான் ரேவதி கூடதான் இருப்பேன். கொஞ்ச நாள் போகட்டும். அப்ப அவசியப்பட்டா பார்க்கலாம்” என்ற ராமநாதனை விஷ்வா அதற்குமேல் வற்புறுத்தவில்லை.

“நல்லது சார். உங்க விருப்பப்படியே செய்யுங்க. நானும் ரெகுலரா ஆஸ்பத்திரிக்கு வருவேன். என்ன வரவேண்டாம்னு மட்டும் சொல்லிடாதீங்க...”

“சொன்னா கேட்கவா போறீங்க? என் சக்திக்கு நான் ரேவதியைக் காப்பாற்றப் பாக்கறேன். நீங்க தயவுசெய்து உங்களைப் பத்திரமா பார்த்துக்குங்க...”

“என்னையா... ஏன் சார், எனக்கு ஏதாவது ஆயிடும்னு பயப்படறீங்களா?”

“நிச்ச்ச்ச்சயமா...!” ராமநாதன் நிச்சயமா என்னும் வார்த்தையில் மிகவே அழுத்தம் சேர்த்தார். அது அன்னபூரணியை என்னவெல்லாமோ செய்துவிட்டது.

“சரி சார். ரேவதியைப் பார்த்துட்டு நான் கிளம்பறேன்...” என்றவன் திரும்பவும் ஐ.சி.யு. பக்கம்தான் சென்றான். படுக்கையில் ரேவதி விழித்தபடி படுத்திருந்தாள். அவனிடமும் அன்னபூரணியிடமும் அதன் நிமித்தம் ஒரு ஆர்வம்!

அமலோற்பவமேரியும் இருந்தாள்... அவ்வளவாக யாரும் இல்லாததால் அவர்களை உள்ளே அனுமதித்தாள்.

“இப்பதான் இவங்க சிஸ்டர் வந்து பார்த்துட்டுப் போனாங்க. நீங்க பாக்கலையா?” என்று கேட்டாள்.

“பாத்தோம்... பாத்தோம்...” என்று ராமநாதன் சமாளித்தார். அதுவே அவளைப்பற்றிப் புதிதாய் நீ ஏதாவது ஆரம்பித்துவிடாதே என்பதுபோல் இருந்தது.

“அவங்க ரொம்ப டெம்ப்ட்டா இருந்தாங்க. அக்ரசிவா பிஹேவ் பண்ணாங்க...” என்றாள்.

“தன் தங்கை இப்படிக் கிடக்கறாளேங்கற வருத்தம்தாம்மா அவ வரைல அப்படி அவ நடக்கக் காரணம்” என்று அன்னபூரணி அழகாய்ச் சமாளித்தாள். ரேவதி பார்த்துக்கொண்டேயிருந்தாள். முகத்தில் வேறு எந்த உணர்வுமில்லை!

“ரேவதி...”

“.....”

“ரேவதி என்னைத் தெரியல. நான்தான் உன் விஷ்வா...”

“.....”

“அம்மாடி. அப்பாம்மா! தெரியல?” ராமநாதனும் இடையிட்டார்.

“.....”

“உனக்கும் ஒண்ணும் இல்லடா, ஒரு சின்ன ஆக்சிடென்ட் இப்ப நீ வெரி நார்மல்...”

“.....”

அவர்களின் எந்தப் பேச்சுக்கும் ரேவதியிடம் பதிலில்லை.

“ரொம்பப் பேச்சுக் கொடுக்க வேண்டாம். ஸ்ட்ரெய்ன் பண்ணா ஃபிட்ஸ் வர சான்ஸ் இருக்குன்னு சொன்னார்.”

அமலோற்பவமேரி எடுத்து கொடுத்தாள். ஆனால் விஷ்வா அதைக் காதிலேயே வாங்கவில்லை. எப்போதும் அவள் கையைப் பிடித்தால் உடனேயே சொடக்கு எடுத்துவிடுவான். பின் வருடித் தருவான். அவளுக்கும் அது இனம்புரியாத சுகமாக இருக்கும். இப்போதும் அவள் கரம்பிடித்தான். இடது கரத்தில் சலைன் மருந்து ஊசி வழியாக இறங்கிக்கொண்டிருந்தது. வலது கரம் காத்திருந்தது. அதைப் பிடித்தவன் கண்கலங்கப் பார்த்தான். விரல்களில் சொடுக்கு எடுத்து நீவிவிடத் தொடங்கினான். அதனால் அவளிடம் ஒரு பெரும் மாற்றம். அவனை அதுவரை

வெறித்துப் பார்த்தவள், அவன் வருடவும் நெற்றி சுருங்கிட சலனத்தோடு பார்த்தாள்.

“ரேவதி... உன்ன இப்படிப் பாக்கவேண்டி வரும்னு கற்பனைலகூட நினைக்கல நான். என்னை உன்னால ரெகக்னைஸ் பண்ணமுடியலியா?” என்று மிருதுவாகக் கேட்டான்.

அவள் கண்கள் படபடக்கத் தொடங்கின. அப்போது ஒரு டாக்டரும் வந்து நின்றவராய், “கமான் சார். அப்படியே பேசுங்க. அவங்க ரீ ஆக்ட் பண்றாங்க... ஃபிசிகலா இவங்களால் ஷேர் பண்ணமுடியுது. அப்ப நர்வஸ் சிஸ்டம் நார்மலா இருக்கும்னு அர்த்தம்” என்றார். ரேவதி அப்படியே பார்வையை உருட்டி டாக்டரையும் பார்த்தாள்.

“கமான் ரேவதி... கமான்! உங்க மைண்ட்ல என்ன தோணுதோ அதைச் சொல்லப் பாருங்க” என்றார் டாக்டர். அவளும் “டா... டா... டாக்டர்...” என்றாள்.

“யெஸ்... ஐ ஆம் டாக்டர். என்னைத் தெரியுதா?”

“ந... ந... நல்லா தெரியுது டாக்டர்” அவள் தெளிவாகப் பதில்கூற முயன்றாள். அதே வேகத்தில் அப்படியே கண்கள் செருக மயங்கினாள். விஷ்வாவுக்கு சலிப்பாகிவிட்டது.

“நோ பிராப்ளம் மிஸ்டர் விஷ்வா. இவங்க நல்லா ரெஸ்பாண்ட் பண்றாங்க. நிச்சயம் ஹண்ட்ரட் பர்சன்ட் இவங்க குணப்படுத்திடலாம். ரியலா இதை நான் ஒரு மிராகிளாத்தான் பாக்கறேன். ரேவதி கேஸ் இந்த ஹாஸ்பிடலுக்கே ஒரு அவேர்நெஸ்ஸை கொடுத்திருக்கு. எங்க மெடிகல் சைன்ஸுக்கே ஒரு பெரிய சவால்தான் ரேவதி.”

என்று அவர்களோடு வெளியே வந்தார். விஷ்வா முகத்தில் முன்பைவிட ஒரு தெம்பு தெரிந்தது. ராமநாதனோ நேர் எதிர் உணர்வில் இருந்தார். அதை அன்னபூரணியும் கவனித்தபடியேதான் இருந்தாள்.

"சரிப்பா... நாம புறப்படுவோம். அவரைக் கொஞ்சம் ஃப்ரீயா விடு" என்று அன்னபூரணி, விஷ்வாவைத் தள்ளிக்கொண்டு புறப்பட்டாள். மோட்டார் பைக்கில் ஏறிக்கொண்டு வீட்டுக்குப் போகச்சொன்னாள். வீட்டை அடைந்தபோது அதிர்ச்சி காத்திருந்தது. விஷ்வாவின் அப்பா ராமமூர்த்தி வீட்டு வாசல்படியிலேயே சுருண்டுகிடந்தார். அருகில் நெருங்கவும் மதுவாடை குபீரென்று வீசியது. ஒரு விநாடி அன்னபூரணி ஆடிப்போய்விட்டாள். அவள் முகம்போன போக்கை வைத்தே விஷ்வா புரிந்துகொண்டுவிட்டான். அவன் உடம்பில் ஒரு இனம்புரியாத படபடப்பு. பைக்கை ஓரம் கட்டிவிட்டு வந்தவன் அவரை அப்படியே தரதரவென்று இழுத்து ஒரு ஓரமாய்ப் போட்டுவிட்டுக் கதவைத் திறந்தான். அதற்குள் பக்கத்து வீட்டுப்பெண் வெளியே வந்தவளாக, "பூரணியம்மா... யாரோ இரண்டுபேர் ஒரு ஆட்டோவுல வந்து இங்க இறக்கிவிட்டுட்டுப் போனாங்க. அட்ரஸ் தெரியாம ஆட்டோவுல சுத்திக்கிட்டே இருந்தாங்க. நான்தான் உங்க வீட்டை அடையாளம் காமிச்சேன், திரும்பவும் குடிக்கக் கிளம்பிட்டாராக்கும்?" என்று கேட்டாள். உள்ளே சென்ற விஷ்வா திரும்பிவந்து, "அம்மா உள்ளே வா..." என்று அழைத்தான். அவன் எதற்குக் கூப்பிடுகிறான் என்பது தெரிந்தது அவளுக்கு.

"இவரை இப்படியே விட்டுட்டு எப்படிப்பா உள்ள வருவேன்?"

"ஆரம்பிச்சிட்டியா உன் பதிபக்தியை... பேசாம உள்ள வா."

"இவரையும் கூட்டிக்கிட்டுப் போவேம்பா..."

"பேசாம வான்னா வா..." அவன் குரலில் ரௌத்ரம் தொனித்தது.

"இவர் திரும்ப இப்படிப் பண்ணுவார்ன்னு நிஜமா நான் நினைக்கலடா..."

"ஆனா நான் நினைச்சேன் ஆடின கால், பாடின வாய் இது இரண்டும் எப்படிச் சும்மா இருக்காதோ... அப்படித்தான்

குடிகாரனோட வாயும்... அதாலயும் குடிக்காம இருக்கவே முடியாது..."

"எல்லாத்தையும் உள்ளபோய் பேசுவோம்பா ஒரு கை பிடி..." என்று கூப்பிட்டாள்.

"முடியாது. இழுத்து தெருவுல விடு. லாரி வந்து மேல ஏறி செத்து ஒழியட்டும்..."

"விஷ்வா நிதானமா பேசு. இக்கட்டான தருணங்கள்லதான்டா சொல்கட்டு அவசியம்."

"உன் உபதேசத்தை முதல்ல மூட்டைகட்டு. வா உள்ள..." அவன் பேச்சைக் கேட்காமல் அவரை தரதரவென்று இழுத்துக்கொண்டு உள்ளே செல்லத் தொடங்கினாள் அன்னபூரணி. பக்கத்து வீட்டுப் பெண்மணியும் சிறிதுநேரம் பார்த்துவிட்டுத் திரும்பிவிட்டாள்.

ஹாலுக்குள் அவரை இழுத்துக் கிடத்தியபோது ராமமூர்த்தியின் சட்டைப் பாக்கெட்டில் இருந்து அந்த ஏ.டி. எம். கார்டு வெளியே வந்து விழுந்தது. அதைப் பார்த்தவனுக்கு பகீரென்றது. குனிந்து கையில் எடுத்துப் பார்த்தான். அதில் சுவாதியின் பெயரைப் பார்த்தபோது, காலில் தேள் கடித்ததுபோல் இருந்தது. கண்கள் அகண்டு விரிந்தன. அடுத்தநொடி குனிந்து பாக்கெட்டில் கையைவிட்டான். பல ஏ.டி.எமில் பணமெடுத்த ரசீதுகள் கைக்கு வந்தன. ஒவ்வொரு தடவையும் இருபதாயிரம் முப்பதாயிரம் என்றே பணம் எடுத்திருந்தார். பாக்கெட்டில் ஒரு ரூபாய்கூட இல்லை. கார்டும் ரசீதுகளும் மட்டும் இருந்தன. அதைப் பார்த்தவன், "அம்மா இந்தாள் கைல சுவாதியோட ஏ.டி. எம். கார்டும்மா..." என்றான் பலத்த குரலில்.

"ஐய்யோ... நெஜமாவா?"

"பாரும்மா இது அவளோடது. இந்தாள் கைல எப்படி வந்தது?"

"அவ ஒருவேளை கொடுத்துருப்பாளோ?"

"ஏன்... இவர் அவகிட்ட திருடியிருக்கலாம்தானே?"

“நாம நல்லதையே நினைப்போமேப்பா…”

“நான் எது யதார்த்தமோ அதை நினைக்கறவன். இது திருட்டுதான். திருடின கார்டோட குடிக்கப்போயிருக்காரு பாரு… கிட்டத்தட்ட ஒண்ணே கால் லட்ச ரூபாயை எடுத்து செலவழிச்சிருக்காரு…”

“பாவி மனுஷன்… என்னை இப்படி ஏமாத்திட்டானே?”

“இதுக்குத்தான் தலையால அடிச்சுக்கிட்டேன். கிட்ட சேர்க்க வேண்டாம்னு கேட்டியா?”

“விஷ்வா… அதை எல்லாம் இப்பப் பேசி என்னடா புண்ணியம். நல்லவேளை இப்பவாவது இந்த கார்டு நம்ப கைல கிடைச்சதே. சுவாதிகிட்ட திருப்பிக் கொடுத்துடுவோம்…”

“கார்டை கொடுக்கறதா முக்கியம்… ஆயிரமாயிரமா எடுத்துச் செலவழிச்சிருக்கானே… அதைத் திருப்பித் தரவேண்டாமா?”

“ஆமாண்டா… கட்டாயம் திருப்பித் தரணும். என் கழுத்துச் சங்கிலியைத் தரேன். இதை அடகுவெச்சுப் பணத்தோட வா. அவங்க வீட்டுக்கே போய் அவ கைல கொடுத்துட்டுத் திரும்பி வருவோம்.”

சொல்லிக்கொண்டே அன்னபூரணி கழுத்துச் சங்கிலியைக் கழற்றத் தொடங்கினாள்.

“கழட்டாதம்மா முதல்ல இது எப்படி இந்தாள் கைக்கு வந்ததுன்னு தெரிஞ்சிக்குவோம். இது ஒரு நல்ல சந்தர்ப்பம். கார்டை திருடிட்டதா போலீஸ்ல கம்ப்ளைண்ட் கொடுத்து உள்ள தள்ளிடுவோம். உள்ள போனாலாவது திருந்துவானான்னு பார்ப்போம்…” என்றபடியே, சமையல்கட்டுக்குச் சென்றவன் ஃபிரிட்ஜை திறந்து தண்ணீர்ப் பாட்டிலை எடுத்து வந்து ராமமூர்த்தியின் தலைமேல் பொதபொதவென்று கொட்டினான்.

——

23

அத்தியாயம்

சில்லென்ற தண்ணீர் படவும் ராமமூர்த்தியும் புரண்டு படுத்து நெளியத் தொடங்கினார். ஒரு பாட்டில் காலியாகவும் அடுத்த பாட்டிலை எடுத்து வந்தான். அந்தத் தண்ணீரும் பொதபொதவென்று விழுந்து காது, மூக்கில் எல்லாம் தண்ணீர் புகத் தொடங்கி அவர் திணறத் தொடங்கி எழ முயற்சி செய்தார். அவர் முன் மண்டியிட்டு அமர்ந்த விஷ்வா, அவர் முகத்தின் தாடையைப் பிடித்தபடி அவர் தலையில் தட்டத் தொடங்கினான். அப்படித் தட்டும்போது, "குடிகார நாயே... கண்ணத் திற! இப்ப கண்ணத் திறக்கல உன் கண்ணை அப்படியே நோண்டிடுவேன், கண்ணத் திற... கேக்கற கேள்விக்கு பதில் சொல்" என்று கன்னத்தில் அறையவும் செய்தான். அவரும் சிரமப்பட்டுத் திறந்து பார்த்தார்.

அப்போது வாசற்புறம் ஒரு கார் வந்து நிற்கும் சப்தம். காரில் இருந்து சுவாதி இறங்கிக்கொண்டிருந்தாள். அவளைப் பார்த்த அன்னபூரணிக்கு படபடப்பானது. விஷ்வாவும் பார்த்தான். அவளைப் பார்க்கவும் அவனிடமும் படபடப்பு அதிகரித்தது. அவளது கார்டும் கையிலேயே இருக்க அதைப் பாக்கெட்டில் போட்டுக்கொண்டவன், ராமமூர்த்தியை மிக வேகமாய் எழுப்பத் தயாரானான்.

“ஏய் கண்ணத் திறய்யா... குடிகார நாயே! கண்ணத் திற...” என்று கழுத்தை நெரிக்கும் விதமாய் முகம் எதிரே கத்தினான். அப்போது சற்றும் எதிர்பாராதவிதமாக ராமமூர்த்தியின் வாயில் இருந்து ரத்தம் கொப்பளித்து விஷ்வா முகத்தில்பட்டு அவன் முகமெல்லாம் ரத்தமானது. கச்சிதமாக சுவாதியும் வந்து நின்ற நிலையில் அவன் கைப்பிடி விலகவும், கண்கள் செருக ராமமூர்த்தி உடலும் கீழே விழுந்தது.

கீழே விழுந்த ராமமூாத்தி அப்படி விழுந்த நிலையிலேயே தொடர்ந்து ரத்தவாந்தி எடுக்கத் தொடங்கினார். ஆனால், விஷ்வா அதற்காகத் துளியும் பரிதாபமோ பதற்றமோ படவில்லை. அன்னபூரணி அவனை உலுக்கத் தொடங்கினாள்.

“டேய்... தூக்குடா... ஆஸ்பத்திரிக்குப் போன் பண்ணு. உன் வெறுப்பை எல்லாம் அப்புறம் காட்டு. உன்னைக் கெஞ்சிக் கேட்டுக்குறேன்” என்றாள்.

அவன் பார்வையோ அப்போது பார்த்து வந்து நின்றுகொண்டிருந்த சுவாதி மேல்தான் இருந்தது. அவளும் அவனை மிகவே வெறித்தாள்.

“நீ எங்க வந்தே சுவாதி?” தன் உணர்ச்சிகளை மிகவே கட்டுப்படுத்திக்கொண்டு கேட்டான் விஷ்வா.

“அம்மாடி... நீ ஒரு கைகொடு... உன்கிட்ட போன் இருந்தா டாக்டருக்குப் போன் பண்ணு” என்று அன்னபூரணி கூறவும் சுவாதி போனை எடுத்துப் பேசத் தயாரானாள்.

“நோ... டாக்டரைக் கூப்பிடாதே! இந்த ஆள் செத்தா சாகட்டும். இவன்லாம் உயிரோடவே இருக்கக்கூடாது” விஷ்வா சுவாதியைத் தடுக்க முனைந்தான்.

அவள் முகத்தில் துளியும் இமைத்துடிப்பே இல்லாத ஓர் ஊடுருவும் பார்வை! அவள் கைபேசியைப் பிடித்திருந்த விதமேகூட அலாதியாக இருந்தது. எண்பதாயிரம் மதிப்புள்ள ஐபோன் அது...!

'கிளாரிட்டி டு த கோர்' என்று அதைப்பற்றிப் பெருமையாகச் சொல்வார்கள்! அப்படி ஒரு போனில் அவள் ஒருமாதிரி திருப்பிக்கொண்ட தன் குடும்ப டாக்டருக்குத்தான் போன் செய்தாள்.

"டாக்டர் அருணாச்சலம்..."

"யெஸ், அருணாச்சலம் ஹியர்..."

"நான் சுவாதி ஃபார்மா சுவாதி பேசறேன்."

"சொல்லும்மா... எப்படி இருக்கே? உன் தங்கை எப்படி இருக்கா? எனி இம்ப்ரூவ்மென்ட்"

"இப்ப அவளைவிடவே முக்கியமான இன்னொரு பேஷன்ட்கூட நான் இருக்கேன் டாக்டர். கொஞ்சம் சீக்கிரம் வரமுடியுமா?"

"யாரும்மா அது... எங்க நான் வரணும்?"

"எல்லாம் நேர்ல சொல்றேன். அட்ரஸ் சொல்றேன். கொஞ்சம் சீக்கிரம் வாங்க. ரத்தவாந்தி எடுத்துத் துடிச்சிக்கிட்டு இருக்கார் பேஷன்ட்..."என்ற சுவாதி அட்ரசுக்காக போனை விஷ்வா முன் நீட்டி, "டாக்டர்கிட்ட வீட்டு அட்ரஸ் சொல்லுங்க" என்றாள்.

"நோ... நான் சொல்லமாட்டேன். இந்த ஆள் உயிரோட இருக்கவே தகுதி இல்லாத ஆள். டாக்டர்லாம் வரவேண்டாம். சாகட்டும் விடு..."

அவன் அப்படிச் சொன்னாலும் அன்னபூரணி போனை வெடுக்கென்று பிடுங்கிப் பேசினாள். டாக்டரிடம் வீட்டு முகவரியைச் சொல்லி முடித்தவளாக "விஷ்வா... நீ என் பிள்ளையே இல்லடா. இவர் ரத்தம்தான் உனக்கும் ஓடுது. அதான் இவரைப்போல நடந்துக்கறே" என்று முதல்முறையாக கோபித்தும்கொண்டாள்!

அதற்குள் ராமமூர்த்தி உடம்பில் உள்ள ரத்தம் முழுவதையுமே தன் வாய் வழியாக வெளியேற்றிவிட்டதுபோல் அப்படியே ஸ்மரணையின்றி சுருண்டுவிட்டிருந்தார்.

விஷ்வா அசரவேயில்லை!

சுவாதியும் அன்னபூரணியும் அவரை விலக்கிப் படுக்கையில் படுக்கச்செய்து சுத்தம் செய்தனர். பக்கெட்டில் தண்ணீர் கொண்டுவந்து ரத்தவாந்தியைச் சுத்தம்செய்த அன்னபூரணியிடம் ஒரு அசாத்திய வேகம். பின் அவர் உடம்பையும் ஈரத்துணியால் துடைத்துத் துடைத்துச் சுத்தம் செய்தாள்.

ராமமூர்த்தி கண் திறக்கவேயில்லை. உடம்பிலும் சிலுசிலுப்பு பனிக்கட்டிபோல் பரவ ஆரம்பித்திருந்தது. வந்ததில் இருந்து சுவாதி வந்ததைப்பற்றியே பேசவில்லை. அந்த நிலையிலும் அவளது ஏ.டி.எம். கார்டை விஷ்வா அவள் வசம் தருவதற்காக நீட்டினான்.

“என்ன விஷ்வா இது?”

“உன் ஏ.டி.எம் கார்ட்”

“இது எப்படி உன்கிட்ட?”

“என்கிட்ட இல்ல... இந்த ஆள்கிட்ட இருந்தது! உன்கிட்ட இருந்து திருடிட்டான்னு நினைக்கறேன்.”

“அப்படியா?” வியப்போடு கண்களை அகலத் திறந்தவாறு சுவாதி கேட்டபோது அன்னபூரணிக்கு பகீரென்றது.

“நான்கூட காணோம்னு போலீஸ் கம்ப்ளைன்ட் தர நினைச்சேன். ஆனா, இதை உன் அப்பாவே திருடிட்டார்னு நீ சொல்றத கேட்டா எனக்கு ஆச்சர்யமா இருக்கு” என்று அவள் முழுப்பூசணிக்காயை மறைக்கும் விதமாகப் பேசவும் அது அன்னபூரணியை உலுக்கிவிட்டது.

“சுவாதி... இதை இவர் திருடிட்டார்னு இவன்தான் சொல்றான்னா நீயும் ஆமாங்கறமாதிரியே பேசறியே? அது எப்படிம்மா உன் கார்டு நீ தராம இவர்கிட்ட வரமுடியும்?”

“நான் லாஸ்ட் டைம் இங்க வந்தப்ப என் ஹேண்ட்பேக்ல இருந்து எனக்குத் தெரியாம எடுத்திருப்பாரோ?”

சுவாதி மிக இயல்பாகப் பதற்றமே இன்றிப் பேசினாள்.

"அப்படித்தான் இருக்கும். நீ இங்க வந்திருக்கவே கூடாது சுவாதி. நான் இல்லாதப்ப நீ வரப்போய் இப்ப பார்த்தியா? இதுல கிட்டத்தட்ட ஒன்றரை லட்ச ரூபாவரை இவன் எடுத்துச் செலவு பண்ணியிருக்கான். ஐ'ம் சாரி நான் அதைத் திருப்பிக் கொடுத்துடறேன்."

"அது எப்படிம்மா உன் பின் நம்பர் தெரியாம இவர் பணம் எடுக்கமுடியும்?" அந்த டென்ஷனிலும் அன்னபூரணி அவளை மடக்கினாள்! சுவாதியும் அந்தக் கேள்வி முன் சற்று ஆடித்தான் போனாள். இருந்தும் சுதாரிக்க முனைந்தாள்!

"ஆங்... ஏதோ பரிகார பூஜை செய்யணும். அதுக்குப் பணம் செலவாகும்னு சொன்னப்ப நான்தான் பணம் எடுக்கச் சொல்லி கார்டைத் தந்து பின் நம்பரையும் தந்தேன். ஆனா அப்புறமா திருப்பித் தரவே இல்லை. அஃஃப்கோர்ஸ் இப்ப நான் வந்ததேகூட இதைப்பத்தியும் கேட்கத்தான் இங்க இவரை இப்படிப் பார்க்கவும் டென்ஷன்ல எல்லாம் மறந்துபோச்சு. இப்ப ஞாபகம் வருது" என்றாள்.

சுவாதி ஏதோ திட்டமிடுகிறாள் என்பது அந்த இக்கட்டிலும் அன்னபூரணிக்குப் புரிந்தது. ஆனால், விஷ்வாவுக்குக் கொஞ்சமும் புரியவில்லை.

"நீ எதுக்கு இவருக்கு பணம் தந்தே சுவாதி? இந்த ஆள் ஒரு கேடுகெட்ட ஃப்ராட்! குடிகாரன். எங்கம்மாவை ஏமாத்தினவன். திருந்தாத ஜென்மம்... மொல்லமாரி..."

"விஷ்வா... உணர்ச்சியில வார்த்தைகளைக் கொட்டாதே. திரும்ப அள்ள முடியாது. நல்லதோ கெட்டதோ காரணமில்லாம நமக்கு எதுவும் நடக்கறதில்ல. இந்தத் தெளிவு ரொம்ப முக்கியம்" என்று இடையிட்டாள் அன்னபூரணி.

"என்ன காரணம்மா... என்ன காரணம்? சொல், தலையெழுத்துன்னு மட்டும் சொல்லாதே. புருஷன்கற அந்த

சென்ட்டிமென்ட்டையும் என்கிட்ட காட்டாதே. ஒரு மனுஷன் முதல்ல மனுஷனா இருக்கணும். இவன் மிருகம். இவன் சாகட்டும். அதுதான் நமக்கெல்லாம் நல்லது."

"டேய்... இது பேசற நேரமில்லடா. அம்மாடி அந்த டாக்டர் என்ன ஆனார்னு பாரும்மா. எனக்கு ரொம்ப பயமா இருக்கும்மா. அவர் வர லேட்டாகும்னா உன் கார்ல ஆஸ்பத்திரிக்கே தூக்கிக்கிட்டு போலாம்மா..."

அன்னபூரணி அப்படிக் கேட்கும்போதே டாக்டரின் கார் வீட்டுவாசலில் வந்து நிற்கும் சப்தம் கேட்டது. அன்னபூரணி ஓடிப்போய் பார்த்தாள். அவரேதான்! தன் மெடிகல் கிட்டுடன் வேகமாய் இறங்கி வந்தவரை தெருவில் உள்ளவர்களும் பார்க்கத் தொடங்கினர். எதிர் வீட்டுக்காரியும் பக்கத்து வீட்டுக்காரியும் கிட்டத்தட்ட அவரைத் தொடர்ந்து உள்ளேயே வந்துவிட்டனர்.

தரையெல்லாம் ரத்தவாந்தி கழுவிவிட்ட ஈரம்கூடவே ஒரு கெட்டவாடை டாக்டர் அந்த வாடையை நுகர்ந்தபடியே ராமமூர்த்தியை நெருங்கி பல்ஸ் பார்க்கத் தொடங்கினார். பார்க்கப் பார்க்க அவர் முகத்தில் பலமான மாற்றங்கள். அப்படியே கையை விட்டுவிட்டு கண்விழிப் பக்கமாய்த் திரும்பி இமைகளை விலக்கிப் பார்த்தார். பின் ஸ்டெதாஸ்கோப்பால் மார்பில் வைத்து ஹார்ட் பீட்டைப் பரிசோதித்தார். இறுதியாக மிக நிதானமாக ஸ்டெதாஸ்கோப்பை தன் மெடிகல் கிட்டில் வைத்தபடியே படபடப்போடு இருந்து தவித்துக்கொண்டிருந்த அன்னபூரணியைப் பார்த்தார். பின்...

"நீங்க?"

"இவரோட மனைவி..."

"ஐசீ...!"

"என்...னா...ச்சு டாக்டர்?"

"ஐ ஆம் சாரி. சார் இறந்துட்டார். டோட்டல் பல்சும் செட்டில்ட் ஐ ஆம் வெரி சாரி..."

அவர் அப்படிச் சொன்ன நொடி அன்னபூரணிக்குக் காலடியில் நிலம் பிளந்து கொள்வதுபோல் பிரமை. விஷ்வாவுக்கேகூட அந்தப் பதில் ஒரு அதிர்ச்சிதான். அப்போதுதான் அவனுக்கே தான் உணர்வுகளின் பிடியில் தவறாகச் சென்றுகொண்டிருக்கும் ஒரு புரிதலும் ஏற்பட்டது. காத்திருந்தவள்போல் சுவாதியும் தன் ஆட்டத்தைக் கச்சிதமாகத் தொடங்கினாள்.

“டாக்டர்... இப்படிச் சொன்னா எப்படி? கொஞ்சம் ட்ரை பண்ணிப் பாருங்க...” அவள் கையிலேயே அந்தக் கைபேசி இருக்க, அதில் ரெக்கார்ட் ஆன் ஆகியிருந்தது.

“சாரி சுவாதி... எந்தப் பிரயோஜனமும் இல்ல... அனேகமா இவர் வாந்தி எடுத்தப்பவே இறந்திருக்கணும். வெரி பேட் ஸ்மெல்...”

“ஒருவேளை ஹார்ட் அட்டாக்கோ?”

“நோ நோ. ஆமா இங்க என்ன நடந்தது? இவர் ஒரு சீரியஸ் ட்ரங்கரா?”

“ஆமாம் டாக்டர்...”

“அதான் முக்கியக் காரணம். தலையெல்லாம் ஈரமா இருக்கு. முகத்துல தண்ணி தெளிச்சு எழுப்ப முயற்சி செய்தீங்களா?” அந்தக் கேள்விக்கு சுவாதி விஷ்வாவைப் பார்க்க அவனும் ஆமோதிப்பதுபோல் தலையை அசைத்தான்.

“ஐ திங்க்... தண்ணி அதிகமா இருந்து மூக்கு வழியா போய் புரையேறி ஒரு பெரிய டிசார்டர் ஃபார்ம் ஆகி மூச்சுத்திணறல்ல உயிர் போயிருக்கு. தண்ணிய தெளிச்சீங்களா, இல்லை குடத்துல கொண்டுவந்து கொட்டினீங்களா?”

“அது... அது.”

“ஏன் டாக்டர்... இதுல என்ன இருக்கு?”

“இதுல என்ன இருக்கா? சரிதான். குடிகாரன் மிதமிஞ்சின போதைல இருக்கும்போது மூச்சுத்திணறல் ஏற்படும்படி எதுவும்

நடந்துடக்கூடாது சுவாதி? அதுலயும் கண்டாமினேடட் வாட்டர். ஐஸ் வாட்டர் ரொம்ப ஆபத்து."

அவர் ஐஸ் வாட்டர் என்று சொல்லும்போதே ஃப்ரிட்ஜில் இருந்து எடுத்த வாட்டர் பாட்டில்கள் வெளியே பார்க்கும்படியாக கண்ணில்பட்டன. டாக்டரும் பார்த்தவராக,

"ஓ. ஐஸ் வாட்டர்தான் யூஸ் பண்ணியிருக்கீங்கபோல இருக்கு! சோ க்ரூயல்... மிஸ்டர் உங்க பேரென்ன?"

"வி... விஷ்வா?"

"சொல்லுங்க விஷ்வா... ஐஸ் வாட்டரை விட்டீங்களா?"

"ஆமாம் டாக்டர்..."

"ஓகே... இனி இதைப்பத்திப் பேசவேண்டாம். அடுத்து ஆகவேண்டியத பாருங்க. இது வெளிய தெரிஞ்சா ஒரு கொலையாதான் கன்சிடர் பண்ணவேண்டி வரும்."

அவர் கொலை என்று சொன்ன நொடி அன்னபூரணிக்கு மயக்கமே வந்துவிட்டது. அப்படியே நின்ற நிலையில் சரிந்து விழத் தொடங்கினாள். விஷ்வா பதைத்துப் போனான். ஓடிப்போய் அருகில் அமர்ந்து அன்னபூரணி தலைக்கு தன் மடியைக் கொடுத்து, "அம்மா... அம்மா..." என்று கொந்தளிக்கத் தொடங்கினான்.

"டோன்ட் ஒர்ரி விஷ்வா. நீ அம்மாவைப் பார். நான் டாக்டர்கூட போய் டெத் சர்டிஃபிகேட் வாங்கிட்டு வந்துடறேன். நீ பதற்றப்படாதே! என் அப்பாவை உடனே வர சொல்றேன். நாங்க இருக்கோம்..." என்று மிகவேகமாகப் பேசிக்கொண்டே அந்த எதிர்வீட்டு, பக்கத்து வீட்டுக்காரர்களைப் பார்த்து, "ப்ளீஸ் வேடிக்கை பார்க்காம கிளம்புங்க உங்களக் கெஞ்சிக் கேட்டுக்கறேன். அதேபோல டாக்டர் சொன்னதை வெளில சொல்லித் தர்மசங்கடம் படுத்திடாதீங்க..." என்று அவர்களுக்கெல்லாம் எடுத்துக் கொடுப்பதைப்போல பேசியவள், "கமான் டாக்டர்... இது நார்மல் டெத்னு நீங்க ஒரு சர்டிஃபிகேட் கொடுத்துடுங்க ப்ளீஸ்..." என்று அவர் முன் கைகளைக் கூப்பினாள்.

“நோ பிராப்ளம் சுவாதி... நீகூட வரணும்னு இல்லை. நான் என் அசிஸ்டென்ட்கிட்ட கொடுத்துவிடறேன். ஐ நோ த அட்ரஸ். இறந்தவர் பேர், இவர் அப்பா பேர், வயசு ரொம்ப முக்கியம். அதை எனக்கு எஸ்.எம்.எஸ். பண்ணிடு. ஓகே?”

“ஓ.கே. டாக்டர், தேங்க்யூ சோ மச் டாக்டர்.”

“ஆமா இவங்க உனக்கு என்ன வேணும். அதைச் சொல்லவே இல்லையே?”

டாக்டர் யதார்த்தமாகத்தான் கேட்டார்.

“இறந்தவர் என் ஃபாதர்-இன்-லாவாகணும் டாக்டர். விஷ்வாவை நான் காதலிக்கறேன்.”

என்று அவள் சொல்லவும் அந்த நிலையிலும் விஷ்வா அதிர்வோடு அவளைப் பார்த்தான். டாக்டரும் “ஐ.சி...” என்றபடி புறப்பட விஷ்வாவுக்குள்,

“சுவாதி இனி எப்ப வேணா எப்படி வேணா பாய்வா. யாராலையும் அதை பிரெடிக்டே பண்ண முடியாது!” என்று ராமநாதன் சொன்ன வார்த்தைகள் எதிரொலிக்க ஆரம்பித்தன.

———

24

அத்தியாயம்

சுவாதி பரபரப்பாகக் காரியங்களைச் செய்யத் தொடங்கினாள். ஸ்தம்பித்து நின்றபடி இருக்கும் விஷ்வாவிடம் சென்று, "விஷ்வா... நடந்தது நடந்துபோச்சு... அடுத்து என்ன செய்வதுன்னுதான் யோசிக்கணும். உங்க சொந்தக்காரங்களுக்குத் தகவல் தரணும். அப்புறம் க்ரிமேஷனுக்கான ஏற்பாடுகள் இருக்கு. முதல்ல பாடியை ஃப்ரீஸர்ல வைக்கணும். நான் அதுக்கு ஏற்பாடு செய்யறேன். கூகுள்ள போய் ஃப்ரீஸர் ஷாப் எங்க இருக்குன்னு பாக்கறேன்..." என்று சற்று விலகினாள்.

அன்னபூரணி விஷ்வாவைவிட மோசமாய் ஸ்தம்பித்துவிட்டிருந்தாள். எவ்வளவோ பொறுமையாய், விட்டுக்கொடுத்தும் வளைந்துகொடுத்தும்கூட இறதியில் இப்படி ஒரு முடிவாகிவிட்டதே? அன்னபூரணிக்குள் சுற்றிச்சுற்றி வந்து குறி சொன்ன அந்தக் குச்சிஜோசியக்காரியின் நினைவுதான் அவ்வேளையில் முதலில் தோன்றியது. அவள் பிழைப்புக்காக பயமுறுத்துகிறாள் என்று நினைத்துவிட்டோமே. என் வாழ்வில் இப்படி எல்லாம் நடக்கும் என்பது அவளுக்கு மட்டும் எப்படித் தெரிந்தது?

இப்படி நாளை நடக்கப்போவதை முன்கூட்டியே சொல்லமுடியும் என்றால் எல்லாவற்றையும் சொல்லிவிடலாமே?

அன்னபூரணிக்குள் இப்படிக் கேள்விகள். புருஷன் பிணத்தை அருகில் போட்டுக்கொண்டு, இப்படிக் கேள்விகளில் சுழல்வது சரியா? தன் மனதைத் தனக்குத்தானே மெல்லக் கட்டுப்படுத்தி அப்படியே திரும்பி ராமமூர்த்தியின் உடம்பைப் பார்த்தாள். பாவி மனிதன் வெளிறிப்போய்க் கிடந்தான்! மகனால் மரிக்கவேண்டும் என்கிற அந்த மனிதனின் விதி என்ன விதி? சாவதற்காகவே திரும்ப வந்து சேர்ந்தாயா நீ? உடம்பைப் பார்க்கவும் கேள்விகள் துளிர்த்திட கண்ணீரும் துளிர்த்தது.

ஒரு மனிதன், தன் வாழ்வை, தன் கட்டுக்குள் வைத்துக்கொண்டு, தான் வாழ்வதாக நினைப்பது எத்தனை பொய்? எப்போது என்ன நடக்கும் என்பது தெரியாததுதானே வாழ்வு? வாழ்வு ஒவ்வொருவர் வரையிலும்கூட மர்மமானதுதானே?

இந்த மர்மமான வாழ்வை எப்படி ஒருவரால் நல்லவிதமாக வாழ்ந்து முடிக்கமுடியும்? அன்னபூரணி இப்படிக் கேள்வியும் பதிலுமாக இருக்க அக்கம்பக்கத்தில் இருந்து சிலர் புடவை முந்தியை வாயில் வைத்துக்கொண்டு வீட்டுக்குள் நுழைந்தபடி இருந்தனர்.

சுவாதி ஃப்ரீஸர்க்குச் சொல்லி முடித்தவளாக, ராமநாதனுக்கு போன் செய்தபடி இருந்தாள்.

“அப்பா ஐஹேவ் எ பேட் நியூஸ்பா...” என்று விஷ்வா காதில் விழும்படியாகவே பேசினாள்.

“விஷ்வா அப்பா இறந்துட்டார்ப்பா... கொஞ்சம் உடனே வாங்கப்பா. உங்களுக்கு வீடு தெரியாதுல்ல. நான் அட்ரஸ் அனுப்பறேன். கார்ல கூகுள் மேப்ல பார்த்து வந்துடுங்க. கொஞ்சம் சீக்கிரம் வாங்கப்பா. பாவம்பா விஷ்வா...”

அப்படியே அன்னபூரணியிடம் வந்தாள். “இப்படி இடிஞ்சுபோய் உட்கார்ந்திருந்தா எப்படிம்மா... தைரியமா

இருங்க. எல்லாத்தையும் நான் பாத்துக்கறேன்” என்று அவள் சொல்லும்போதே பெரிய பூமாலையுடன் எதிர் வீட்டுக்காரர் வந்தார். வந்தவர் மீதி சில்லறையை சுவாதிவசம் தரும் போதுதான் அது அவள் ஏற்பாடு என்று அன்னபூரணிக்குத் தெரிந்தது. “நீ போம்மா... எல்லாம் எங்கள் தலையெழுத்து. நாங்கள் பார்த்துக்கொள்கிறோம்” என்று சொல்ல நினைத்தாள். ஆனால் நாக்கில் தெம்பில்லை.

அப்படியே விஷ்வாவைப் பார்த்தாள். நியாயமாக அமெரிக்காவில் இருக்க வேண்டியவன். இப்படியா, ஒரு கொலை காரணமாக ஸ்தம்பித்துக் கிடப்பான்? சகிப்பற்ற தன்மையும், கோபமும் எவ்வளவு நல்லவனையும் சமயம் பார்த்து குற்றவாளியாக்கி விடுகிறது. அதற்கு நல்ல உதாரணம் விஷ்வா!

ஆயிரம்தான் அவர் தப்பானவராக இருந்தாலும் அவர்தான் அவன் அப்பா. இனி அவரை இந்த உலகில் எத்தனை கோடி கொடுத்தும் எங்கும் வாங்க முடியாது. வாங்க முடியாதது மட்டுமல்ல, அவர் உயிர்மூச்சு அடங்க தன் கோபமும் ஆத்திரமும் ஒரு பெரிய காரணம். இனி இந்தக் கோபமும் ஆத்திரமும் சரியான விஷயத்துக்குக்கூட எற்படாது.

கோபப்பட தோன்றும்போதெல்லாம் ராமமூர்த்தி முகம் தோன்றித் தடுத்துவிடும். சிறிய ஞானம், ஆனால் பெரிய விலை! ஒவ்வொருவராக வந்து ராமமூர்த்தியின் உடம்பைச் சுற்றி அமர ஆரம்பித்தனர். மாலையைப்போட்டு, கால் கட்டைவிரல்களைக் கட்டினாள். அப்படியே காலில் இருந்து கழுத்துவரை ஒரு புதுவேஷ்டியை விரித்துப்போட்டு அதன்மேல் மாலையைக் கிடத்தினாள். எல்லோரும் அவளது வேகத்தை உற்றுப்பார்த்தனர். சிலர் பார்வையில் புதிதாக யார் இந்தப் பெண்? என்னும் கேள்வி.

சிலர் தங்களுக்குள் கிசுகிசுவென்று நடந்து முடிந்ததை கை, கால், மூக்கு வைத்துப் பேசிக்கொள்ளத் தொடங்கினர்.

“தண்ணிய பொதபொதன்னு கொட்டவும் மூச்சுமுட்டி உசிர் போயிடிச்சாம். இந்தாளுக்கும் வேணும்... பாவம் அன்னபூரணி!”

"விஷ்வாவுக்கு எப்பவுமே முன்கோபம் அதிகம். அது கடைசில அப்பா உயிரையே வாங்கிடிச்சு பார்த்தியா?"

இப்படி அந்த இடத்தில் பேசிக்கொள்ள சிலரால் முடிந்தது! விஷ்வா கல்லாகவே இருந்தான்!

◈◈◈

ராமநாதன் வேஷ்டி முழுக்கைச்சட்டை என்று கிளம்பிக்கொண்டிருந்தார். மனைவி பத்மாவிற்கான மாத்திரைகளையும், தேவகிக்கானதையும் சாப்பிடக் கொடுத்தபோது,

அவர்களும், "எங்கே கிளம்பிட்டீங்க இந்த நேரத்துல?" என்று கேட்டனர்.

"என்னத்த சொல்ல பத்மா?"

"என்னத்த சொல்லவா புதுசா ஏதாவது பிரச்னையா?"

"பிரச்னையான்னு இப்ப எப்படித் தெரியும். போகப் போகத்தான் தெரியும்."

"புரியறமாதிரி சொல்லுங்க... வெளியபோன சுவாதிய வேற காணோம்..."

"அவ போன் பண்ணித்தான் கிளம்பிக்கிட்டிருக்கேன்."

"கொஞ்சம் புரியறமாதிரி பேசுங்களேன்."

"பேசறேன்... விஷ்வா அப்பா இறந்துட்டாராம். சுவாதி போன் பண்ணா...!"

"மை காட்! விஷ்வா அப்பா இறந்துட்டாரா... என்ன திடீர்னு, அது எப்படி சுவாதிக்குத் தெரியும்?"

"சுவாதி, விஷ்வா வீட்டுக்குப் போயிருப்பா. அப்ப நடந்திருக்கும். அதான் போன் பண்ணிட்டா."

"என்னங்க இது கொடுமை. இப்ப மணி ராத்திரி ஒன்பது. இது எழவு கேக்கற நேரமா?"

"நீ என்ன சொல்ல வரே...?"

"அவளுக்கு போன் பண்ணி கிளம்பி வரச்சொல்லுங்க. காலைல போய் என்னன்னு கேட்டுக்கலாம்."

"பத்மா... நீ புரிஞ்சிதான் பேசறீயா?"

"இதுல புரியாம பேச என்னங்க இருக்கு இந்த ராத்திரில நீங்க அங்கபோய் என்னங்க பண்ணமுடியும்?"

"சாவு வீட்ல பண்ண என்னம்மா இருக்கு... ஒரு ஓரமா உட்கார்ந்திருக்கறதே அவங்களுக்கு ஒரு தெம்பு இல்லையா?"

"அப்ப இப்பப்போய் விடிய விடிய முழிச்சிக்கிட்டிருக்கப் போறீங்களா?"

பத்மா கேட்க, ராமநாதன் பதில் சொல்ல தேவகி மௌனமாகவே இருந்தாள். அவளுக்குள் வேறுவிதமாய் எண்ணங்கள்.

"அக்கா நீ ஏன் பேசாம இருக்கே. நீ நினைச்சதைச் சொல்லு."

"சொல்ல என்னடா இருக்கு? கல்யாணத்தவிட சாவுல பங்கெடுக்கறது ரொம்ப முக்கியம்டா. இதுல உறவுக்காரன் சாவு ஊர்க்காரன் சாவுங்கற பேதத்துக்கெல்லாம் இடம் கொடுத்துடக்கூடாது. நீ போய்ட்டு வா. ஆனா எனக்குள்ள சின்னதா ஒரு சந்தேகம்..."

"என்னக்கா?"

"உன்கிட்ட பேசினது சுவாதிதானா? அந்தப் பையன் இல்லையா?"

"சுவாதிதான் பேசினா..."

"அங்கதான் எனக்குச் சந்தேகம். இவ எதுக்கு இப்ப அங்க போனா? தெருவுல பொணம் போனாலே அதைப் பாக்க சகிக்காம கதவைச் சாத்திக்கறவ, அங்க எப்படி இருக்கா?"

"இது என்னக்கா கேள்வி... அவதான் விஷ்வாதான் தன் புருஷன்னு முடிவு செய்துட்டாளே..."

“அது சரிடா... இவ முடிவு பண்ணா ஆச்சா. அந்தப் பையன் ரேவதியதானடா விரும்பறான்?”

“அக்கா இது விஷயமா நான் நிறையப் பேசிட்டேன் அவங்களுக்கும் தெரியும். அவளைப்பத்தியும் நமக்குத் தெரியும்.”

“அவளப்பத்தியும் நமக்கு தெரியுமா பாரு. அதுலயே நில்லு! அவ இப்ப அந்தக் குடும்பத்துல ஒருத்தியா தன்னைக் காட்டிக்கிட்டு இந்தச் சாவைவெச்சே ஒரு நெருக்கத்தை உருவாக்கி அவங்கள தர்மசங்கடம் படுத்திடுவாளோன்னு நான் பயப்படறேன்.”

“எதுக்குப் பயப்படறே? அதான் நடந்துகிட்டிருக்கு! அவ எனக்குத் தகவல் மட்டும் சொல்லல, வரச்சொல்லி உத்தரவு போடாத குறை...”

“அப்ப அது ரொம்பத் தப்பு. நீ இப்ப போய் கொஞ்சநேரம் இருந்துட்டு அவளை கையோட கூட்டிக்கிட்டு வந்துடு அவளை அங்க விடாதே.”

“என் எண்ணமும் அதுதான் அக்கா. ஆனா அவ வரமறுத்தா நான் என்ன செய்ய முடியும்?”

“கன்னத்துல ஓங்கி ஒண்ணு கொடு. இவங்க ஒண்ணும் நம்ம அங்காளி பங்காளி இல்லை. துக்கம் விசாரிச்சாச்சு. புறப்படுன்னு சொல்லு.”

“ஆமா... இவர் நீங்க சொன்னபடி நடந்துட்டுதான் மறுவேலை பாக்கப்போறார். இங்க வீட்லயே வழியுவார். அங்கதான் பெருசா அறையப் போறாராக்கும்” என்று இடையில் புகுந்து அலுத்துக்கொண்டாள் பத்மா.

“இங்க நீங்க இப்படி உங்கக் கோணத்துலயே பேசினா எப்படி? அங்க போய் சூழ்நிலையப் பார்த்துட்டு அதுக்குத் தகுந்தமாதிரி நான் முடிவெடுக்கறேன்” எனும்போது அவர் கைபேசியில் அழைப்பொலி... எடுத்துப் பார்த்தார். ஹாஸ்பிடலில் இருந்து அமலோற்பவமேரி. வேகமாகக் காதைக் கொடுத்தார்.

“சார் நான் மேரி பேசறேன்...”

“சொல்லும்மா...”

“இங்க பேஷன்ட் இப்ப நல்லா பேசறாங்க சார். உங்களக் கேட்டாங்க. குறிப்பா அம்மா, அத்தை எப்படி இருக்காங்க. அவங்க நல்லா இருக்காங்களான்னுதான் முதல்ல கேட்டாங்க...”

“அப்படியா ரொம்ப சந்தோஷம்மா!”

“சார் இப்ப நீங்க வரதா இருந்தா வரலாம்.”

“அப்படியாம்மா... அது வந்து...”

“என்ன சார் பேஷன்ட் ரொம்ப ஆசையா இருக்காங்க சார்... நீங்க வந்து பேசினா அதுவே அவங்களுக்குப் பாதி மருந்து. அதனால்தான் சொல்றேன்.”

“உண்மைதான்... ஆனா ஒரு சாவு வீட்டுக்குப் போகவேண்டியிருக்கும்மா இப்ப...”

“இந்த நைட்லயா சார்?”

“ஆமாம்மா... இப்பதான் தகவல் வந்தது. பரவால்ல நான் நேர்ல வந்து முதல்ல என் பெண்ணைப் பார்த்துடறேன். அப்புறம் சாவு வீட்டுக்குப் போறேன். அதிகபட்சம் இருவது நிமிஷத்துல அங்க இருப்பேம்மா...”

என்று போனைக் கட் செய்தவர் எதிரில் வெறித்த விழிகளோடு பத்மாவும் தேவகியும்.

“என்ன பாக்கறீங்க. இவ்வளவு நேரம் துக்கமான விஷயத்தை பேசினோம். இப்ப சந்தோஷமான விஷயத்தைப் பேசுவோம். ரேவதி தெளிவா பேசறாளாம். உங்க இரண்டுபேர் நிலையைப்பத்திதான் முதல்ல கேட்டுருக்கா...”

“அது என் தங்கம்... ஆமா இப்ப ஹாஸ்பிடலுக்குத்தான் போறீங்களா?”

“ஆமாம் பத்மா... முதல்ல ரேவதிய பாத்துடறேன். அப்புறம்போய் அங்க என்னன்னு பாக்கறேன்.”

"கொஞ்சம் அங்க இருந்து ஸ்கைஃப்ல போட்டுத் தர்றீங்களா?"

"ஷ்யூர்... ஷ்யூர்..."

ராமநாதன் வேகமானார்!

———

25
அத்தியாயம்

ஹாஸ்பிடல்! வேட்டியும் முழுக்கைச் சட்டையுமாக வந்த ராமநாதனைப் பார்த்த ரேவதியின் கண்கள் பொங்கின.

"ப்ப்பா...!"

"ரேவதி..." குரலோடு உருக்கமாய் நெருங்கி வந்து வலதுகையை இறுகப் பற்றிப் பரவசப்பட்டார் ராமநாதன்.

"ப்ப்பா... அம்மா, அத்தை எப்படி இருக்காங்க?"

"நல்லா இருக்காங்கப்பா... பேசறியா, இதோ?" உடனேயே ஸ்கைஃபை ஆன் செய்து பத்மா, தேவகியைப் பிடித்தார். இருவரும் ரேவதியைத் திரைவழியாகப் பார்க்க, பதிலுக்கு ரேவதி பார்த்து,

"அம்மா... அத்தை" என்று அப்பா பிடித்திருந்த கையை உயர்த்தி டாடா காட்டினாள்.

"கண்ணு என் தங்கம்... நீ நல்லா பேசிட்டியா? இதுபோதும் எனக்கு..." என்று பத்மா உணர்ச்சிவயப்பட,

"என் ராஜாத்தி இந்தக் கிழவியைக் காப்பாத்தப்போய் நீ இவ்வளவு கஷ்டப்படும்படி ஆயிடிச்சேடா... பாவி நான்" என்றாள் தேவகி.

“அத்தை அப்படி எல்லாம் சொல்லாதே... நீங்க நல்லா இருக்கீங்களே அது போதும்... ஆமா எங்க சுவாதி?”

அவள் சுவாதியைக் கேட்கவும் இருவரிடமும் சட்டென்று ஓர் அமைதி. பின் சமாளிக்க முனைய, ராமநாதனே முந்திக்கொண்டார்.

“சுவாதி மாடில தூங்கிட்டாம்மா... காலைல பேசச் சொல்றேன்.”

“அவ ரொம்ப லக்கிப்பா. நல்லவேளை அன்னிக்கு நம்பகூட அவ கோயிலுக்கு வரலை. இல்லப்பா...”

“அ... ஆமாம். ஆமாம்...” ராமநாதன் அசடு வழிந்தவராய்ச் சமாளித்தார். அப்படியே, “போதும் பத்மா. இது ஹாஸ்பிடல், நாளைக்கு நேர்ல வந்து பேசு” என்று போனை கட் செய்தார். அவர் கட் செய்யவும் ரேவதி அவரை மிக நிதானமாகக் கூர்மையாகப் பார்த்தாள்.

“என்னம்மா அப்படிப் பாக்கறே?”

“நான் ஒண்ணு கேட்டா தப்பா எடுத்துக்கமாட்டீங்களே?”

“நீ கேட்டு நான் தப்பா எடுத்துக்கறதா... சேச்சே...” தாராளமா கேளும்மா...

“இல்ல... இங்க நான் இப்படிக் கிடந்தப்ப என்ன பார்க்க வேற யாராவது வந்தாங்களாப்பா?”

“வேற யாராவதுன்னா... நம்ப ஆபீஸ் ஸ்டாப்ஃஸ் எல்லாம் ஒருநாள் வந்துட்டுப் போனாங்க. அப்புறம் அக்கம்பக்கமெல்லாரும் விசாரிச்சாங்க. ஏம்மா?”

“இல்லப்பா... நீங்க முக்கியமானவரை சொல்லல. நான் சொல்றது விஷ்வாங்கற என் ஃப்ரெண்டை...”

“விஷ்வா... விஷ்வா... ஒ தட் கய்... யெஸ், யெஸ் வந்துட்டுப் போனான் ஒருநாள்...”

“ஒருநாள் வந்துட்டுப் போனானா? அவன் உங்களுக்குச் சரியா இருந்தானாமே? நீங்க ஒருநாள்னு சொல்றீங்க? அவங்க

அம்மால்லாம்கூட வந்து என் பாவத்தை எல்லாம் அவங்க வாங்கிகிட்டாங்களாமே?"

"அது... அது இதெல்லாம் உனக்கெப்படித் தெரியும்?" என அவர் கேட்க அமலோற்பவமேரி புன்னகையோடு,

"நான்தான் சொன்னேன் சார்..." என்றாள். ராமநாதனுக்குக் கடவுளே என்று கதறவேண்டும் போலிருந்தது!

ராமநாதன் முகம் போனபோக்கில் ஏதோ சிக்கல் என்பதை அந்த நைந்த உடல் நிலையிலும் ரேவதியால் உணரமுடிந்தது.

"அப்பா... என்னப்பா என்னவோபோல ஆயிட்டீங்க?"

"ஒண்ணுமில்லம்மா. நத்திங். சில விஷயங்களை நான் இங்கவெச்சுப் பேசவேண்டாம்னு நினைச்சேன். தட்ஸ் ஆல்!"

அவர் அப்படிச் சொல்லவும் திரும்பவும் இடையிடத் தொடங்கினாள் அமலோற்பவமேரி.

"சார்... இவங்களுக்கு சந்தோஷமான விஷயங்கள் தாராளமா எவ்வளவு வேணா பேசலாம்னு டாக்டர்ஸ் சொல்லிட்டாங்க. நீங்க தயங்கவேண்டாம்..." என்றவளை முதல்முறையாகச் சற்று வித்தியாசமாகப் பார்த்து, 'சற்று பேசாமல் இரு' என்பது போலவும் ஜாடை காட்டினார். அவளும் புரிந்து விலகிக்கொண்டாள்.

"அப்பா... நான் விஷ்வா அம்மாவைப் பாத்துருக்கேன். ஆனா எங்க காதல் அவங்களுக்குத் தெரியாது. நான் இப்ப இங்க இப்படிக் கிடக்கும்போதும் அவங்க வந்து பார்த்து, பாவத்தையும் தான் வாங்கிக்கிட்டாங்கன்னா அது கிரேட் இல்லையாப்பா?"

மிக மிருதுவான குரலில் அவள் கேட்டதற்கு என்ன பதிலைக் கூறுவது?

'கடவுளே... இப்படி எல்லாம் கூடவா இக்கட்டுகளைத் தருவாய்?' என்று மனதுக்குள் புழுங்கத்தான் முடிந்தது. "என்னப்பா எதுவும் சொல்லாம இருக்கீங்க?"

"என்னத்தம்மா சொல்ல... அதான் நீயே கிரேட்னு சொல்லிட்டியே... அதுக்கு மேல வார்த்தை இருக்கா என்ன?"

"எனக்கு இப்பவே அவங்கள பார்த்து அவங்க கால்ல விழுந்து கும்பிடணும்போல இருக்குப்பா..."

"நீ ரொம்ப உணர்ச்சிவசப்பட்றே... ப்ளீஸ் கன்ட்ரோல் யுவர் செல்ஃப்!"

"இல்லப்பா... இது எனக்கு மறுஜென்மம். அது என்வரைல ரொம்ப ஹேப்பியா ஸ்டார்ட் ஆகியிருக்கு. ஆமாம் விஷ்வா ஸ்டேஸ்சுக்கு வேலைக்குப் போகலயாப்பா?"

"அம்மாடி. நாளைக்குப் பேசலாமே. நீ நல்லா ரெஸ்ட் எடு!"

"நான் இப்ப நல்லாதாம்ப்பா ஃபீல் பண்றேன். எனக்கு இனி எந்த ஆபத்தும் இல்லை. நீங்க தைரியமா பேசுங்க..."

"அது வந்தும்மா... வீட்ல அவங்கள தனியா விட்டுட்டு வந்துருக்கேன். அவங்களும் பேஷன்ட்தானே?"

"அவங்கள சுவாதி பாத்துப்பாப்பா. நீங்க இருங்க, உங்களுக்கு விஷ்வாவைப் பிடிச்சிருக்காப்பா?"

"பிடிச்சிருக்கும்மா..."

"அவன் ரொம்ப நல்லவன்பா... இந்த நிலையிலும் எனக்காக அவன் அவங்க அம்மாவையே தியாகம் பண்ணவெச்சது எவ்வளவு பெரிய விஷயம் இல்லப்பா?"

"அ... ஆமாம்மா..."

"சத்யமா எங்க காதல் விஷயம் இவ்வளவு சிம்பிளா தீரும்னு நான் நினைக்கவே இல்லப்பா. சுவாதி கல்யாணம் ஆகறவரை அதைப்பத்திப் பேசக்கூடாதுன்னு நினைச்சிருந்தேன். ஆமா... சுவாதி... சுவாதிக்கு இப்ப எங்க காதல் விஷயம் தெரிஞ்சிடிச்சாப்பா...?"

"அது... அது."

“புரியுதுப்பா... நானும் காதலிப்பேன். என் காதலுக்கும் நீங்க சம்மதம் தரணும்னு உணர்ச்சிவசப்பட்டுருப்பாளே...”

ரேவதி அவ்வளவு நாள் பேசாமல் கிடந்ததற்கெல்லாம் சேர்த்துப் பேசுவதாகத்தான் ராமநாதனுக்குத் தோன்றியது. அதற்காக இப்படியா நெஞ்சைப் பிசைகிறமாதிரி பேசவேண்டும்? இந்த நேரத்தில் நடந்த அவ்வளவு உண்மைகளையும் சொன்னால் இவளால் தாங்கமுடியுமா?

ராமநாதன் தனக்குள் மன்றாடிக்கொண்டபோது ரேவதி தொடர்ந்தபடியே இருந்தாள்.

“அப்பா... சுவாதியைப்பத்தி நமக்கெல்லாம் நல்லா தெரியும். இங்க என்ன பாக்க வந்தப்பகூட ரொம்ப டென்ஷனா இருந்தாளாம். மேரி நர்ஸ் சொன்னாங்க. நான் கண் திறந்ததையோ, பேசினதையோ அவ நம்பவே இல்லையாமே?”

“ரேவதி... என்ன தப்பா எடுத்துக்காதே... நாளைக்கு நான் வரேன். அப்ப பேசலாமே...?”

“சரிப்பா... நீங்க எப்பவும் எதையும் சரியாதான் செய்வீங்க. இப்பகூட ஏதோ முக்கிய வேலை உங்களுக்கு இருக்காட்டம் இருக்கு. இல்லன்னா விஷ்வாவுக்கு போன்போட்டுக் கொடுக்கச் சொல்லியிருப்பேன் பரவால்ல. நான் மேரிமூலமா பேசிக்கறேன்” என்று அவள் கூறவும் பகீரென்றது.

“நோ... நோ... இப்பல்லாம் அவங்கள தொந்தரவு செய்யக்கூடாது. நீ அதிகம் பேசிட்டே... நல்லா தூங்கு நாளைக்கு விடியறபொழுது நல்ல பொழுதா இருக்கட்டும். இப்ப நான் புறப்பட்றேன்” எனும்போதே சுவாதியிடம் இருந்து போன்!

அவள் பெயரை செல்போன் திரையில் பார்த்தபடியே நடந்து வெளியேறினார் ராமநாதன். வெளியேறிய நொடி செல்லை ஆன் செய்து, ஆன் தி வேலதான்டா இருக்கேன்.” என்று வேகமா கட் செய்தார்.

அதே வேகத்தில் அமலோற்பவமேரியைத் தேடினார். அவள் ஓரிடத்தில் நின்றபடி லெட்ஜர் ஒன்றைப் புரட்டிப் பார்த்துக்கொண்டிருந்தாள். அவரை நெருங்கியவர் செருமினார். அவளும் திரும்பிப் பார்த்தாள்.

"என்னம்மா நீ... நடந்த எல்லாத்தையும் சொல்லி வெச்சிருக்கே?"

"ஏன் சார்... எல்லாம் நல்ல விஷயங்கள்தானே?"

"எல்லாம் நல்ல விஷயமா இருந்தா நான் ஏம்மா இப்ப உன்கிட்ட இப்படிக் கேக்கப்போறேன்?"

"சாரி சார்... நான் இனி எதையும் சொல்லலை... ஓகேவா?"

"உன் மேல எந்த தப்பும் இல்லம்மா... எங்க சூழ்நிலை அப்படி...! பை த பை உனக்கொரு முக்கியமான விஷயம்... விஷ்வாவோட அப்பா திடீர்னு ஹார்ட் அட்டாக்ல இறந்துட்டார். அதனாலதான் நான் தர்மசங்கடத்தோட ரேவதிகிட்ட பேசமுடியாம நின்னேன். இப்பகூட சாவு வீட்டுக்குத்தான் போய்க்கிட்டிருக்கேன்..."

"ஓ... வெரி சாரி சார்..."

"இட்ஸ் ஆல்ரைட்! உன்கிட்ட ஒரேயொரு வேண்டுகோள். தயவுசெய்து ரேவதி யாருக்காவது போன் போட்டு கொடுன்னா போட்டுத் தராதே. டாக்டர்கள் கூடாதுன்னு சொல்லிட்டதா சாதுர்யமா சமாளி..."

"ஆகட்டும் சார்..."

"ரொம்ப இக்கட்டான நிலைல இருக்கேன்மா. கொஞ்சம் எனக்கு உன் ஒத்துழைப்பு வேணும்."

"நிச்சயமா சார்..."

"சரிம்மா நான் புறப்பட்றேன்" என்று ஆஸ்பத்திரியைவிட்டு வேகமாய்க் கிளம்பினார்.

◈◈◈

விஷ்வா வீட்டுவாசலில் விளக்கு எரிந்துகொண்டிருந்தது. சில பைக்குகள் நின்றுகொண்டிருந்தன. மற்றபடி தெருவில் நடமாட்டமே இல்லை. காரை ஓர் ஓரமாக வீட்டுவாசலில் பார்க் செய்துவிட்டு காரைவிட்டு இறங்கவுமே அந்த வீட்டுக்குரியவர் கதவைத் திறந்துகொண்டு முண்டா பனியனோடு வெளிப்பட்டவராய், “சார் தயவுசெய்து காரை அப்படித் தள்ளி நிறுத்துங்க. நான் காலைல போர்டிகோவுல நிக்கற என் காரை 5 மணிக்கெல்லாம் எடுக்கப்போறேன்” என்றார்.

இன்றைய் எல்லா வீதிகளிலும் இப்போது இது ஒரு பிரச்சனை. மறுபேச்சுப் பேசாமல் காரை அடுத்த வீட்டு வாசல்புறம் நிறுத்தவும் அந்த வீட்டுக் கதவும் திறந்துகொண்டு ஒரு பெண்மணி வெளிப்பட்டாள்.

“மேடம்... நான் கொஞ்சநேரத்துல எடுத்துடுவேன்... டோன்ட் வொர்ரி” எனவும் ஒழிந்து போ என்பதுபோல எதுவும் பேசாமல் திரும்பிச் சென்று கதவை அடைத்துக்கொண்டாள்.

இதுபோன்ற தெருக்களுக்கெல்லாம் இனி மோட்டார் பைக்தான் தோது என்று நினைத்துக்கொண்டே நடந்தார் ராமநாதன். உள்ளே சமையல்கட்டில் அடுப்பு பற்றவைத்து காப்பி போட்டுக்கொண்டிருந்தாள் சுவாதி.

ஹாலில் பிணம் கிடக்க, சுற்றிச் சில தெருக்காரர்கள் அமர்ந்திருந்தனர். விஷ்வா சிலைபோல் அமர்ந்திருந்தான். அருகிலேயே அன்னபூரணி! ராமநாதன் வரவும் ஏறிட்டவள் கண்கள் கலங்க சற்று சிரித்து வரவேற்க முயன்றாள்.

“உக்காருங்க... உக்காருங்க...” என்று வேகமாய் சைகை காட்டியபடியே பிணமாய்க் கிடந்த ராமமூர்த்தி உடல்மீது நோட்டம்விட்டார். விஷ்வாவுக்கு அவர் ஜாடை அப்படியே இருந்தது. சில விநாடிகள் வெறித்தவர் விஷ்வா அருகில் அமரவும் கையில் காப்பியோடு வந்தாள் சுவாதி.

நிமிர்ந்து பார்த்தவருக்கு திக்கென்றது. அன்னபூரணியினுடைய ஒரு புடவையைக் கட்டிக்கொண்டு அந்த வீட்டு மருமகளாகவே ஆகிவிட்டவள்போல் காட்சி தந்தாள்.

“எடுத்துக்குங்கப்பா” என்றாள்.

“இல்லம்மா... வேண்டாம்...” என்றார்.

“எடுத்துக்குங்க... விடிய விடிய கண் விழிக்கணும்ல...?”

அவள் அந்தப் பதிலிலேயே விடிய விடிய நீ இருந்தாகணும் என்று சொல்வதுபோலவும் இருந்தது. கெட்டிக்காரி!

“பரவால்ல... மத்தவங்களுக்குத் தா.”

அவர் முனைந்து தவிர்க்கவும் அவளும் விலகி மற்றவர்களுக்குத் தரத் தொடங்க பலர் மறுக்க சிலர் ஏற்றுக்கொண்டனர். அப்படியே ஒதுங்கிச்சென்று குடிக்கத் தொடங்கினர். ராமநாதன் விஷ்வாவைப் பார்க்கவும் அவனும் பரிதாபமாய்ப் பார்த்தான்.

“வெரி சாரி விஷ்வா...” என்றார். அப்படியே “எப்படி?” என்றும் கேட்டார். எவ்வளவுதான் தெரிந்திருந்தாலும் இப்படிக் கேட்காமல் பேசவே முடியாதே?

அவன் அவர் கேள்விக்குப் பதிலாய் நடந்தவைகளை ஒரு விநாடி ஓடவிட்டு அப்படியே நினைக்கக்கூட விருப்பப்படாமல் அதைக் கலைத்துக்கொள்ள முயன்றான்.

‘ஆத்திரமும் கோபமும் அறிவுக்குச் சத்ரு...’ என்பது எவ்வளவு சரி? இந்த ஆத்திரமும் கோபமுமே வடிவாகக்கொண்டவன் அதை அடக்கிக்கொண்டு செயல்படுவதையும், அதை அடக்க முடியாமல் போனதால்தான் நிமிரக்கூட முடியாமல் போய்க்கொண்டிருப்பதையும் எப்படிச் சொல்ல?

அவன் குமைந்தாலும் அன்னபூரணி அப்படி குமையத் தயாரில்லை.

“சார்... இந்த ராத்திரி வேளைல உங்களுக்கு எங்களால ரொம்பவே சிரமம். அங்க ஆஸ்பத்திரிலயும், வீட்லயும்கூட எல்லாரும் பேஷன்டுகள். நீங்க கிளம்புங்க சார்...” என்றாள் மிகத்தெளிவாய்.

ராமநாதன் அன்னபூரணியைச் சற்றுப் பிரமிப்போடுதான் பார்த்தார். அவள் அப்படிச் சொன்னது சுவாதியைக் கிள்ளியதுபோல் திரும்பிப் பார்க்கச் செய்தது.

“சுவாதி... நீயும் கிளம்பு! நாளைக்குப் பாத்துக்கலாம்” என்றாள். சுவாதி சற்றும் எதிர்பாராத பதில் அது.

“இல்லம்மா... நான் இருக்கேன். நானும் போய்ட்டா, இங்க வேற யார் இருக்கா?” என்று திரும்பிக் கேட்டாள்.

“எல்லாரும் பொழுது விடியவும் வருவாங்கம்மா... எங்களுக்குத் தலையெழுத்து நாங்க கண் விழிச்சாகணும். உனக்கெதுக்கும்மா சிரமம் நீயும் அப்பாவோட புறப்படு...”

என்றவளை முறைத்துப் பார்த்த சுவாதிக்குள், ‘உனக்கு இவ்வளவு தெம்பு எங்கிருந்து வந்தது?’ என்பதுபோல் ஒரு பார்வை.

“இல்ல... நான் போகமாட்டேன். எங்களை நீங்க ஒரு மூணாம் மனுஷங்களா நினைக்கறது கொஞ்சம்கூட சரியில்லை. இதோ எனக்கும் விஷ்வாவுக்கும் கல்யாணம் ஆனதுக்குப்பிறகு இப்படி நடந்திருந்தா நீங்க சொல்வீங்களா?”

பலமான குரலில் சுவாதி கேட்டது அமர்ந்திருந்த பலரைத் திரும்பிப் பார்க்க வைத்தது. அவர்கள் எல்லோர் முகங்களிலுமே ஒருவித ஆச்சர்ய அதிர்ச்சி. அன்னபூரணியும் அவளது அந்தப் பதிலைக் கொஞ்சமும் எதிர்பார்க்கவில்லை.

ஆனால் ராமநாதனுக்கு அடுத்தடுத்து சுவாதி எப்படி கோல் போடுவாள் என்பதை யூகிக்க முடிந்தது. எனவே அவர் சட்டென்று வேகமாய் ஒரு முடிவுக்கு வந்தவராய்,

“அம்மா... சுவாதி சொன்னதுதான் சரி... எங்களை எதுக்கு மூணாம் மனுஷங்களா நினைக்கறீங்க. நான் உங்க சம்பந்தியாகப் போறவன். இது நம்ம வீட்டு துக்கம். நீங்க போய் அமைதியா உட்காருங்க... நான் இப்பப் போகவும் போறதில்ல... எல்லாம் நல்லபடியா முடியட்டும்” என்றார்.

ராமநாதன் உறவைச் சொல்லிப் பேசவும் சுவாதிக்குள் பொங்கிய ஆவேசம் மெல்லத் தணியத் தொடங்கியது. ஆனால், அதுவரை பித்துப்பிடித்தமாதிரி இருந்த விஷ்வாவுக்கு பகீரென்றது. அப்போதுதான் உரைக்கத் தொடங்கியது. ராமநாதனைப் பதிலுக்கு மிரட்சியோடு பார்த்தான். அவரும் அவனுக்கு வேறு வழியில்லை என்பதுபோல ஜாடை காட்டினார். பின் எழுந்து வாசல்புறம் சென்று போனில் அக்கா தேவகியைப் பிடித்தார்.

“அக்கா... தூங்கலதானே?”

“எப்படிடா தூக்கம் வரும். உனக்காகத்தான் காத்திருக்கோம்.”

“நான் இப்ப வரமுடியாதுக்கா... காரியமெல்லாம் முடியட்டும் வரேன்.”

“என்னாச்சுடா?”

“சுவாதி இங்க ஆழமா கால் ஊனிட்டாக்கா. எங்க யாராலயும் அசைக்க முடியல அவள! யதார்த்தமா அந்த அம்மா நீ எதுக்கும்மா சிரமப்பட்டுக்கிட்டு பண்ணினவரை போதும். அப்பாவோட புறப்படும்மான்னாங்க. பதிலுக்கு பொங்கிட்டா!”

“இதுவே விஷ்வாவுக்கும் எனக்கும் கல்யாணம் ஆகியிருந்தா இப்படிப் பேசுவீங்களா? பேச முடியுமான்னு சீறிட்டா. துக்க வீட்டுக்கு வந்துருக்கற அவ்வளவு பேரும் ஆடிப் போய்ட்டாங்க”

“ஓ... உறவைச் சொல்லியே பேசிட்டாளா?”

“ஆமாம்... விட்டா ஒரு மஞ்சக்கயிறை எடுத்து வந்து விஷ்வா கைல தந்து இப்ப கட்றியா இல்லையான்னும் கேப்பா. அவ கோபப்படும்போது எதிர்த்தா அது எவ்வளவு பெரிசாகும்னுதான்

எனக்குத் தெரியுமே? அதனால நானும் அவளுக்குச் சாதகமாகப் பேசும்படி ஆயிடிச்சு..."

"நீ என்ன பேசினே?"

"எங்கள் மூணாம் மனுஷங்களா பாக்காதீங்க. நாளைக்கு நான் உங்க சம்பந்தி ஆகப் போறவங்கதானேன்னேன்."

"அடப்பாவி... நீ ஒப்புதல் கொடுத்துட்டியா?"

"ரேவதிய கட்டினாலும் நான் சம்பந்திதானேக்கா..."

"ஓ... நீ அப்படி வந்தியா. போகட்டும் அப்புறம் என்னாச்சு?"

"என்னாகும்? தற்காலிகமா இப்ப பிரச்சனை அடங்கிடிச்சு. ஆனா ரேவதியை நினைச்சாதான்..."

"என் தங்கம் அவளுக்கென்னடா. அதான் எல்லாம் நல்லபடி ஆயிடிச்சே?"

"அக்கா... அவளும் விஷ்வாதான் தன் புருஷன்கற எண்ணத்துல இருக்காக்கா. சுவாதி விரும்பறது தெரிஞ்சா அவ்வளவுதான்...! அதேபோல் ரேவதி குணமாயிட்டது சுவாதிக்குத் தெரிஞ்சாலும் அவ்வளவுதான். என் நிலையைப் பார்த்தியாக்கா?"

"மனசு விட்டுடாதே ராமநாதா, நீ இந்தப் பிரச்சனையை என்கிட்ட விட்டுடு. நான் பாத்துக்கறேன்."

"அந்த உண்மையைச் சொல்லாம எப்படிக்கா உன்னால இவளை இப்பக் கட்டிப்போட முடியும்?"

என்று ராமநாதன் தயங்கித் தயங்கிக் கேட்டிட, "அதைச் சொல்லத்தான்டா போறேன். வேற வழியேயில்லை" என்றாள் தேவகி.

"அக்கா...!" அலறிவிட்டார் ராமநாதன்!

——

26

அத்தியாயம்

“அக்கா” என்று ராமநாதன் அலறினாலும் தேவகி அசரவில்லை. “ராமநாதா போதுன்டா... போதும் இவளால நீ பட்டது! இது உச்சக்கட்டம்... உண்மை தெரிஞ்ச நான் இப்பகூட சும்மா இருந்தா பெரிய பாவியா ஆயிடுவேன்டா!”

என் புருஷன் இறந்தபிறகு என் சகோதரன் நீதான் எனக்கு எல்லாமா இருந்து இதுநாள்வரை என்னைப் பாதுகாத்திருக்கே. என்னால்தான் ரேவதியும் இப்ப ஆஸ்பத்திரியில இருக்கா. இந்த நிலைலகூட நான் வாயத் திறக்கலேன்னா எல்லாரோட நிம்மதியும் போயிடும்” என்று ஒரு நீண்ட விளக்கமளித்தாள் தேவகி.

“இல்லக்கா... இல்லை... என் மேல ஆணை! நீ தயவுசெய்து எதையும் பேசி வைக்காதே. அப்புறம் நான் இவ்வளவு நாள் நல்லவிதமா இருந்ததெல்லாம் கெட்டுக் குட்டிச்சுவராயிடும்.”

“இனிமேதான் ஆகணுமா என்ன? என்வரைல எப்பவோ ஆயாச்சு. உனக்குத்தான் அதெல்லாம் தெரியல.”

“அக்கா இதெல்லாம் தற்காலிகமான சிக்கல்கள். சரியான முறைல சந்திச்சா சரியா போயிடும். இதுக்காக

நான் கட்டிக் காப்பாத்திக்கிட்டு வரும் நல்ல விஷயத்தைப் போட்டு உடைக்கறது சரியில்லக்கா."

"இல்ல ராமநாதா... உன் பேச்ச நான் கேட்கமாட்டேன்! அவ ராட்சஸி! எவ்வளவு தினவிருந்தா இப்படி முன்பின் பரிச்சயமில்லாத ஒரு வீட்டுக்குள்ளபோய் அந்த வீட்டு மருமகளாவே தன்னை எல்லார் முன்னாலையும் சொல்லுவா? இது அதுக்கான நேரமா...? இவ ஒரு ஆசைப்பட்டுட்டா அதை அடைய எந்த எல்லைக்கும் எப்படி வேணா நடந்துப்பா ஆனா நாம அதை வேடிக்கை பார்த்துக்கிட்டு அது அவளோட சுபாவம்னு சும்மா இருக்கணுமாக்கும். நல்லா இருக்கே உன் நியாயம்..."

"அக்கா நான் ஏற்கெனவே பெரிய குழப்பத்துல இருக்கேன். இதுல நீ எரியற நெருப்புல எண்ணெயை ஊத்தறமாதிரி எதையாவது பண்ணி வைக்காதே..."

"இதோ பாருடா... எனக்கு என் ரேவதியும் அந்த விஷ்வாவும்தான் ஒண்ணு சேரணும். இவ கூடாது. அதுக்கு நீ உறுதிகொடு நான் யோசிக்கறேன்."

"எனக்கு மட்டும் என்னக்கா...?"

"அதான்கா என் விருப்பமும்...! இப்ப முதல்ல இந்தச் சாவு காரியம் முடியட்டும். நான் இவளோட வீட்டுக்கு வந்துடறேன். அப்புறமா நேர்ல எல்லாம் பேசுவோம்!"

என்று போனைக் கத்தரித்த ராமநாதன் ஒரு பெருமூச்சோடு தெருவைப் பார்த்தார். தெருவிளக்கு வெளிச்சத்தில் ஈசல்கள் பறந்தபடி இருந்தன. அவர் மனதில்கூட பலவித பறத்தல்கள்! வெறிச்சோடிக் கிடந்தது வீதி... அதனூடே ஒரு ஆட்டோ ஒன்று வந்து நின்றது. உள்ளிருந்து இறந்துவிட்ட ராமமூர்த்தியின் கூடப்பிறந்த தங்கை சித்ராவும், அவளின் இளவயது மகள் ரம்யாவும் ஒரு பெரிய பேக்குடனும் பதற்றத்தோடும் இறங்கினார்கள். இறங்கிய வேகத்தில் ஆட்டோவுக்குக்கூட

பணம் கொடுக்காமல் 'ஐயோ அண்ணா... போயிட்டியா?' என்று உள்ளே ஓடினர். ஆட்டோக்காரன் கத்தத் தொடங்கிவிட்டான்.

"எம்மா காசைக் கொடுத்துட்டு போம்மா" அவர்கள் காதிலேயே வாங்கவில்லை. அந்த இளம்பெண் மட்டும் போனால் போகிறதென்று வெளியே வந்தவளாய் 2000 ரூபாய் நோட்டை நீட்டினாள்.

"இன்னா விளையாட்றியா... சில்ற இல்ல என்னாண்ட" என்று உடனேயே சீறினான் ஆட்டோக்காரன்.

"எங்கிட்டயும் இல்ல..."

"ஆட்டோல ஏறும்போதே சில்ற இருக்கான்னு கேட்டப்ப இருக்குன்னு சொல்லி ஏறிட்டு இப்ப 2000த்த நீட்னா என்னா அர்த்தம்?" அவன் வெடித்தான்.

"அர்த்தமோ அனர்த்தமோ, சில்ற இல்ல. இப்ப என்ன சொல்றே நீ?" ரம்யா என்கிற அந்த இளம்பெண்ணின் அசராத பதிலே அவள் சாதாரணமானவள் அல்ல என்பதை ராமநாதனுக்குப் புரியவைத்த அந்த நொடிகளில் ஆட்டோக்காரன் இப்ப நீ சில்ற தரலை உண்டு இல்லைனு பண்ணிடுவேன்" என்று அலறிட ராமநாதன் வேறுவழியின்றி தலையிடத் தொடங்கினார்.

"இருப்பா... இருப்பா. எவ்வளவுப்பா இப்ப தரணும்!"

"முந்நூறு ரூபா சார்..."

"முந்நூறா... ஏய் நூத்தம்பதுன்னு சொல்லிட்டு அப்படியே இன்னொரு பங்கு கேக்கிறியா?"

"இது நைட் டைம். எக்மோர்ல இருந்து இந்த மந்தவெளி என்ன பக்கத்துலயா இருக்கு?"

"ஏய்... நான் கார்ல வந்தப்பகூட இவ்வளவெல்லாம் ஆகலை... 180 ரூபாதான் ஆச்சு..."

"நீ என்னா ஒரேடியா ரப்ச்சர் பண்றே அப்பாலே பொட்டபுள்ளன்னுகூட பார்க்கமாட்டேன். மூஞ்சில பூரான் உட்ருவேன்..."

"எங்கே உடு பாக்கலாம்... அந்தப் பூரான் எப்படி இருக்குன்னு நானும் பாக்கறேன்."

ரம்யா என்கிற அந்தப்பெண் சளைக்கவில்லை. ராமநாதன் தன் சட்டைப் பாக்கெட்டில் இருந்து முன்னூறு ரூபாயை எடுத்து அவன்வசம் தந்து, "நீ போப்பா முதல்ல நடுராத்திரில சண்டை போட்டுக்கிட்டு..." என்று அவனை அனுப்பிவிட்டுத் திரும்பினார்.

"அட என்ன சார் நீங்க... இவனமாதிரி ஆட்களுக்கெல்லாம் இடமே கொடுக்கக்கூடாது சார். என்கிட்ட சில்ற இருக்கு சார். நான் வேணும்னுதான் 2000த்தோட வந்து கலாய்ச்சேன்."

ரம்யாவின் பதில் ராமநாதனைத் திகைக்க வைத்தது.

"நீ யாரும்மா?"

"நான் செத்துப்போனவரோட தங்கை பொண்ணு. ஆமா நீங்க..."

"ஜஸ்ட் ஃப்ரெண்ட்"

"ஏன் வெளிய நிக்கறீங்க... உள்ள இடமில்லியா?"

"இல்ல சும்மா காத்தாட."

"அப்ப சரி..." என்று அந்த 2000 ரூபாயைத் தன் ஜாக்கெட்டுக்குள் செருகியபடியே உள்ளே செல்லத் தொடங்கினாள். ஒரு மரியாதைக்குக்கூட அந்த முந்நூறு ரூபாயைத் தான் தந்துவிடுவதாய்க் கூறவில்லை.

உள்ளே இவளுடைய அம்மாவான சித்ரா என்பவளோ ஒப்பாரியின் உச்சத்திற்கே போய்விட்டாள்.

"ஐய்யோ அண்ணா... இவ்வளவு சீக்கிரம் எங்களை எல்லாம் விட்டுட்டுப் போயிட்டியேண்ணா நான் இதைக் கற்பனைகூட பண்ணிப் பார்க்கலண்ணா!"

"என் மக ரம்யா கல்யாணத்தை ஜாம்ஜாம்னு நடத்தலாம்மா நான் இருக்கேன்னு சொன்னியேண்ணா... ஐய்யோ இப்ப இப்படி நடுராத்திரியில் புலம்ப வெச்சிட்டியேண்ணா..."

என்று அவள் போட்ட போடு வெளியே ராமநாதன் காதிலும் விழுந்தது. இதெல்லாம்தானே சாவு வீட்டு சகஜங்கள்?

ஆனால், அதிகபட்சம் அவர்கள் வந்து பத்து நிமிடம்கூட ஆகவில்லை. சூழ்நிலையே மாறி ஒரு பதற்றம் உருவாகிவிட்டதைப்போல் தோன்றியது.

மனிதர்களில்தான் எத்தனை விதங்கள்!

பெருமூச்சோடு அவர் நிற்கவும் பக்கத்து வீட்டுக்காரர் வீட்டுவாசலில் ஒரு நாற்காலியைக் கொண்டுவந்து போட்டு "உட்காருங்க சார்" என்றார்.

"ஐய்யோ உங்களுக்கெதுக்கு சார் சிரமம்..." என்று உட்கார்ந்தபடியே சொன்னார் ராமநாதன்.

"சிரமமா... இதெல்லாம் சின்ன விஷயம். நானும் ரொம்ப நேரமா பாத்துக்கிட்டுதான் இருக்கேன். நின்னு யார் கூடவோ போன்ல பேசிக்கிட்டிருந்தீங்க. பாவம் அன்னபூரணியம்மா... ரொம்ப அன்பானவங்க. விஷ்வா அதுக்கும் மேல... அவங்க குடும்பத்துல இப்படி நடந்திருக்க வேண்டாம்."

அவர் ஏதோ நடக்கக்கூடாதது நடந்துவிட்டதுபோல் அருகில் அமர்ந்து பேசவும் ராமநாதனிடம் திகைப்பு. அந்தப் பக்கத்து வீட்டுக்காரரை ஒரு விநாடி உற்றுப்பார்த்தார். "என்ன பாக்கறீங்க... இப்ப வந்தாங்களே ஒரு அம்மா... அவங்க செத்தவரோட தங்கச்சி, பயங்கர அராத்து! அப்பப்ப இந்த வீட்டுக்கு அழுது புலம்பி அன்னபூரணியம்மாகிட்ட இருந்து ஆயிரம் ரெண்டாயிரம் வாங்கிட்டு போவாங்க. செத்துப்போன ராமமூர்த்தியோ கேட்கவே வேண்டாம்."

"அப்படியா?"

"ஆமாம் நீங்க யார்னு தெரியலியே?" அவர் வறண்ட அந்த இரவு பொழுதைக் கழிக்க இப்படிப் பேசுவதைதவிர வேறு வழியே இல்லை என்பதுபோல் பேசினார். பக்கத்தில் யாருமில்லை. அவர்கள் இருவர் மட்டும்தான்!

"நான் இவங்களோட ஃப்ரண்ட். என் பேர் ராமநாதன்."

"இப்பதான் பழக்கமோ?"

"ஆ ஆமா..."

"அதான் உங்களுக்கு எதுவும் தெரியல..."

"தெரிய என்ன சார் இருக்கு?"

ராமநாதன் யதார்த்தமாய்த்தான் அப்படிக் கேட்டார். அவரோ தனக்குத் தெரிந்த எல்லாவற்றையும் கூறத் தொடங்கிவிட்டார்!

இறுதியாக "புதுசா ஒரு பொண்ணு வந்திருக்குது. யார்னே தெரியல. இழுத்துப் போட்டுக்கிட்டு எல்லா வேலையையும் செய்யுது. எங்களுக்கே ஆச்சர்யம். நான்லாம் 20 வருஷமா பக்கத்துலயே இருக்கறவன். ஆனா ஒரு உதவி செய்யக்கூட என்னை விடலை. நடு நடுவுல செல்போன்ல முக்கியமான மொமண்ட்ஸ் வீடியோவும் எடுத்துவெச்சுக்குது. எனக்கு ஒண்ணுமே புரியல. அது பேசியதை வெச்சுப்பார்த்தா விஷ்வாவோட காதலிமாதிரி தெரியுது. இதுல ஒரு கொடுமை என்னன்னா ஆட்டோக்குக் காசு கொடுக்காம உங்கள கொடுக்க வெச்சிட்டுப் போச்சே ரம்யாங்கற பொண்ணு... அதுக்கும் விஷ்வா மேல ஒரு கண்ணு! பாவம் விஷ்வா... ரெண்டுபேர்கிட்டயும் சிக்கி என்ன பாடுபடப் போறானோ?

இந்த ராமமூர்த்தி உயிரோட இருந்தும் நிம்மதிய கெடுத்தார். இப்ப செத்தும் கெடுக்கறார்... இதுல அவரைக் கொன்னுட்டான் விஷ்வான்னு ஒரு பேச்சு வேற! பாவம் அந்தப் பய... அன்னபூரணியம்மாவும் பாவம்!"

பக்கத்து வீட்டுக்காரர் யதார்த்தமாகத்தான் எல்லாம் பேசினார். ஆனால், அதில் தெரியவந்த பல உண்மைகள் ராமநாதனைக் கதிகலங்க வைத்துவிட்டிருந்தன!

——

27

அத்தியாயம்

பக்கத்து வீட்டுக்காரரின் பேச்சு ராமநாதனை கலக்கிவிட்டது. சற்றுமுன் அக்கா தேவகியோடு பேசும்போதுகூட எல்லா சிடுக்குகளிலும் இருந்து மீண்டுவிடும் ஒரு நம்பிக்கை இருந்தது. இப்போது அது ஆட்டம் காணத் தொடங்கியது. மேற்கொண்டு எதுவும் பேச முடியாமல் அப்படியே மௌனமாகிவிட்டவரை உள்ளே பலத்தகுரலில் ஒலிக்கும் சுவாதியின் குரல் கலைத்தது. மிகப்பலமான குரல்!

“ஏய் யாருடி நீ... என் மாமா வீட்ல என்னையே அதிகாரம் பண்றே? என்னைச் சமையல்கட்டுக்குள்ள இருக்கற சக்கரை சம்படத்தைத் தொடக்கூடாதுன்னு சொல்ல நீ யார்?” ரம்யாதான் கத்தியபடி இருந்தாள்.

“நீ மாமா பொண்ணா இருந்தா இருந்துட்டுப் போ. நான் இந்த வீட்டுக்கு மருமகளா வந்து வாழப்போறவ... அண்டர்ஸ்டாண்ட்” பதிலுக்கு சுவாதி கத்தினாள்.

ராமநாதன் எழுந்து உள் சென்றார். இருவரும் சண்டைக் கோழிகளாய் சிலிர்ப்பியபடி நின்றிருந்தனர். விஷ்வாவும், அன்னபூரணியும் பிரமை பிடித்தவர்கள்போலப் பார்த்துக்கொண்டிருந்தனர்.

மற்றவர்களும் வேடிக்கைதான் பார்த்தனர்.

ஒரு நள்ளிரவு இப்படி ரணகள இரவாக மாறும் என்று யாரும் கற்பனைகூட செய்து பார்த்திருக்கமாட்டார்கள். அதுவும் ஒரு பிணம் கிடக்கும் சாவு வீட்டில்...

“அம்மாடி... எதுவா இருந்தாலும் அப்புறமா பேசிக்கலாம். இது சண்டை போட்றதுக்கான நேரமா என்ன? உங்கள கெஞ்சிக் கேட்டுக்கறேன் அமைதியா இருங்க” என்று இடையிட்டார் ராமநாதன்.

“காப்பி கொடுத்தா, சக்கரை பத்தல... சரின்னு நானே எழுந்துபோய் சக்கரை சம்படத்தை எடுத்து சக்கரையைப் போட்டுக்கிட்டேன். இது ஒரு தப்பா...? யாரைக் கேட்டு சமையல் கட்டுக்குள்ள நுழைஞ்சேன்னு எகத்தாளமா பேசினா என்ன சார் அர்த்தம்?”

“சரிம்மா... சரிம்மா... ஏதோ தெரியாம பேசிட்டா, விடும்மா.”

“நான் தெரியாமல்லாம் பேசல... தெரிஞ்சிதான் பேசினேன். இவ அத்தை பொண்ணுன்னு எனக்கு எப்படித் தெரியும்? வந்த வேகத்துல ஒப்பாரிகூட வைக்காம என் பையோடேட்டாவை இவ எதுக்குக் கேக்கணும்?”

“பின்ன... என் மாமா வீட்ல அவர் இல்லாத நிலைல எவளோ ஒருத்தி நாட்டாமை பண்ணுவா... நான் வேடிக்கை பார்க்கணுமா?”

“ஏய் எவளோ ஒருத்தின்னே பிச்சிடுவேன். நீ யாரை மாமா மாமான்னு வார்த்தைக்கு வார்த்தை சொல்றியோ அவரே என்னை நான்தான் இந்த வீட்டு மருமகள்னு சொல்லியிருக்கார். அவர் அப்படிப் பேசினதெல்லாமும் என் செல்போன்ல வீடியோ ரெக்கார்ட்ல இருக்கு. பாக்கறியா?”

சுவாதிக்குப் பதிலுக்கு பதில் என்று பேசிட ஏன் தலையிட்டோம் என்று ராமநாதன் நினைக்கத் தொடங்கிவிட்டார். நல்லவேளையாக ஆவேசம் வந்தவன்போல் விஷ்வா அவர்கள்

முன்வந்தவனாய், “வாய மூட்றீங்களா இல்லையா? இது என்ன சந்தைக்கடைங்கற நினைப்பா?” என்று வெடித்தான்.

அவன் கத்தவும், ரம்யா சற்று மருண்டவளாய், “இல்ல அத்தான் இவதான்...” என்று எதோ சொல்ல முயல, “ஷட் அப். நீ எதையும் பேசக்கூடாது. கீப் கொயட்” என்றவன் சுவாதியை ஒருமாதிரிப் பார்த்தான். அவளோ பதிலுக்கு முறைத்துப் பார்த்தாள்.

“ப்ளீஸ் சுவாதி... இது சண்டை போட்ற இடமா? இல்லை அதுக்கான நேரமா?” என்று கேட்க, “இட்ஸ் ஓ.கே... நான் அவளை அப்புறமா கவனிச்சுக்கறேன்” என்று ரம்யா காதில் விழும்படி சொல்லிக்கொண்டே சற்று விலகிப்போனாள் சுவாதி.

அந்தப் பதில் ரம்யாவைக் குடையத் தொடங்கிவிட்டது.

அவளும் முறைத்தபடியே ஓர் ஓரமாய்ப்போய் அவள் அம்மா அருகில் அமர்ந்துகொண்டு சன்னமாய் முணுமுணுக்கத் தொடங்கினாள்.

“அத்தான் என்னம்மா இவகிட்ட இப்படிக் குழையறான்?”

“அவன் குடுமி இப்ப அவ கைல...”

“என்ன சொல்றே நீ?”

“இப்பத்தான் எதிர்வீட்டுக்காரம்மா மூலமா எல்லாம் தெரியவந்தது. உன் மாமா ஒண்ணும் இயற்கையா சாகலை. விஷ்வாதான் குடம் குடமா தண்ணிய ஊத்திக் கொன்னுருக்கான். அதை அவ வீடியோ எடுத்துட்டா!”

“அடக்கொடுமையே... இப்படி ஒரு கூத்தா?”

“கூத்தா... ஒரு நாடகமே இப்ப இங்க நடந்துக்கிட்டு இருக்கு. இதைச் சும்மா விடக்கூடாதுடி”

“இவ பெரிய ராட்சஸியா இருக்காளேம்மா.”

“அவ பெரிய ராட்சஸின்னா நீ அதுக்கும் மேலன்னு காட்டு. என்ன இப்போ?”

"என்னம்மா சொல்றே?"

"எல்லாம் விவரமா சொல்றேன்... நீ நைசா மொட்டமாடிக்குக் கிளம்பு. நான் பின்னாலேயே வரேன்."

சித்ரா சொன்னதுபோலவே பூனைபோல் நடந்து மாடிப்படி ஏறத் தொடங்கினாள் ரம்யா. சற்றைக்கெல்லாம் சித்ராவும் பின்தொடர்ந்தாள்.

சுவாதி நடப்பதைப் பார்த்தபடியே இருந்தவள், சில நொடிகள் கடந்த நிலையில் அவளும் மாடி நோக்கி நடந்தாள்.

◈◈◈

மறுநாள்!

ஹாஸ்பிடலில் ரேவதியைப் பரிசோதித்த டாக்டர்கள் தனியே ஒதுங்கிச்சென்று பேசத் தொடங்கினர்.

"டாக்டர் ஜெயராம் வாட்யூ திங்க் எபவுட் தி பேஷன்ட்"

"என்ன சொல்றது. கடவுளோட அருள் இந்த பேஷன்ட்டுக்கு நிறைய இருக்கு."

"யு ஆர் ரைட் அது மட்டுமில்ல! இந்த ஹாஸ்பிடல்ல என் இத்தனை வருஷ அனுபவத்துல ஒரு பேஷன்டோட பாவத்தை நான் வாங்கிக்கறேன்னு ஒருத்தர் முன்வந்ததும்கூட ஒரு ஆச்சரியமான விஷயம்."

"விபத்து, நோய் இதெல்லாம் இயற்கை. இதை பாவம்னு நினைக்கறது சரியா டாக்டர்...?"

"அந்த விபத்தும் நோயும் எல்லாருக்கும் எப்பவும் வருவதில்லையே?"

"நீங்க என்ன சொல்ல வர்றீங்க?"

"நான் இந்தப் பாவபுண்ணியத்தை நம்பறேன் டாக்டர். சொல்லப்போனா டாக்டர்களான நமக்குத்தான் இந்த விஷயத்துல ஒரு க்ளோஸ்விஷன் இருக்கு..."

“எப்படி...?”

“நல்ல ஹெல்தியான எவ்வளவோ பேரை நம்பளால காப்பாத்த முடியாம போயிருக்கு. காப்பாத்த முடியாதுங்கற பலர் பிழைச்சு வாழ்ந்துக்கிட்டிருக்காங்க. இதை எந்த அளவுகோளால எப்படி அளக்கறது?”

“புரியுது... நம்ப மருத்துவ அறிவு ஒரு எல்லைவரைதான். அதைக் கடந்து சில விஷயங்கள் நடக்கும்போது நாம மௌனமாயிடறோம். அதை அறிவால புரிஞ்சிக்க முடியறதேயில்லை!”

“எக்ஸாக்ட்லி... இந்த பேஷன்ட்கூட நம்ப அறிவுக்கு அப்பாற்பட்ட ஒரு பேஷன்ட்தான்.”

“இவங்களுக்கு இனி இன்டென்சிவ் கேர் தேவை இல்லைன்னு நினைக்கறேன்.”

“அஃப்கோர்ஸ் நார்மல் கேர் போதும். ஜெனரல் வார்டுக்கு மாத்திடலாம்.”

பேசிவிட்டு ரேவதியிடம் வந்துநின்று சிரித்தனர். பதிலுக்கு அவளும் சிரித்தாள்.

“நீ இவ்வளவு சீக்கிரம் இப்படி சிரிப்பேன்னு நாங்க யாரும் நினைக்கலம்மா. யு ஆர் வெரி லக்கி.”

“தேங்க்யூ டாக்டர். நீங்க சொல்றதுதான் உண்மை. ஆனா, இவ்வளவு அதிர்ஷ்டசாலியான எனக்கு இந்த விபத்து மட்டும் எதனால நடந்ததுன்னே தெரியல டாக்டர்?”

“காரணமில்லாம ஒரு விஷயம்கூட இருக்கமுடியாதுன்னு தத்துவமா சொல்வாங்க. இதுக்கும் நிச்சயம் ஒரு சரியான காரணம் இருக்கும். ஆனா எதுவா இருந்தாலும் இனி வரப்போற உங்க காலம் நிச்சயம் நல்ல காலமாத்தாம்மா இருக்கும். ஆல் த பெஸ்ட்...”

“தேங்க்யூ வெரி மச் டாக்டர்...”

“பை த பை நீங்க இனி ஐ.சி.யுவில் இருக்கத் தேவையில்லம்மா. உங்கள் ஜெனரல் வார்டுக்கு மாத்திட்றோம். ஆபரேஷன் ஸ்டிச்சஸ ரிமூவ் பண்ணிட்டா நீங்க வீட்டுக்குக்கூட போயிடலாம்.”

“எப்ப டாக்டர் ரிமூவ் பண்ணுவீங்க?”

“ஏம்மா… இப்பவே வீட்டுக்குப் போகணும்போல இருக்கா?”

“ஆமாம் டாக்டர்… எனக்கு என் அப்பா அம்மாவைவிட என் மாமியாரா வரப்போற என் விஷ்வாவோட அம்மாவைப் பாக்கணும். அவங்க கால்ல விழுந்து ஆசி வாங்கணும்னு ரொம்ப ஆசையா இருக்கு டாக்டர்.”

“யார். உங்க பாவங்களை வாங்கிக்கறேன்னு சொன்ன அந்த லேடியா?”

“ஆமாம் டாக்டர்…”

“வெரி கிரேட்… இந்தப் பாவபுண்ணியங்களை நான் நம்பறவன் கிடையாது. ஆனா நல்ல எண்ணங்கள நான் ரொம்ப மதிக்கறவன். அந்த வகைல அவங்கள நான் ரொம்பவே மதிக்கறேன். இன்ஃபாக்ட் அவங்க உங்க அம்மாவா இருந்தாகூட இதைப் பாசமிகுதியால செய்திட்டதா சொல்லலாம். இது நிச்சயமா உலக அதிசயம்! தமிழ் சீரியல் எடுக்கறவங்களுக்கு இந்த உலகத்துல நல்ல மாமியாரும் இருக்காங்கன்னு காட்ட இவங்க ஒரு நல்ல உதாரணம்.”

டாக்டர் சொல்லிவிட்டுச் சிரித்தார். ரேவதியும் கண்கள் கலங்கச் சிரித்தாள். தொடர்ந்து வார்டு மாற்றும் வேலைகள் நடக்கத் தொடங்கின.

அவளை அப்படியே தூக்கி ஸ்ட்ரெச்சரில் படுக்க வைத்துத் தள்ளிச்செல்ல முயன்றபோது, “நான் நடந்து வர்றேன்” என்றாள்.

“இல்லம்மா ரிஸ்க் எடுக்கக்கூடாது. ஒரு 15 நாளாவது நீங்க படுத்துத்தான் இருக்கணும். நாங்க சொல்லும்போது நடக்க முயற்சி செய்யுங்க” என்று தடுத்துவிட்டார் டாக்டர். அன்றைக்கு நர்ஸ் அமலோற்பவமேரி லீவில் சென்றுவிட்டதால் வேறு ஒரு

நர்ஸ் வந்திருந்தாள். நேம்பேட்ஜ் அவள் பெயர் சாந்தி என்றது. பெயருக்கேற்ப சாந்தமாய்ச் செயல்பட்ட அவளிடம், ரேவதி ஒரு உதவி கேட்கத் தொடங்கினாள்.

"சிஸ்டர்..."

"யெஸ் மேடம்..."

"மேடமா... சும்மா ரேவதின்னே கூப்பிடுங்க."

"சொல்லுங்க என்ன வேணும்?"

"உங்ககிட்ட போன் இருக்கா?"

"செல்போன்தானே... ஷ்யூர்!"

"கொஞ்சம் தரமுடியுமா... நான் என் விஷ்வாகூட பேசணும்."

"ஷ்யூர். இந்தாங்க" என்று அவளும் தந்தாள். ரேவதியும் நம்பரை ஞாபகப்படுத்தி ஒலி எழுப்பினாள்.

◈◈◈

எல்லோரும் மின்மயானத்திற்குச் சென்றுவிட்டு வந்த நிலையில் தலைக்குக் குளித்துப் புதிதாக கொடிகட்டி ஈரத்துணிகளைக் காயவைத்துக் கொண்டிருந்தனர். விஷ்வா பாத்ரூமில் இருக்கான். அன்னபூரணியைச் சிலர் சூழ்ந்துகொண்டிருக்க, கிச்சனில் சுவாதி அனைவருக்கும் காப்பி போட்டபடி இருக்க, விஷ்வாவின் கைபேசி அவன் அறை டேபிள்மேல் ஒலிக்க ஆரம்பித்தது.

யதார்த்தமாக அருகில்தான் அமர்ந்திருந்தாள் ரம்யா.

நாலாபுறமும் பார்த்துவிட்டு அதை எடுத்துக் காதில் வைத்தாள், வைத்தாள் மறுவிநாடி, "விஷ்வா நான் உன் ரேவதி பேசறேன்" என்கிற ரேவதியின் குரல் அவள் காதுகளில் ஒலிக்கத் தொடங்கியது. உடன் ஒரு பதிலைக் கொடுக்க முடியவில்லை. ரேவதியோ அவன் பதிலைப் பொருட்படுத்தாமல் தொடர்ந்தாள்.

"விஷ்வா... நௌ ஐ ஆம் ஆல் ரைட்டா! டாக்டர்கள்லாம் ரொம்ப ஆச்சர்யப்பட்டு போயிருக்காங்க. எனக்கு எல்லாத்துக்கும்

காரணம் தெரியும்டா... உன் அம்மா என் பாவத்தை எல்லாம் வாங்கிக்கிட்டாங்களாமே... நர்ஸ் அமலோற்பவமேரிதான் சொன்னாங்க. ரியலி இட்ஸ் எ வெரி பிக் சர்ப்ரைஸ்! அம்மாவுக்குத்தான் எவ்வளவு பெரிய மனசு? ஐ வான்ட் டு சரண்டர் மை பாடி டு யுவர் மதர்ஸ் ஃபீட்." என்று கண்ணீரும் சிந்தினாள்.

ரம்யா முகத்திலோ திகைப்பு!

இது யார் ரேவதி? அதிலும் உன் ரேவதி என்கிறாளே?

அப்படியானால் இந்த சுவாதி யார்?

கையில் போனுடன் மனத்தில் கேள்விகளுடன் திருதிருவென விழித்தவள், "ஹலோ யார் நீங்க?" என்றாள் நிதானமாய்...

"யாரா... இது விஷ்வா நம்பர்தானே?"

"ஆமாம்... நீங்க யார்?"

"நான்... நான் ரேவதி. விஷ்வா இல்லையா?"

"என்ன... துக்கம் விசாரிக்கணுமா?"

"துக்கமா... என்ன சொல்றீங்க நீங்க?"

"அது சரி... உன் ரேவதின்னு பேசத் தெரியும். விஷ்வா அப்பா செத்துப்போனது தெரியாதா?"

"விஷ்வா... விஷ்வா அப்பா செத்துட்டாரா? எப்போ?"

"அது சரி இதுகூடத் தெரிஞ்சிக்காம, உன் ரேவதின்னா என்ன அர்த்தம்? இங்க சுவாதின்னு ஒருத்தி நான் இந்த வீட்டு மருமகள்னு செத்த வீடுன்னும் பாக்காம அட்டகாசம் பண்ணிக்கிட்டு இருக்க, புதுசா ரேவதின்னு நீங்க வேற...! விஷ்வாவுக்கு எத்தனை பெண்களோடதான் தொடர்புன்னு எனக்குத் தெரியலியே...?"

"ஒரு வேடிக்கை என்ன தெரியுமா? நான்தான் வாஸ்தவத்துல அவன் அத்தைப் பொண்ணு. அவனைக் கட்டிக்க முதல் உரிமை உடையவ..."

அந்த ரம்யா துவம்சமாகப் பேசினாள். மறுபுறம் ரேவதியிடம் ஸ்தம்பிப்பு! ரேவதியிடம் மட்டுமல்ல; எப்படியோ அது சுவாதி காதில்ல விழுந்ததில் சுவாதியிடமும் ஸ்தம்பிப்பு!

———

28

அத்தியாயம்

சுவாதி காதில் ரம்யா பேசுவது விழுந்த நொடி வெகு கவனமாய் அவளை நெருங்கியவள் அவள் கையில் இருந்த போனை பிடுங்கி தன் காதில் பதித்தவளாய்க் கண்கள் அகண்டு விரிந்திட, "ரேவதி... நீயா பேசறே?" என்று கேட்டாள்.

"யாரு சுவாதியா?"

"ஆமாம். அது சரி நீயா பேசறே?"

"நானேதான் சுவாதி..."

"எப்படி... எப்படி...? நீ கண் திறந்து பார்த்து எல்லாத்தையும் தெரிஞ்சிக்கவே ஒரு மாசம் ஆகும்னாங்க..."

"இப்ப இதைவிட எனக்கு முக்கியம், நீ எப்படி என் விஷ்வா வீட்ல இருக்கேங்கறதுதான். அப்புறம் விஷ்வா அப்பா இறந்துட்டாராமே? நான் இப்பவே விஷ்வாகூட பேசணும்..."

சுவாதி அவள் பேச்சைக் கேட்டுக்கொண்டே சமையல் கட்டுப்பக்கம் செல்ல, கோபமாய் அவளைத் தொடர்ந்த ரம்யாவை நின்று ஒருமுறை முறைத்தவள், "ஹலோ... ஹலோ... பேசறது சரியா காதுலயே விழலையே... நான் அப்புறமா பேசறேன்" என்று

தந்திரமாய் கட் செய்தாள். அடுத்த நொடியே ரம்யா, "யாரைக் கேட்டுடி போனை என் கைல இருந்து பிடுங்கினே?" என்று கேட்டாள்.

"உன் போனையா பிடுங்கினேன். இது விஷ்வா போன்... பேசினது என் தங்கை..."

"ஆமா எத்தனை பேர்டி விஷ்வாவுக்கு... அவளும் என் விஷ்வாங்கறா நீயும் என் விஷ்வாங்கறே."

"அவ சொன்னது ப்ரெண்ட்லியா நான் சொல்றது காதலா? போ... போய் வேலைய பாரு..."

"உரிமைப்பட்டவ நான் இருக்கேன். ப்ரெண்ட்லி, காதல்னு யார்கிட்ட கதை விட்றே?"

"இதோ பார் ரொம்ப பேசினே ராத்ரி நீயும் உன் அம்மாவும் மொட்டைமாடில பேசின அவ்வளவையும் ஸ்பீக்கர் போன்ல போட்டுருவேன். கேக்கறியா?"

சுவாதி ரம்யாவைப் பார்த்துக் கேட்ட நொடி ரம்யாவிடம் பலத்த திகைப்பு. ஒரு விநாடி அவளுக்கு மூச்சே வரவில்லை. சுவாதியும் அசராமல் தன் செல்போனை எடுத்து ஆன் செய்து சாம்பிள் காட்டத் தொடங்கினாள். அந்த போனும் மெல்லிய அளவில் அவளுக்கு மட்டும் கேட்கும் விதமாய் ஒலிக்கத் தொடங்கியது. இருவர் உருவமும் மொட்டைமாடி ட்யூப்லைட் வெளிச்சத்தில் உணரத்தக்க அளவில் தெரிந்தது. ரம்யா அதைப் பார்த்து மிரண்ட நொடியில் அவள் குரல் ஒலிக்க ஆரம்பித்தது.

"யம்மா?... இங்க என்னென்னவோ நடந்திருக்கு. எதுவும் நல்லதா படல..."

"ஆமாண்டி. உன் மாமாவை விஷ்வா குடம் குடமா தண்ணி ஊத்தியே கொன்ருக்கான். இந்த சுவாதிங்கறவ ஒண்ட வந்திருக்கற பிடாரி. கொஞ்சம் பணக்காரியும்போல. இவகிட்ட பணமிருந்தா நமக்கென்ன வந்தது..."

"இப்ப இதைச் சொல்லத்தான் கூப்டியா மொட்டைமாடிக்கு."

“பைத்தியக்காரி... நான் கூப்ட்டது வேற காரணத்துக்குடி...”

“என்னன்னு சொல்லித் தொலை.”

“போலிசுக்கு போன்பண்ணி போட்டுவிட்ருவோம்டி... இனி நம்பள இந்த வீட்ல சேர்க்கவேமாட்டாங்க. அண்ணன் இருக்கும்போதே எனக்கு மதிப்பில்ல... இனிதானா மதிக்கப்போறா என் அண்ணி.”

“அத்தை மதிச்சாலும் இவ விடமாட்டாபோல இருக்கே?”

“ஆமாண்டி இவளுக்கும் சேர்த்துப் பாடம் கற்பிக்கணும்.”

“இங்க கொலை நடந்திருக்கு, வந்து பிரேதப்பரிசோதனை பண்ணா உண்மை தெரியும்னு ஒரு அனாமதேய போன் காலை பண்ணுவோமா?”

“நாமதான்னு தெரிஞ்சிட்டா...”

“எவ்வளவு சீரியல் பார்க்கறே, இதுகூடவா தெரியல உனக்கு? ஏதாவது ஒரு பப்ளிக் பூத்ல இருந்து பேசினா யாராலயும் கண்டுபிடிக்க முடியாதுடி...”

“அப்படி வரியா நீ?”

“வேற வழியே இல்லை. கலகம் பிறந்தாதான் நியாயம் பிறக்கும். போலீஸ் நம்ப மறுத்தா இவ வீடியோல எல்லாம் இருக்குன்னு திரும்ப ஒரு அனாமதேய போன் பண்ணுவோம்.”

“அதுக்கு முந்தி ஒண்ணு செய்வோம்... அத்தைகிட்ட பேசிப்பார்ப்போம்.”

“அதெல்லாம் வேஸ்ட்டுடி. இவ இருக்கறவரை இங்க நம்ப பருப்பு வேகவே வேகாது. அவனும் இவள கண்டா பயப்பட்றததான் பாத்தோமே.”

“அப்ப பொழுது விடியட்டும்...”

“பிணத்தைத் தூக்கறதுக்குள்ள பண்ணனும்...”

“முதல்ல பொழுது விடியட்டும்...”

பேச்சு முடிந்தது. சுவாதியும் போனை அணைத்தாள். அதே வேகத்தில் அவளைப் பார்த்து குரூரமாய்ச் சிரித்தவள், "நீங்க எங்க போனாலும் உங்க பின்னாலேயே நான் வந்ததுக்கு இப்ப அர்த்தம் தெரிஞ்சிச்சா... உங்களை வீட்டவிட்டே போகவிடாம கூடவே நான் இருக்கற காரணம் இப்ப உனக்குப் புரிஞ்சிதா?"

விரித்த விழிகளும் அதில் கடூருமுமாய் கேட்டாள் சுவாதி. ரம்யாவுக்கு நிஜமாலுமே வியர்க்க ஆரம்பித்தது.

"நீ ராட்சஸிடி... இல்லையில்ல அதுக்கும் மேல..."

"புரிஞ்சா சரி... வாயை மூடிக்கிட்டு உக்காரு... ஏதாவது இடக்குமொடக்கு பண்ணினே உன்ன கொலை செய்யக்கூட தயங்கமாட்டேன்."

என்று சமையல்கட்டு மேடைமேல் கிடந்த காய் நறுக்கும் கத்தியை எடுத்துக் காட்டினாள். நல்லவேளையாக யாரும் அவர்கள் இருக்கும் சமையல்கட்டுப்பக்கம் திரும்பிக்கூட பார்க்கவில்லை. ரம்யாவின் அம்மா சித்ராவோடு பகல்பொழுதில் வந்திருந்த மற்ற உறவினர்கள் பேசியபடி இருந்தனர். இருந்தும் அவள் மட்டும் சமையல்கட்டுப்பக்கம் அவ்வப்போது ஒரு பார்வை பார்ப்பதுமாய் இருந்தாள்.

"ஆமா... விஷ்வாவை நீ இவ்வளவு நேசிக்கற அளவுக்கு அப்படி என்னடி இருக்கு அவன்கிட்ட?" என்று அந்தக் கத்தியைப் பார்த்துக்கொண்டே கேட்டாள் ரம்யா.

"அது உனக்கு தெரியத் தேவையில்லை. என்வரைல நான் ஒண்ணை ஆசைப்படமாட்டேன். பட்டா அடையாம விடமாட்டேன்."

"என்னடி சினிமா வில்லன்மாதிரி பேசறே?"

"சினிமா வில்லன்தான் பேசணுமா ஏன், நான் பேசக்கூடாதா?" அப்போது, "சுவாதி..." என்று ராமநாதன் குரல் இடையிட்டது.

"என்னப்பா?" அவளும் சகஜமாய் நின்ற இடத்தில் இருந்தபடியே கேட்டாள்.

“ஒரு காப்பி கொண்டுவாம்மா... ரொம்ப டயர்டா இருக்கு” என்றார்.

“போடி போய்க்கிட்டே இரு. போலீஸ் அது இதுன்னு போனே அவ்வளவும் பிளாக்மெயில்னு இந்த போன் காட்டிக்கொடுத்துடும். ஜாக்கிரதை...” என்றாள். ரம்யா பதிலுக்கு முறைத்தபடியே வெளியே வந்தாள். அவள் எதிரில் ராமநாதன். ரம்யாவுக்கு சுருக்கென்றது. அது முகத்தில் எதிரொலித்தது.

“கொஞ்சம் தனியா வாம்மா ப்ளீஸ்...” என்றபடி மாடிப்படி ஏறினார் ராமநாதன். அவளும் தயக்கமுடன் பின்தொடர்ந்தாள். ரம்யாவின் அம்மா சித்ரா பார்த்தபடியே இருந்தாள். அவளிடம் தாங்கள் திட்டமிட்டபடி செயல்பட முடியாத கோபமும் இயலாமையும் கொந்தளித்தபடி இருந்தது. அதை அடக்கிக்கொண்டு அமர்ந்திருந்தாள் அவள்.

◈◈◈

மொட்டைமாடி! ஒரு உறவுக்காரர் ஈரத்துணியை உலர்த்தியபடி இருந்தார். ராமநாதனும் ரம்யாவும் வரவும் சிரித்தபடி இறங்கிப்போனார். மற்றபடி அங்கே யாருமில்லை. ராமநாதனும் நாலாபுறமும் பார்த்துவிட்டு ரம்யாவிடம் பேசத் தொடங்கினார்.

“அம்மாடி... நீ வந்ததுல இருந்து நடக்கற அவ்வளவையும்தான் பாக்காம பாத்துக்கிட்டுத்தான் இருக்கேன். இப்ப உள்ள நீயும் சுவாதியும் பேசினதையும் கேட்டேன். என் மகள்தான் ஒரு மூர்க்கமான பேஷன்ட்னா நீயும் சளைக்காம அவகூட மோதறியேம்மா...?”

“என்னது மூர்க்கமான பேஷண்ட்டா?” ரம்யா அதிர்ந்தாள்.

“ஆமாம்மா... அவ என்ன நினைக்கறாளோ அது நடக்கணும்னு ஆசைப்பட்ற ஒரு மூர்க்கம்மா அவ! தனக்குக் கிடைக்காதது யாருக்கும் கிடைக்கக்கூடாதுன்னும் நினைக்கறவ. புடைவைக் கடைல இவகேட்ட டிசைன்ல இருந்த புடைவையை

இவளுக்கு முந்தி ஒருத்த செலக்ட்பண்ணி வெச்சிருந்தாங்க. ஒரு புடைவைதான் இருக்கு. கடைக்காரரும் சாரின்னுட்டு அவங்களுக்குக் கொடுத்துட்டாங்க. இவளால அதை ஸ்போர்ட்டிவா எடுத்துக்க முடியல. என்ன பண்ணா தெரியுமா."

ராமநாதன் கேட்டுவிட்டு இடைவெளிவிட்டுப் பார்த்தார். ரம்யாவும் வெறித்தாள்.

"அந்தப் புடவையை வாங்கின லேடி படில இறங்கி வெளிய போகப்போனப்ப தெரியாம அவ மேல மோதறதுபோல மேல மோதி அவங்க கீழே உருண்டு விழுந்து ஒரே ரத்த காயமாகி..."

ராமநாதன் முடிக்கக்கூட இல்லை. ரம்யா முகம் வெளிறியிருந்தது.

"இதோ பார்... இது துக்கவீடு. இங்க இப்ப எந்தப் பிரச்சனையும் வேண்டாம். உனக்கும் ஒண்ணு சொல்லிக்கிடறேன். நேத்து ராத்திரி ஆட்டோக்காரனுக்குக் காசு கொடுக்காம அதைக் கொடுத்த எனக்கும் பணம் கொடுக்காம நீ போனப்பவே நீ எப்படிப்பட்டவங்கறதை நான் தெரிஞ்சிக்கிட்டேன்.

வேண்டாம் விட்று... ஒதுங்கிப்போயிடு! மீறி ஏதாவது பண்ணினே என் மக நிஜமாலுமே உன்னைக் கொன்னாலும் கொன்னுடுவா. வம்பை விலைக்கு வாங்காம வாய மூடிக்கிட்டு இருங்க... இல்ல..."

ராமநாதன் இறுதியாக மிரட்டலாக கையை அசைக்கவும் ரம்யாவுக்கு விழிகள் தெறித்துவிட்டன. அதற்குமேல் அவர் நிற்கவில்லை. மேலே இருந்து கீழே இறங்கினார். சுவாதியும் காப்பி தம்ளரோடு அவரைத் தேடவும், "இங்க இருக்கேம்மா..." என்று அவள் முன்போய் வாங்கிக்கொண்டார். அப்படியே தனி அறையில் நாற்காலி ஒன்றில் சிலைபோல் அமர்ந்திருந்த விஷ்வா அருகில் சென்றவர்,

"விஷ்வா... இந்தாப்பா இந்தக் காப்பியைக் குடி" என்றார்.

"வேண்டாம் சார்..."

“எதுவுமே சாப்பிடலை... ப்ளீஸ்...”

“இல்ல சார்...” நான் இப்ப எதையும் சாப்பிடற மனநிலைலயே இல்லை. நான் ஒரு கொலைகாரன்...”

“என்ன இது புதுசா... கொலைகாரன்லாம் பேசிக்கிட்டு...”

“அதுதான் உண்மை... ஆறுவது சினம்னு எலிமிண்ட்ரி ஸ்கூல்ல படிச்சிருக்கேன். அர்த்தமும் தெரியும். ஆனா தெரிஞ்சா போதாது புரியறது முக்கியம்னு இப்பத்தான் சார் தெரியுது.”

“விஷ்வா... அதுக்கும் காப்பி குடிக்கறதுக்கும் என்ன சம்பந்தம்... எல்லாம் போகப்போக சரியாயிடும். முதல்ல காப்பியைக் குடிப்பா...”

விஷ்வாவிடம் ராமநாதன் கெஞ்சுவதைப் பார்த்தபடி வந்த சுவாதி, “அட... உனக்கு காப்பி கேட்டியேன்னு கொடுத்தா நீ என்னப்பா விஷ்வாகிட்ட கெஞ்சிக்கிட்டிருக்கே விஷ்வாவுக்கு இப்ப காப்பி வேண்டாம். நீ அதைக் குடி நான் ஹார்லிக்ஸ் போட்டுக்கொண்டு வர்றேன்” என்று அதட்டலாய்க் கூறியவிதம் விஷ்வாவையே என்னவெல்லாமோ செய்தது.

“சுவாதி எனக்கு எதுவும் வேண்டாம். எனக்குத் தேவை இப்ப தனிமை. ப்ளீஸ்...” என்றான்.

◈◈◈

“**அ**ஃஃப்கோர்ஸ்... ஹார்லிக்ஸைக் குடிச்சிட்டு தனியாவே இரு உன்னை யார் வேண்டாம்னது. அஸ்தி கரைக்கவும், பால் தெளிக்கவும் மட்டும் நீ வெளியவந்தா போதும் விஷ்வா... எல்லாத்தையும் நான் பாத்துக்கறேன்.”

என்று அவன் சொன்னதைத் திருப்பி அவள் சொன்னவிதத்தில் ஒரு ஆதிக்கம். விஷ்வா பரிதாபமாக ராமநாதனைப் பார்த்தான். அவரும் ஜாடை காட்டினார். பின் அவர் சுவாதியைப் பார்த்து, “நீ போய் ஹார்லிக்ஸ் கொண்டுவாம்மா...” என்றார். அவளும் விலகினாள்.

இதுதான் தருணம் அவருக்கு.

"விஷ்வா... இப்பவாவது சுவாதி எப்படிப்பட்டவன்னு தெரிஞ்சிதா? நான் அன்னிக்கு விலகி யு.எஸ். போகச் சொன்னப்போ போயிருந்தா இப்படி ஆகியிருக்குமா?"

"உண்மைதான் சார். எதுவும் பட்டாதானே தெரியுது."

"இப்ப வருத்தப்பட்டு எந்தப் புண்ணியமும் இல்லை. ஒரு மலைப்பாம்பு இரையை வளைக்கறமாதிரி அவ வளைக்கத் தொடங்கிட்டா. போதாக்குறைக்கு உங்க அத்தையும் அவங்க பொண்ணும் வேற..."

"அவங்களால ஏதாவது பிரச்சனையா?"

"சுருக்கமா சொல்றேன். இந்த நிமிஷம் உங்க வாழ்க்கை முள்ளுல விழுந்துட்ட சேலை. கிழியாம எப்படி எடுக்கப் போறேன்னுதான் எனக்குத் தெரியல..."

"என்னால உங்களுக்கும் நிறைய வருத்தம்... வெரி சாரி சார்!"

"எதைப் பேசியும் பயனில்லை. பை த பை நான் இப்ப எப்படியாவது சுவாதியைக் கூட்டிக்கிட்டு போயிட்றேன். நீ குடம் குடமா தண்ணிய கொட்டினதால மூச்சு முட்டித்தான் உங்கப்பா செத்துட்டார். அது ஒரு கொலைன்னு உங்க அத்தையும் அந்தப் பொண்ணும் தெரிஞ்சி வெச்சிக்கிட்டு போலீசுக்குப் போகலாம்னு நினைச்சிருக்காங்க. நான் அதைத் தடுத்துட்டேன். அவங்களுக்குப் பணம்தான் பிரதானம்! ஒரு அஞ்சோ பத்தோ கொடுத்து அவங்களயும் நான் சமாளிச்சிட்றேன்."

"உங்கப்பாவோட காரியங்கள் நல்லபடியா முடியட்டும் மற்ற விஷயங்கள நாம ஆற அமர சிந்திப்போம்."

"சார் என் அத்தைய நான் சமாளிச்சிக்கறேன். நீங்க சிரமப்படவேண்டாம் சார்..."

"முடியாது விஷ்வா. வாய் வார்த்தைகள் அவங்ககிட்ட எந்தப் பயனையும் தராது. ரொம்ப ரொம்ப தேர்ட்கிரேட் அவங்க

இரண்டுபேரும். பணம் மட்டும்தான் கட்டுப்படுத்தும். என் பிசினஸ்ல நான் இவங்களமாதிரி நிறையப் பேரை பார்த்துருக்கேன். ஆகையால நீ இப்ப அமைதியா உணர்ச்சிவசப்படாம இருந்தாபோதும். மற்றதை நான் பாத்துக்கறேன்..."

என்று மிகத் தீர்மானமாய்ப் பேசியவர் எழுந்தார். எதிரில் ஹார்லிக்ஸோடு வந்தாள் சுவாதி. விஷ்வாவும் வாங்கிக்கொண்டான்.

"சுவாதி உனக்கொரு விஷயம் தெரியுமா?" என்று கேட்டவர், "வா சொல்றேன்..." என்று விலகி வெளியே சென்றார்.

அவளும் ஒருமாதிரி விஷ்வாவைப் பார்த்துவிட்டு தொடர்ந்தாள்,

———

29

அத்தியாயம்

அன்னபூரணியோடு சிலர் மென்மையாகப் பேசியபடி இருந்தனர். சிலர் தனித்தனியே கூடிக்கூடிப் பேசியபடி இருக்க ரம்யாவும், சித்ராவும் தனியே ஒதுங்கி ஒரு பற்றவைக்கப்பட்ட வெடிகுண்டுகளைப்போலப் பார்த்தபடி இருந்தனர். ராமநாதன் கவனித்தார். அவருக்குள் இப்போது விசுவரூபம்.

"என்னப்பா எதுக்குக் கூப்பிட்டீங்க?"

"ரொம்ப அவசரம்மா... நீ நம்ப ஆபீசுக்கு இப்பப்போய் சில செக்ல கையெழுத்துப் போடணும்."

"அதுக்கு நான் எதுக்குப்பா போகணும். அட்டெண்டர் காளிமுத்துவைக் கொண்டுவரச் சொல்லுங்க. இங்க எவ்வளவு வேலை இருக்குன்னு பாக்கறீங்கதானே?"

"இவங்களுக்கு இப்ப தேவை தனிமை... கூட்டமில்ல."

"இல்லப்பா... நான் நகர்ந்தா அந்த அத்தைக்காரியும் அவ பொண்ணும் விஷ்வாவை உண்டு இல்லைன்னு பண்ணிடுவாங்க."

"அவங்கள நான் இப்பவே வீட்டைவிட்டு அனுப்பப்போறேன். அவங்க கிளம்பிட்டா வந்துடுவேதானே?"

“நான் வந்து என்ன பண்ணப்போறேன்? இங்க இருந்தா இவங்களுக்கு உதவியாவாவது இருக்கும்.”

“இதோ பாரும்மா இது ரொம்ப ஓவர்... அப்பா உன்வரைல கோபமேபட்டதில்லை. என்னைக் கோபப்பட வச்சிடாதே...”

ராமநாதன் முதன்முறையாக முகபாவங்களிலும் பேச்சிலும் கடுமையைக் காட்டியவராக அவளைப் பார்த்தார். அப்போது அவரது கைபேசியில் அழைப்பொலி. காதைக் கொடுத்தார்... ரேவதிதான் பேசினாள்.

“அப்பா எங்க இருக்கீங்க? கொஞ்சம் சீக்கிரம் வாங்கப்பா...” என்ற அவளின் உடைந்தகுரலால் அவர் முகத்தில் அதிர்ச்சி!

◈◈◈

ரேவதியின் அழைப்பை ராமநாதன் கொஞ்சம்கூட எதிர்பார்க்கவில்லை.

அதுவும் கைபேசி வழியாக... அந்த நர்ஸிடம் போனை கொடுக்கக்கூடாது என்று சொல்லியும் கொடுத்துவிட்டாளே என்று அப்போது அவருக்குள் கோபம்தான் வந்தது. அதனால் உண்டான மௌனம் மறுபுறம் ரேவதியைப் பதற்றப்பட வைத்தது.

“அப்பா... அப்பா... என்னாச்சுப்பா பேசுங்கப்பா...” என்று அவள் தூண்டவும் அதிர்ந்தவர் “ஒரு அஞ்சு நிமிஷம் கழிச்சுப் பேசறேம்மா...” என்று கட் செய்தார்.

“யாருப்பா போன்ல?” என்று சுவாதியும் காத்திருந்ததைப்போலக் கேட்டாள்.

“உங்க... உங்க அம்மாம்மா.” ராமநாதன் சமாளித்தார். பின் விட்ட இடத்தைப் பிடித்தார்.

“சரி, நீ உடனே கிளம்பு...” என்றார் பரபரப்பாக,

“ஏன் இப்படித் துரத்தறீங்க? இப்ப என்ன ஆயிடுச்சு?”

"நான்தான் சொன்னேனே... இப்ப இவங்களுக்குத் தேவை தனிமைம்மா..."

"போய் தனியா ரூமுக்குள்ள கதவை சாத்திக்கிட்டு இருக்கட்டுமே... யார் வேண்டாம்னா?"

"என்னம்மா பேசறே... இப்பவே எல்லாரும் நீ யாரு? இவ எதுக்கு அதிகாரம் பண்றான்னு பேச ஆரம்பிச்சுட்டாங்க..."

"பேச ஆரம்பிச்சுட்டாங்களா... வெரிகுட் அதானே எனக்கும் வேணும்."

"சுவாதி என்ன இது பேத்தல். இது துக்க வீடு. நல்ல விஷயங்களை இப்பப் பேசக்கூடாது. உனக்கு நான் சொல்றது புரியலியா?" கொஞ்சம் குரலை உயர்த்தவும் சுவாதியிடமும் சற்றுத் தழைவு. பின் மெல்ல, "நான் இப்ப என்ன செய்யணும்?" என்று கேட்டாள்.

"புறப்பட்டு முதல்ல வீட்டுக்குப் போ. குளிச்சிட்டுக் கோயிலுக்குப் போயிட்டு ஆபீசுக்குப் போ. போய்ட்டு போன் பண்ணு..."

"இங்க இந்தக் குந்தாணிகளை..."

"நான் பாத்துக்கறேன். கிளம்பு!"

"அவங்களும் கிளம்பிடணும்."

"அவங்கள அனுப்பிட்டுப் பின்னாலேயே நானும் வருவேன்."

"சரி... நான் போய் விஷ்வா அம்மாகிட்டயும், விஷ்வாகிட்டயும் சொல்லிட்டு வரேன்."

புடவைத் தலைப்பால் கைகளைத் துடைத்துக்கொண்டு அப்படியே ரம்யாவையும், சித்ராவையும் அவர்கள் எங்கே என்று தேடுவதுபோல் பார்த்தாள். அவர்கள் இருவரும் ஓரிடத்தில் இருந்துகொண்டு மிகக்கூர்மையாக அவளையே பார்த்தபடி இருந்தனர். சுவாதியும் அவர்கள் அருகில் சென்றாள்.

ராமநாதனுக்கு ஹார்ட் பீட் அதிகரித்தது. அவர்களும் சுவாதியை சளைக்காமல் பதிலுக்குப் பார்த்தனர்.

"உங்க குடுமி இப்ப என் கைல... ஒழுங்கா வந்தமாதிரியே திரும்பிப் போயிடுங்க. ஏதாவது திருகுவேலை பார்க்க நினைச்சா நடக்கறதே வேற..." என்று சுவாதி முடிக்க, அதற்கு ரம்யா பதில் சொல்ல வாய்திறக்கும் முன் ராமநாதன் அவர்களை நெருங்கி,

"உன்னைப் புறப்படச் சொன்னேன்ல..." என்று ஒரு அதட்டு அதட்ட, சுவாதியும் முறைத்துக்கொண்டே விலகி அன்னபூரணியை நோக்கிச் செல்லத் தொடங்கினாள்.

ராமநாதன், ரம்யா, சித்ரா இருவரையும் பார்த்தார். அவர்களும் சளைக்காமல் பார்த்தனர்.

"என் பொண்ணு இப்ப கிளம்பிடுவா. நானும் கிளம்பிடுவேன், விஷ்வாவுக்கு கொஞ்சம் தனிமை வேணும். நீங்களும் புறப்பட்டுடுங்க..." என்றார் மெல்லிய குரலில்.

அவர்கள் அழுத்தமான மௌனத்தை விடவில்லை. "உங்களுக்குத்தான் சொன்னேன்" என்றார் சற்று கடுமையான குரலில்.

"எங்களுக்கு எப்பப் போகணும், எப்படிப் போகணும்னு தெரியும். நீங்க ஒண்ணும் சொல்லவேண்டாம்" என்றாள் சித்ரா.

"நீங்க இப்ப போறிங்க... திரும்பவும் வரவும்கூடாது. விஷ்வாவும் அன்னபூரணி அம்மாவும் இனியாவது நல்லபடியா வாழணும்னு நான் ஆசைப்படறேன்."

"இதோ பாருங்க... நான் யாரோ தெருவுல போறவங்க இல்லை. செத்துப் போயிருக்கறது என்கூடப் பிறந்த அண்ணன். ஆனா நீங்கதான் யாரோ? அப்படிப்பட்ட நீங்க இப்படி பேசறதெல்லாம் டூ மச்."

ராமநாதன் பேரத்தை தொடங்கிவிட்ட நிலையில் சுவாதி அன்னபூரணியை நெருங்கியிருந்தாள். அன்னபூரணியோடு

அவள் வயதை ஒத்த சில பெண்கள் அமர்ந்திருந்தனர். சுவாதி வரவும் ஏறிட்டனர்.

"அம்மா நான் கொஞ்சம் ஆபீஸ்வரை போய்ட்டு வந்துட்றேன்."

"சரிம்மா..."

"நீங்க சிரமப்படாதீங்க. நான் வந்துடுவேன்."

"இல்லம்மா... நீ உன் வேலையப் பார். இவ்வளவு தூரம் நீ எங்களுக்கு உதவினதே பெருசு."

"இது என் குடும்பம்... நான் இங்க வாழப்போறவ. நான் செய்யாம யார் செய்வா?"

சுவாதி அதுதான் சாக்கு என்று அப்படி ஒரு பதிலைச் சொல்லவும் அன்னபூரணியைச் சுற்றி உள்ள பெண்கள் அதிர்ச்சியும் ஆச்சர்யமுமாக பார்த்தனர்.

"சரிம்மா... நீ புறப்படு" என்று மிடறு விழுங்கினாள் அன்னபூரணி. சுவாதி அடுத்து விஷ்வா அறை நோக்கி நகரவும் அந்தப் பெண்கள் அன்னபூரணியைக் குடைய ஆரம்பித்துவிட்டனர்.

"அன்னம்... யார் இந்தப் பொண்ணு? எங்களுக்குத் தெரியாம விஷ்வத்துக்கு பொண்ணு பாத்துட்டியா என்ன?"

"நானும் வந்ததுல இருந்தே பாக்கறேன். ரொம்ப பொறுப்பா எல்லா வேலையையும் இழுத்துப்போட்டு செய்யறா, தைரியமா வேற பேசறா?"

"என்ன அன்னம்... விஷ்வா இவள லவ் பண்றானா? இந்தக் காலத்துலதான் இது சர்வசாதாரணமா போச்சே?"

ஆளுக்கு ஆள் கேட்கக் கேட்க அன்னபூரணியின் கண்களில் கண்ணீர்.

அது கேள்வி கேட்டவர்களை சலனைப்படுத்தியது. தப்பு செய்துவிட்டவர்களைப்போலப் பார்த்தனர்.

“உங்க கேள்விக்கெல்லாம் கூடிய சீக்கிரம் பதில் கிடைக்கும். அவர் போய்ட்ட இந்த நிலைல நான் இப்ப வேற எதையும் சிந்திக்க விரும்பல...” என்று அவர்களைச் சமாளிக்க முனைந்தாள் அன்னபூரணி.

சுவாதி தாழிட்டுக் கொண்டுவிட்ட விஷ்வாவின் கதவை தட்டத் தொடங்கியிருந்தாள். விஷ்வாவும் சோர்வாக வந்து கதவைத் திறந்தான். பெரிதாக கொட்டாவிவிட்டு கலக்கமாகப் பார்த்தான். சுவாதி அவனைப் பார்த்த மாத்திரத்தில், “என்ன விஷ்வா உடம்பு சரியில்லையா... என்ன செய்யுது?” என்று அவன் கழுத்தில் கைவைத்து பார்த்தாள். அவள் கை மேலே படவும் அவனிடம் ஒருவித கூச்சம். சற்று கோபமும்கூட...

“அதெல்லாம் ஒண்ணுமில்லை... தொடாம பேசு சுவாதி” என்றான் முகம் சுளித்த நிலையில். அது சுவாதியை ஊசியால் குத்தினாற்போல் உணர வைத்தது. இருந்தும் தன்னைக் கட்டுப்படுத்திக்கொண்டவள் அவனை ஒருமாதிரி பார்த்தாள். அவனோ வேறு எங்கோ பார்த்தபடி, “என்ன விஷயம்?” என்று கேட்டாள்.

“நான் ஆபீஸ்வரை போய்ட்டு வரேன்...”

“வேண்டாம்... இவ்ளோ தூரம் நீயும் உன் அப்பாவும் இருந்ததே பெரிய விஷயம். நாங்க பாத்துக்கறோம்.”

“அப்படி எல்லாம் விடமுடியாது விஷ்வா. உன் அத்தையும் அவ பொண்ணும் உன்னை போலீஸ்ல மாட்டிவிட்ற ஆசைல இருக்காங்க. உன் கொலையைவெச்சு உன்னை மிரட்டி காரியம் சாதிக்க நினைக்கறாங்க.”

அவள் சொன்னதில் உன் கொலையைவெச்சு எனும் சொற்கள் அவன் முகத்தில் அதிர்வைக் கூட்டின!

அவளைக் கலங்கிவிட்ட கண்களோடு பார்த்தான்.

“ஐயோ இதுக்கு எதுக்கு கலங்கறே? என் அப்பா எதுக்கு இருக்கார்...? அஞ்சு லட்சமோ பத்து லட்சமோ விட்டு எரிஞ்சா

பொறுக்கிட்டு போய்க்கிட்டே இருக்கப்போறாங்க. எல்லாத்தையும் அப்பா பாத்துப்பார். நீ கவலைப்படாதே."

"என்னது பணம் கொடுத்து சமாளிக்கறதா?" அவன் தடுமாறிக் கேட்கும்போது ராமநாதன் எப்போதும் தன் பர்சில் வைத்திருக்கும் ஒரு பிளாங்க்செக்கை சித்ரா முன் நீட்டிக்கொண்டிருக்க அவளும் அதை வாங்கிக்கொண்டிருந்தாள்.

"பார்த்தியா?"

"ஐயோ இது டூ மச்."

"அப்ப நீ கொலை செய்தது?"

அந்தக் கேள்வி அவனை மிக வேகமாக தலைகுனியச் செய்து உடம்பையும் நடுங்கச் செய்தது.

"விஷ்வா... மனசைப் போட்டுக் குழப்பிக்காதே. நான் இருக்கறவரை உனக்கு எந்த ஆபத்தும் யாராலயும் வரவிடமாட்டேன். மீறியாராவது வந்தா கொலைகூட பண்ணத் தயங்கமாட்டேன். நீ இப்ப நல்லா ரெஸ்ட் எடு! நான் போய்ட்டு வந்துடறேன்" என்று அவனை தன் சொற்களாலேயே கட்டிப்போட்டுவிட்டுப் புறப்பட்டாள்.

மறுபுறம் செக்கை சித்ரா தன் மார்புப்புறமிருந்து எடுத்த பர்சில் வைத்துக்கொண்டு திரும்பவும் பர்ஸை ரவிக்கைக்குள் வைத்துக்கொண்டாள். "அப்படியே, அண்ணிகிட்ட சொல்லிட்டு கிளம்பறோம்" என்றவளிடம்,

"நோ... நான் சொல்லிக்கிறேன். நீங்க கிளம்புங்க" என்றார் ராமநாதன். அதற்குள் சுவாதியும் தலையைத் திருத்திக்கொண்டு வந்தாள். கையில் கார் சாவி.

"அப்பா போய்ட்டு வந்துடறேன்" என்றபடி காரை ஸ்டார்ட் செய்தாள். அப்போது ராமநாதனே புக் செய்திருந்த ஓலா ஆட்டோ வரவும் அதில் ரம்யாவும் சித்ராவும் ஏறிட அதுவும் புறப்பட்டது. ரம்யா திரும்பித் திரும்பிப் பார்த்தபடியேதான் போனாள்.

ராமநாதன் மிக வேகமாய் இதுதான் தருணம் என்று மாடிக்குச் சென்று ஆஸ்பத்திரியில் இருந்து தொடர்புகொண்டு பேசிய ரேவதியோடு பேச முனைந்தார். பதிலுக்கு அந்த புதிய நர்ஸ்தான் பேசினாள்.

“ரேவதி...”

“நான் ரேவதி இல்லை... நர்ஸ் பேசறேன்.”

“நர்ஸா... ஏம்மா நான்தான் போன் கேட்டா ரேவதிக்கு கொடுக்கக்கூடாதுன்னு சொல்லியிருந்தேன்ல...”

“இல்லையே சார்... அந்த நர்ஸ் வேற! அவங்க இப்ப கொஞ்சநேரத்துல வந்துடுவாங்க. என் போன் மூலமாதான் ரேவதி பேசினாங்க...”

“ஐசீ... சரிம்மா ரேவதி இப்ப எப்படி இருக்கா?”

“நீங்க போனை கட் பண்ணவும் ரொம்ப ஃபீல் பண்ணாங்க. அப்படியே மயங்கிட்டாங்க.”

“நான் பாவிம்மா... பாவி... காலம் என்னை கண்டபடி ஆட்டிவைக்குது. இட்ஸ் ஓகே, நான் இப்பவே ஹாஸ்பிடலுக்கு வரேன்...” போனை கட் செய்துவிட்டு வேகமாக புறப்படத் தயாரானார். இறங்கிக் கீழே வந்தார். விஷ்வா அறைக்கதவைப் பார்த்தார். திறந்திருந்தது. உள்ளே சென்றார்.

கண்களில் கண்ணீரோடு அவன் படுத்திருந்தான்.

“விஷ்வா...”

“சார்...”

“அழறியா... அழு... அழு...”

“நான் எனக்காக மட்டும் அழலை சார். உங்களுக்காகவும்தான். என் அத்தைக்கு பணம் கொடுத்தீங்கபோல இருக்கு.”

“ஓ... சுவாதி சொல்லிட்டாளா?”

“நானே பார்த்தேன்... உங்களுக்கு ஏன் சார் இந்தக் கஷ்டமெல்லாம்?”

“கஷ்டம்தான்... இதைவிடப் பெரிய கஷ்டம் வரக்கூடாதுன்னா இந்தக் கஷ்டத்தைப் பட்டுத்தான் தீரணும் விஷ்வா.”

“அவங்க ஒண்ணும் தப்பா சொல்லலையே சார். நான் கொலைகாரன்தானே?”

“போதும் விஷ்வா... இனி இப்படிச் சொல்லாதே! எப்படியோ கஷ்டப்பட்டு சுவாதியை வெளியே அனுப்பிட்டேன். உங்க அத்தையும் அவங்க மகளும்கூட செக்க வாங்கிக்கிட்டு கிளம்பிட்டாங்க... வீட்ல குடைச்சல் தர்ற மனிதர்கள்னு யாருமில்ல... எல்லாத்தையும் மறந்து தூங்கு. அடுத்து என்ன செய்யணுமோ அதைச் செய். அப்புறம் சில முக்கியமான விஷயங்கள்!”

“ரேவதி பூரணமா குணமாயிட்டா. இப்பக்கூட போன்ல பேசினா... அவளைப் பாக்க ஹாஸ்பிடலுக்குத்தான் போய்கிட்டிருக்கேன். சுவாதி இனி இந்த வீட்டுப்பக்கம் வரமாட்டா... அவளை நாங்க யாரும் வரவும் விடமாட்டோம். வந்தா ரேவதிதான் வருவா. நீங்க ஆசைப்பட்ட, கனவுகண்ட அந்த அமெரிக்க வாழ்க்கைக்கு முயற்சி செய்யுங்க. நிச்சயம் வெற்றி கிடைக்கும். திரும்பவும் சொல்றேன். சுவாதி வரமாட்டா... அவளை வரவும் விடமாட்டேன்” என்று முத்தாய்ப்பாகப் பேசிவிட்டு புறப்பட்டார். அன்னபூரணியிடமும், “நான் வரேம்மா... கவலைப்படாதீங்க. இனி எல்லாம் நல்லபடியாதான் நடக்கும்” என்றுதான் சொன்னார்!

◈◈◈

ஹாஸ்பிடல்... முதலில் அங்கு வந்தது சுவாதிதான். வந்தவள் ஐ.சி.யூ.வில் ரேவதியைக் காணாமல் திகைத்து அங்கிருந்த நர்சிடம் விசாரித்தாள்.

“அவங்கள ஸ்பெஷல் வார்டுக்கு மாத்தியாச்சே.”

“அது எங்க இருக்கு?”

“அதோ...” அவள் கைகாட்ட ஓடினாள். உள்ளே ரேவதி உறக்கத்தில். அருகில் பழைய நர்ஸ் அமலோற்பவமேரி.

“வாங்க மேடம்...”

“அதான் வந்துட்டேனே... ஆமா ரேவதிக்கு நிஜமாவே எந்த ஆபத்தும் இப்ப இல்லையா?”

“ஆமாம் மேடம்... இது பெரிய மிராக்கிள்.”

“என்னாலயும்தான். இப்பகூட நியூஸ் சேனல் ஒண்ணுல அம்மாவைப் பேட்டி எடுத்துட்டுப் போறாங்க.”

“நான் இப்பப் பேசமுடியுமா?”

“ஐயோ இப்பத்தான் தூக்கம் வர்ற மருந்தை ஊசியா போட்டார் டாக்டர்...”

“அதான் நல்லாயிட்டாளே... அப்புறம் எதுக்கு தூக்க மருந்தெல்லாம்? அவள் கேள்வி நர்சைக் குழப்பியது!”

———

30

அத்தியாயம்

சுவாதியின் கேள்வி நர்ஸைக் குழப்பியது மட்டுமல்ல, சற்று பயப்படுத்தவும் செய்தது. ஒரு விநாடி எனக்குத் தெரியாமல் ரேவதியாரிடமும் போனில் பேசிவிடக்கூடாது என்று எச்சரிக்கை செய்ததையும் நினைத்துப் பார்த்தாள். அந்த இடைவெளியில் ஏதோ தூங்கிவிட்டவளை எழுப்ப முனைவதுபோல் சுவாதி, ரேவதியை எழுப்ப முயற்சி செய்யவும் பதறத் தொடங்கினாள் அமலோற்பவமேரி என்கிற அந்த நர்ஸ்.

"ஐயோ மேடம்... என்ன இது? இங்க இப்படி எல்லாம் பிஹேவ் பண்ணக்கூடாது..."

"நான் இப்ப என்ன பண்ணிட்டேன்? எழுப்பிப் பார்த்தேன். அது ஒரு தப்பா?"

"இவங்க இப்பவும் பேஷன்ட்தான் புரிஞ்சிக்குங்க!"

"எனக்கு இப்ப இவகூடப் பேசணும். என் வழில குறுக்க வராதேன்னு சொல்லணும்."

"என்ன சொல்றீங்க நீங்க? நீங்க பேசறதே புரியல."

"உனக்குப் புரியாது. ஆனா அவளுக்குப் புரியும். நான் இப்பப் போறேன். நடுவுல இவ கண்விழிச்சா நான் வந்துட்டுப் போனதைச் சொல். விஷ்வா

எனக்குத்தான் சொந்தம். எனக்கு மட்டும்தான் சொந்தம்..." என்று மிக ஆவேசமாய்ப் பேசிய சுவாதி அங்கிருந்து புறப்பட்டாள். அமலோற்பவமேரிக்கு தலைசுற்றத் தொடங்கிவிட்டது.

ஏதோ விபரீதம் என்பது மட்டும் புரியவும், சட்டென்று ராமநாதன் ஞாபகம்தான் வந்தது. ஒதுங்கிச்சென்று அவரைத் தொடர்புகொள்ள முயன்றாள்!

◈◈◈

ராமநாதன் வீடு... காரை பார்க் செய்யும் சத்தம் கேட்கவும், வாக்கிங் ஸ்டிக் சகிதம் வாசல்பக்கம் வந்து பார்த்தாள் தேவகி. ராமநாதன் காரில் இருந்து இறங்கவும் அவள் முகத்தில் ஒரு மலர்ச்சி.

"வா ராமநாதா... எவ்வளவு நேரம், எவ்வளவு நேரம்... இப்படியா ஒரு துக்க வீட்லபோய் மாட்டிக்குவே...?"

"தலையெழுத்துக்கா... தலையெழுத்து... ஆமா நீங்க ரெண்டுபேரும் தூங்கினீங்களா இல்லையா?"

"எங்கடா? ஆனா பத்மாவை நான் தூக்க மருந்து கொடுத்துத் தூங்கவெச்சிட்டேன்."

"இப்ப எழுந்திருச்சிட்டாளா?"

"இல்ல... நல்லா தூங்கட்டும்னு விட்டுட்டேன். ஆமா எங்க அந்த ராட்சஸி?"

"அதை ஏன் கேக்கறே, அவளை அந்த வீட்டைவிட்டுக் கிளப்பறதுக்குள்ளே போதும் போதும்னு ஆயிடுச்சுக்கா."

"ஆனா உன்கூட வரக் காணோமே?"

"ஆபீசுக்கு அனுப்பியிருக்கேன். அவ என்னமோ தனக்கும் விஷ்வாவுக்கும் கல்யாணமாகி அந்த வீட்டு மருகளா ஆயிட்டமாதிரியே நடந்துக்கறா. இதுக்கு நடுவுல விஷ்வாவோட

அத்தைன்னு ஒரு கேரக்டர் அப்புறம் ஒரு அத்தை பொண்ணு! பொண்ணா அவ... சரியான பிசாசு!"

நம்ப சுவாதி மட்டும்தான் இந்த உலகத்துலயே பெரிய சுயநலவாதின்னு நீ நினைச்சிக்கிட்டிருக்கே. சுவாதிக்கு அக்கால்லாம் இருக்காக்கா..."

ராமநாதன் பேச்சோடு பேச்சாக உள்ளேபோய் கால் கையைக் கழுவிக்கொண்டு உடை மாற்றி வந்தவர், "ஆமா அவளை... வீட்டுக்கு வந்து குளிச்சிட்டுப்போகச் சொன்னேன். ஆனா அவ இங்க வரலைபோல இருக்கே?" என்று ஞாபகம் வந்ததுபோல் கேட்டார்.

கச்சிதமாய் அப்போது அமலோற்பவமேரி அழைக்கவும் காது கொடுக்கத் தொடங்கினார்.

"சார் குட் ஆஃப்டர் நூன்..."

"யாரு நர்ஸ் அமலோற்பவமேரியா?"

"ஆமாம் சார். பேசலாமா சார்?"

"பேசும்மா. என்ன விஷயம்?"

அமலோற்பவமேரி நடந்ததை எல்லாம் சொல்லி முடித்தாள். ராமநாதன் இடுப்பில் டவலோடு அப்படியே சிலைபோல் நிற்கத் தொடங்கிவிட்டார்.

"சார் கேக்கறீங்களா... ஒரு மனநோயாளி மாதிரியே பிஹேவ் பண்றாங்க உங்க பெரிய டாட்டர். இங்க நான் டாக்டர்கிட்டல்லாம் சொல்லல... நீங்கதான் சார் இனிமே எல்லாத்தையும் கவனிச்சு சரிசெய்யணும்."

"நான் பாத்துக்கறேம்மா. உன் தகவலுக்கு ரொம்ப நன்றி. தயவுசெய்து இது எதையும் ரேவதிகிட்ட சொல்லிடாதே. அவளால தாங்கமுடியாது. மற்றதை நான் பார்த்துக்கறேன்..."

போன் கட்டானது. ராமநாதன் கண்களில் கண்ணீர் திரள ஆரம்பித்தது. தேவகி அதைப் பார்த்து பதைக்கத் தொடங்கினாள்.

“ராமநாதா, என்ன ஆச்சு? ஏன் அழறே?”

“முடியலக்கா... எப்படி இந்தப் பிரச்னையைச் சரி செய்யப்போறேன்னும் தெரியல.”

“என்ன நடந்தது? அதைச் சொல்.”

“சுவாதி அந்த வீட்ல இருந்து நேரா ஆஸ்பத்திரிக்குப்போய் ரேவதியைப் பார்த்திருக்கா...”

“ஐய்யய்யோ...!”

“பதற்றமடையாதே. நல்லவேளை ரேவதி தூங்கிட்டு இருந்திருக்கா. நர்ஸ் அமலோற்பவமேரி இவளைச் சமாளிச்சு அனுப்பிட்டா. அந்த நர்ஸ்கிட்டயே விஷ்வா எனக்குத்தான் சொந்தம். இவ கண்ணு விழிச்சா சொல்லிருன்னுல்லாம் சொல்லியிருக்கா”

“பாதகி... காட்டேரி! நீ விடு அவ வரட்டும். அவளை அரிவாள்மனையால வெட்டிச் சாச்சிட்டு நான் ஜெயிலுக்குப் போறேன். நீங்கள்ளாம் இனியாவது நிம்மதியா இருங்க.”

“அட நீ ஒண்ணுக்கா. ஏற்கெனவே ஒரு கொலை. இதுல இங்க நீயும் ஒரு கொலை பண்ணிடு! ரொம்ப நல்லா இருக்கும்.”

“என்னடா சொல்றே? ஏற்கெனவே ஒரு கொலையா? பாரு யாரைக் கொன்னா?”

அக்கா தேவகியிடம் நடந்து முடிந்ததை ராமநாதன் சொல்லி முடித்திட, தேவகி வாயடைத்துப் போனாள். ராமநாதனும் உடைமாற்றிக்கொண்டு சோஃபாவில் விழுந்தார். தலைக்குமேல் மின் விசிறியின் ஓட்டம். வீட்டுக்குள்ளும் ஒரு கனத்த அமைதி! தேவகி மெல்ல அருகில்வந்து நின்றவளாய் கலக்கத்தோடு பார்த்தாள். அப்படியே, “இந்த வீட்டை இந்தக் கெட்ட நேரம் ஏண்டா இப்படி ஆட்டி வைக்குது? எனக்குத் தெரிஞ்சு நல்லதைத்தவிர, ஒரு சிறு தப்புகூட செய்ததில்லையேடா நீ!” என்றாள்.

“ஒருவேளை இதெல்லாம் முன்ஜென்ம வினையோ என்னவோ?”

“ஆமாண்டா. இது பூர்வகர்மம்தான். அதே சமயம் இதுல இருந்து தப்பிக்கவும் வழி இருக்கு...”

“என்னக்கா சொல்றே... வழி இருக்கா”

“ஆமாம். இனிமேலும் எதுக்கு அந்த ரகசியச்சுமை? அதைப்போட்டு உடை எல்லாம் சரியாயிடும்.”

“நீ இப்படித்தான் சொல்வேன்னு எனக்கு நல்லாத் தெரியும். அந்த ரகசியத்தைச் சொன்னா பிரச்சனை தீரலைன்னாகூட பரவாயில்லை. பெருசாயிடுமேன்னு பாக்கறேன் நான்...”

“ஆகட்டும். இப்ப என்ன?”

“புரியாம பேசாதக்கா. அவ கைல வீடியோ இருக்கு. அதை நினைச்சுத்தான் நான் பயப்படறேன். விஷ்வாவும் அதுக்காகத்தான் அமைதியா இருக்கான். இல்லேன்னா இந்த நொடி அவளை கழுத்தைப் பிடிச்சுத்தான் தள்ளியிருப்பான்.”

“அப்படி ஒரு விஷயம் இருக்கா? ஹூம்... இது தெரியல பார் இந்தக் கிழவிக்கு...”

“பல விஷயங்கள் உனக்குத் தெரியல. சுவாதி இப்ப நாட்டு நடப்புகளைப் பார்த்துப் பார்த்து ஒரு சூப்பர் கிரிமினலாவும் ஆயிட்டா. அந்த நாத்தனார் கேரக்டரையே கதிகலங்க வெச்சிட்டான்னா பாத்துக்கயேன்.” ராமநாதன் கேட்கவும், மீண்டும் ஒருவகை அமைதி. அப்போது ஆபீசில் இருந்து போன் மேனேஜர் ராமானுஜம்தான் பேசினார்.

“குட் ஆஃப்டர்நூன் சார்.”

“சொல்லுங்க ராமானுஜம்.”

“உங்க பெரிய டாட்டர் வந்திருந்தாங்க சார்...”

“வந்திருந்தாங்களா? அப்ப இப்ப கிளம்பிட்டாளா?”

“ஆமாம் சார். எல்லா ஃபைல்லயும் கையெழுத்துப் போட்டாங்க. சில செக்குலேயும் போட்டாங்க. நடுவுல ஒரு நாலு தடவையாவது விஷ்வாங்கறவருக்குப் போன் பண்ணியிருப்பாங்க.”

“மை குட்நெஸ்... அவளை அனுப்பக்கூடாது. எப்படியாவது லாக் பண்ணிவைக்கச் சொல்லியிருந்தேன்தானே?”

“சாரி சார். நான் கொஞ்சம் அழுத்தமாகப் பேசவும் என்னை அறைஞ்சிட்டாங்க.”

“மை காட் அறைஞ்சிட்டாளா?”

“ஆமாம் சார். மைண்ட் யுவர் பிசினஸ்னு சொல்லிக் கிளம்பிட்டாங்க சார்.”

“சரி சரி... அவ செய்த தப்புக்காக நான் உங்ககிட்ட மன்னிப்பு கேட்டுக்கறேன். எதையும் மனசுல வெச்சுக்காதீங்க. நான் பாத்துக்கறேன்” என்று போனை கட் செய்தவர் கையை உதறத் தொடங்கினார்.

“என்ன ராமநாதா புதுசா ஏதாவது பிரச்சனையா?”

“அவ இருக்கறவரை பிரச்சனைதான் அக்கா. இப்ப நான் என்ன பண்ணுவேன்? அந்த வீட்டுப்பக்கம் இனி சுவாதி வரவேமாட்டான்னு சொல்லிட்டு வந்துருக்கேன்.”

“அப்ப திரும்ப அங்க போறாளா?”

“அதான் சொன்னேனே... கல்யாணம் ஆகிட்டமாதிரியே ஒரு அழுத்தமான நினைப்புல இருக்கான்னு.”

“இது ரொம்பவே கொடுமைடா... ஒண்ணு பண்ணு! பத்மாக்கு ஹார்ட் அட்டாக். சீரியஸ்னு ஒரு போன்பண்ணி இங்க வரவை. அவளை ஒரு ரூம்ல போட்டுப் பூட்டிவைச்சுடுவோம். அவளா நாமளான்னும் ஒரு கை பார்த்துடுவோம்.”

“ஐடியாக்கா... ஆனா ஹார்ட் அட்டாக் பத்மாவுக்கு இல்ல. எனக்கு...”

“உனக்கா?”

"எனக்கு மட்டும்தான் அவ கொஞ்சமாவது கட்டுப்படுவா, வேற யாருக்கும் இந்த உலகத்துல அவ கட்டுப்படமாட்டா. கமான், நீயே போன் பண்ணு... நல்லா நடிக்கா. நீ இப்ப நடிக்கறதுலதான் எல்லாமே இருக்கு..."

ராமநாதன் தூண்டிவிட தேவகியும் ஆரம்பித்தாள்.

"யாரு சுவாதியா?"

"நானேதான், என்ன அத்தை விஷயம்?"

"நீ இப்ப எங்க இருக்கே?"

"அதப்பத்தி உனக்கென்ன?"

"எனக்கென்னவா? உன் அப்பன் ஹார்ட் அட்டாக் வந்து சுருண்டு விழுந்துட்டான். எனக்கென்னங்கறே நீ?"

"என்னது அப்பாக்கு ஹார்ட் அட்டாக்கா?"

"அதேதான்... உடனே வா நீ! உன்னைத்தவிர வேற யாருக்கும் இந்தத் தகவலை நான் சொல்லலை. நாங்க ரெண்டுபேரும் என்ன நிலைல இருக்கோம்னு தெரியும்தானே உனக்கு."

தேவகி கேட்டாலும் மறுபக்கம் சுவாதியிடம் இருந்து உடனே பதிலில்லை. கார் ஓரம் கட்டப்படும் சப்தமும், அதைத் தொடர்ந்து அவள் மௌனமாய்ச் சிந்திப்பதும் மெல்லிய சப்தமாய்க் கேட்டது.

"என்னடி. பதிலைக் காணோம்! இப்ப நீ வரப்போறியா இல்லையா? என்று அலறினாள் தேவகி."

"வரேன்... வரேன்... ஆமா நீ டாக்டருக்கு போன் பண்ணிட்டியா?"

"எனக்கு நம்பர் தெரியல... நீதான் பண்ணனும்!"

"ஹார்ட் அட்டாக்னா முதல்ல டாக்டருக்குத்தான் பண்ணனும்."

"அதான் நம்பர் தெரியலன்னேனே?"

"பண்ணத் தெரியலன்னு சொல். ஒத்துக்கறேன். நம்பர் தெரியாட்டி என்ன? செல்போன்ல கூகுள்ள போனா எடுத்த எடுப்புல என்ன செய்யணும்னுல்லாம் இருக்கும்."

“பேசாம இப்ப நீ வரப்போறியா இல்லையா?”

“வரேன்... அங்க நான் வந்தபிறகு எல்லாம் ஏதாவது ட்ராமான்னு தெரிஞ்சுது... உங்க முதுகுத்தோலை உரிச்சிடுவேன்.”

இறுதியாக அவள் சொன்னது தேவகிக்கு வயிற்றில் புளியைக் கரைத்தது. சுவாதியும் காரைத் திருப்பிக்கொண்டு வருவது உறுதியானது. சட்டென்று ஒரு டி.வி. சீரியல் காட்சி ஒன்றும் நினைவுக்கு வந்தது. அதில் இப்படித்தான் ஒரு அராத்து கேரக்டரை சரிசெய்ய ஒளிந்திருந்து கடப்பாரையாலேயே தலையில் அடித்து படுக்க வைத்துவிடுவாள் ஒருத்தி!

“தேவகியை ராமநாதனும் பார்த்துக்கொண்டே இருந்தார்.”

“ராமநாதா அவ கிளம்பிட்டா. நீ போய்ப் படு. அவ வரவும் முதல் காரியமா வீட்டை உள்பக்கமா நான் பூட்டிடறேன். அப்புறம் அவளை அவ ரூம்ல தள்ளித் தூங்கப்பண்றேன். அந்த கேப்ல அவ செல்போனையும் எடுத்துட்டு வந்து தரேன்! ஷூட் பண்ணி வெச்சிருக்கிற அந்தக் கண்றாவியை எல்லாம் முதல்ல அழிச்சிடு. அப்புறம் அவுத்துவிட்ருவோம். அவளால என்ன பண்ணமுடியும்னு பார்ப்போம்.”

“எல்லாம் சரிக்கா. அவளை எப்படித் தூங்கவைப்பே?”

“தூக்க மாத்திரை கலந்த பாலைக் கொடுத்தா துங்கிட்டுப்போறா...”

“அதெல்லாம் அவ இப்ப எதையும் சாப்பிடமாட்டாக்கா. முதல்ல என்னை ஹாஸ்பிடல்ல சேர்க்கத்தான் முயற்சி செய்வா.”

“இதோ பார்... இப்படி மாறி மாறிப் பேசறதுல பிரயோஜனமில்ல. நீ போய் முதல்ல படு. நான் பார்த்துக்கறேன்.”

“நீ சொல்றவிதமே சரியா இல்லை. தப்பா ஏதாவது பண்ணிடாதே...”

“போய் படுன்னேன்ல... வந்துடப்போறா!”

“வந்துட்டா வந்துட்டா...” என ராமநாதனும் மயங்கிவிட்டவர்போல் சோஃபாவில் விழுந்தார். தேவகி

ஓடிப்போய் பூட்டுச் சாவியை எடுத்து வந்து வாசல்கதவு, கொல்லைக் கதவருகே வைத்துவிட்டு வரத் தொடங்கினாள். சுவாதியும் புயல்போல் உள் புகுந்தாள்.

——

31

அத்தியாயம்

வீட்டினுள் நுழைந்த சுவாதி நேராக ஹால் சோஃபா மேல் கிடந்த ராமநாதனைத்தான் முதலில் பார்த்தாள். தேவகி வரவும் ஏறிட்டவள்,

"ஏ அத்தை, என்ன இது...? இவர் பாட்டுக்கு இப்படிக் கிடக்கறாரு. நீ பக்கத்துல இல்லாம எங்க ஒழிஞ்சே?" என்று எடுத்த எடுப்பில் டாப் கியரில் எகிறினாள்.

"பின்பக்கம் கடாமுடான்னு சப்தம். அதான் என்னன்னு ஓடினேன்."

"என்ன பெரிய சப்தம்? ஆமா நீ எந்த முதலுதவியும் செய்யலியா?"

"என்ன செய்யறதுன்னே தெரியலியேடி..."

"சாப்பிடத் தெரியுமா?"

"சுவாதி... வாய் இருக்குன்னு இஷ்டத்துக்கும் பேசாம அடுத்து என்ன செய்யணுமோ அதைச் செய்..."

தேவகி கடுமைக்கு மாறினாள். சுவாதியும் தன் ஹேண்ட் பேக்கில் இருந்து செல்போனை எடுத்து டாக்டருக்கு போன் செய்யத் தொடங்கினாள். தேவகி உற்றுப்பார்த்தாள். அந்த செல்போன்தான்

இப்போது அவளுடைய பலம். அதை அபகரித்து உள்ளிருந்து சகலத்தையும் அழித்துவிடவேண்டும். அதைச் செய்த பிறகே மறுவேலை! தேவகிக்குள் எண்ண ஓட்டம். சுவாதி டாக்டரைப் பிடித்திருந்தாள்.

"டாக்டர் கொஞ்சம் அவசரமா வீட்டுக்கு வரமுடியுமா? அப்பாவுக்கு ஹார்ட் அட்டாக்மாதிரி தெரியுது..."

"மை குட்நெஸ். உங்க அப்பாக்கா?"

"ஆமாம் டாக்டர். எனக்கு என்ன ஏழு அப்பாவா இருக்காங்க?"

"நோ... நோ... உன் அப்பா போனவாரம்கூட கம்ப்ளீட் ஹெல்த் செக்-அப் பண்ணிட்டாரே... சுகர், பிபி, கொலஸ்ட்ரால், யூரிக் ஆசிட்னு எல்லாமே வெரி வெரி நார்மலா இருந்ததே!"

"அதெல்லாம் எனக்குத் தெரியாது. இப்ப கான்ஷியஸா இல்லை. உங்களால வர முடியுமா? முடியாதா?"

"அரை மணிநேரத்துக்குள்ள ஐ வில் பி தேர்..." என்று டாக்டர் குரல் கட்டானது. சுவாதி திரும்பும்போது, தேவகி கொல்லைக் கதவைப் பூட்டிக்கொண்டிருந்தாள்.

அது சுவாதியை யோசிக்கச் செய்தது.

"ஏ அத்தை... இப்ப எதுக்குப் பின்னால பூட்றே?"

"டாக்டர் வந்து நாம உங்கப்பாவோட கிளம்பணுமே...?"

"அதுக்கு முன்னாலல்ல பூட்டணும். பின்னால தாழ்ப்பாள் போட்டா போதாதா?"

"உன் அம்மா தனியா இருக்கா." தூக்க மாத்திரை சாப்பிட்டு உலகை மறந்து தூங்கிக்கிட்டிருக்கா... யாராவது வந்தா என்ன பண்றது? ஒரு சேஃப்டிதான்..."

தேவகி நன்றாகவே சமாளித்தாள்.

அப்படியே, "ஏதாவது ஃபர்ஸ்ட் எய்ட் செய்து பார். இந்த மார்பைக் குத்திவிட்டு பிசைஞ்செல்லாம் விடுவாங்களே அந்தமாதிரி..."

“ஏன் அதை நீ செய்திருக்கலாமே...”

“செஞ்சேண்டி... ஒரு பலனுமில்லே...”

தேவகி விடாமல் சமாளிக்க, அருகே மோடோ மேல் செல்போனை வைத்துவிட்டு, ராமநாதன் முன் மண்டியிட்டு அவர் மார்பைத் தொட்டுத் தட்டத் தொடங்கினாள் சுவாதி.

“அப்பா... அப்பா... நான் வந்துட்டேன் கொஞ்சம் பாருங்கப்பா...” என்கிற குரலோடு அவள் ராமநாதனிடம் ஊன்றிய சமயம், தேவகி அந்த செல்போனை வேகமாய் எடுத்துக்கொண்டவளாய்,

“நீ ட்ரை பண்ணிக்கிட்டு இரு. நான் தண்ணி எடுத்துக்கிட்டு வரேன். முகத்துல தெளிச்சுப் பார்க்கலாம்” என்று திரும்பி சமையல்கட்டு நோக்கி நடந்தாள். உடம்பெல்லாம் படபடப்பு. அவள் இரு அடிகூட போட்டிருக்கமாட்டாள். அவள் கைபேசியில் அழைப்பொலி! அது சுவாதியைத் திரும்பிப் பார்க்க வைத்தது. தேவகி கையில் செல்போன்!

“என் செல்போனை எதுக்கு நீ எடுத்தே?” என்று ஆவேசமாகப் பாய்ந்தாள். தேவகியோ, “அப்படித்தான்டி எடுப்பேன். இது இருக்கற தைரியத்துலதானே எல்லாரையும் பாடாப்படுத்தறே? என்று கேட்டபடியே வேகமாய் சமையல்கட்டு நோக்கி ஓடிக் கதவைத் தாழிட்டுக்கொண்டாள்.”

“அத்தை, கதவைத் திற. அந்த செல்போனைக் கொடு...”

“முடியாது. விஞ்ஞானம் நல்லதுக்காக ஒரு கருவியைக் கண்டுபிடிச்சா, அதைவெச்சு கிரிமினல் வேலையா பண்றே? இதை அழிச்சிட்டு மறுவேலை பாக்கறேன்.”

“அப்ப எல்லாம் நாடகமா... நான் நினைச்சது சரிதான்போல...”

“எங்கள நாடகமாட வெச்சுட்டேடி...” தாழிட்ட கதவுக்கு அப்பால் இருந்துகொண்டு தேவகி ஆக்ரோஷமாய் பேசினாள். அப்படியே செல்போனில் யார் கூப்பிட்டது என்றுகூட பார்க்காமல்

அதை ஸ்டவ்வை பத்தவைத்து செல்லை அப்படியே சிம் மீதும் வைத்தாள்.

பக்கவாட்டில் ஜன்னல் கதவு திறந்திருக்க, அதன் வாயாகப் பார்த்த சுவாதி, “ஏய் கிழவி... தடிமாடு முண்டம். என்ன பண்றே? அதை எடு. இல்ல வெடிச்சிடும். நீ செத்துருவே.” என்று அலறினாள். அவள் அலறலும் தேவகியின் பேச்சும் ராமநாதனை எழுப்பிவிட்டது. எழுந்துகொண்டவர், “சுவாதி” என்று அவரும் அலறினார். அவளும் திரும்பினாள். கண்களில் கனல், உடம்பில் ஆவேசம்.

உள்ளேயும் படார் படார் என்கிற வெடிச்சத்தம்!

“ஐயோ அக்கா கதவைத் திற... என்னாச்சு?” எனும்போதே கதவைத் திறந்துகொண்டு வெளியே வந்தாள் தேவகி. செல்போன்தான் வெடித்து சிதறியிருந்தது. நல்லவேளை... தேவகிக்கு ஒன்றும் ஆகியிருக்கவில்லை.

ராமநாதன் ஓடிப்போய் ஸ்டவ்வை அணைத்தார். அழகிய ஆண்ட்ராய்டு போன் நெளிந்தும், குழைந்தும் சில்லுசில்லாகக் கிடந்தது. சிம்கார்டு கருகிவிட்டிருந்தது. அதைப் பார்த்த சுவாதியிடம் ஆவேசம் கொப்பளித்தது. சமையல்கட்டில் காய் நறுக்க வைத்திருந்த கத்தியை ஓடிப்போய் எடுத்தவள், அதே வேகத்தில் திரும்பினாள் கண்களில் கனலோடு...

தேவகியும் சளைக்காமல் வெறித்தாள். “கிழட்டு நாயே. என் வாழ்க்கையோடா விளையாடினே... உன்னை என்ன பண்றேன் பார்...” என்றபடியே கத்தியோடு பாய்ந்தாள். ஒரே செருகு!

◈◈◈

ஹாஸ்பிடல்! காணக்கூடாத கனவைக் கண்டுவிட்டவள்போல் கண் விழித்தாள் ரேவதி. அருகில் யாருமில்லை. வார்டு அறைக்கதவு சாத்தப்பட்டிருந்தது. ஏ.சி. மிக மிருதுவாக ஓடிக்கொண்டிருந்தது. நேரம் காலமே தெரியவில்லை.

ரேவதி வரையில் ஒரு விழிப்பு நிலை. கையை நன்றாக அசைக்க முடிந்தது. தலையில்தான் பலமான கட்டு, மெல்ல தொட்டுப் பார்த்தாள். தொட்ட இடத்தில் லேசாக வலித்தது.

அப்படியே திமிர்ந்து எழ முயன்றாள். முடிந்தது! எழுந்தவள் குனிந்து பார்த்தாள். ஹாஸ்பிடலில் ஆபரேஷன் பேஷண்டுகளுக்கு அணிவிக்கும் பைஜாமா போன்ற காற்றுப்போக்கான மெல்லிய நீலநிறத்தால் ஆன ஆடை மார்புபுறம் ஹாஸ்பிடல் பெயர் பொறிக்கப்பட்ட முத்திரை.

இரு கைகளில் ஒன்றில் சலைன் இறங்கிக்கொண்டிருந்தது. அதுதான் உணவு! சகலத்தையும் ஒரு பார்வை பார்த்தவள், 'சிஸ்டர்' என்று குரல் கொடுத்தாள். முதலில் சன்னமாக அழைத்தவள், பின்னர் பலமாகக் குரல் கொடுத்தாள். அதற்கும் எந்தப் பதிலும் இல்லை, யாரும் வரவுமில்லை.

ரேவதிக்கு அதுநாள் வரை படுத்துக்கிடந்ததே போதும்போல் இருந்தது. எனவே, சலைன் ஊசியைக் கையில் இருந்து பிடுங்கியவள், காலை அசைத்து முதலில் தொங்கப்போட்டாள். பின், சிரமப்பட்டு இறங்க முற்பட்டாள்.

அன்று கோயிலுக்குப் புறப்பட்டபோது மிக உற்சாகமாக நடந்துவந்து காரில் ஏறியது ஞாபகத்திற்கு வந்தது. இன்றுதான் அதற்குப்பிறகு நிற்கிறாள். நின்ற நிலையில் தொடக்கத்தில் சற்று உடல் நடுங்கியது. இருந்தும் சுதாரித்துக்கொண்டாள். மெல்லக் கால் வைத்து நடக்க முற்பட்டாள். நடக்க முடிந்தது. கதவருகே சென்று தொட்டமாத்திரத்தில் கதவு திறந்துகொண்டது.

வெளியே காரிடார்! காரிடார் முடிவில் சுவர்க்கடிகாரம் மணி 11ஐ காட்டியபடி இருந்தது. ஈ காக்கை இல்லை. மிக முயன்று நடந்து வெளியில் வந்து நடந்தாள். நடக்க நடக்க அமலோற்பவமேரியின் பேச்சுக்குரல் காதில் விழுந்தது. அவளோடு நைட் டூட்டி நர்ஸ் ரஞ்சிதம்!

இருவரும் செல்போனில் ஏதோ டிக்டாக் வீடியோ பார்த்துச் சிரித்துக்கொண்டிருந்தனர். அப்படியே பேச்சும்...

“இந்த செல்போன் வந்தாலும் வந்தது, வீட்டுக்கு வீடு டைரக்டர்கள் நடிகர்கள் உருவாயிட்டாங்க பார்த்தியா?”

“இது மட்டும்தானா... பொள்ளாச்சி வீடியோ ஒண்ணு இதுல இருக்கு. ஒரு பொண்ணு எப்படிக் கதறி அழுவுது தெரியுமா?”

“ஐய்யோ அத சொல்லாதப்பா... நானும் அதைப் பார்த்தேன். எனக்கு உசுரே போயிடுச்சு. நான் மட்டும் இந்த நாட்டு ஜனாதிபதியா இருந்திருந்தா முதல்ல செல்போன் விற்பனைக்குத்தான் தடை விதிப்பேன். அப்புறம்தான் டாஸ்மாக்குக்கு...”

“அது சரி... தப்பு பண்ணது மனுஷங்க. அதுக்கு செல்போன் என்ன பண்ணும்?”

“இது இருக்கப்போய்த்தானே படம் புடிச்சிவெச்சு பாக்கச் சொல்லுது?” இது இருக்கப் போய்த்தானே படமே புடிக்க முடியுது. இது இல்லாம நம்ப அம்மா அப்பால்லாம் நல்லா வாழலையா?

“இதோ பார்... தப்பு நம்ம மேலயும் இருக்கு. பசங்க கூப்பிட்டா போயிடறதா? போய் மாட்டிக்கவும்தானே ஆட்டிவெச்சாங்க? தனியா ஒரு இடத்துக்குக் கூப்பிடும்போதே ஒரு எச்சரிக்கை உணர்வு வந்துருக்கவேண்டாம்.”

அவர்கள் இருவரின் வாதப்பிரதிவாதங்கள் ரேவதி காதில் விழுந்தன. ஆனால், அவளுக்கு அந்தப் பொள்ளாச்சி விஷயமெல்லாம் தெரியாததால் குழப்பமாக இருந்தது. மெல்ல மெல்ல நடந்தாள். அவர்கள் ஒரு தடுப்புக்கு அப்பால் நின்று பேசிக்கொண்டிருந்தனர்.

“மொத்தத்துல இந்த செல்போனால எப்பவுமே சிக்கல்தாண்டி. என் பேஷண்ட்கூட இந்த செல்போனைக் கேட்டா, நான் கண்ட பொய் சொல்லி சமாளிக்கணும்.”

“யாரைச் சொல்றே? அந்த மருந்துக் கம்பெனிக்காரரர் மகளையா?”

“ஆமாம்...”

"அந்தப் பொண்ணு பொழச்சது பெரிய ஆச்சர்யம் இல்லை?"

"ஆச்சர்யமா...? அதிசயமும்கூட! அதுலயும் ஒரு வயசான அம்மா வந்து உன் பாவத்தை நான் வாங்கிக்கறேன்னுல்லாம் சொல்லி நடந்துக்கிட்டதெல்லாம் நம்ப முடியாத விஷயம். ஒரு பக்கம் பொள்ளாச்சிமாதிரி தப்பான விஷயங்கன்னா, இன்னொரு பக்கம் அந்தம்மா மாதிரி நல்ல விஷயமும் இருக்கத்தான் இருக்கு."

"இப்ப அந்த பேஷன்ட் எப்படி இருக்கா? எப்ப டிஸ்சார்ஜ்?"

"அதுக்கு இன்னும் நாள் இருக்கு, தலைல காயம் ஆரணுமே?"

"இவ்வளவு தூரம் சரியாயிடிச்சி. இனிதானா ஆகாது."

"அந்தப் பொண்ணு குணமாறதுல எனக்குச் சந்தேகமில்ல. ஆனா அதுக்கு ஒரு அக்காக்காரி இருக்கா பார்... சரியான அராத்து கேஸ்...!"

"யாரு... வெடுக்வெடுக்னு ஹை ஹீல் போட்டுக்கிட்டு குதிரைமாதிரி ஒருத்தி வருவாளே அவதானே?"

"அவளேதான்... அவளுக்கு கொஞ்சம் மெண்டல் பிராப்ளம் இருக்கும்போல. எதுவா இருந்தாலும் அவளுக்குத்தான் முதல்ல நடக்கணுமாம். அவளுக்குத்தான் முதல்ல கிடைக்கணுமாம்."

"அந்த மாதிரி நம்ப ஆஸ்பத்திரியிலேயே ரொம்ப பேர் இருக்காங்களே..."

"நம்ப ஆஸ்பத்திரி கேசுங்க ரகசியமாதானே எதையும் செய்வாங்க. இவ அப்படி இல்ல... பகிரங்கமா எதையும் செய்யறா. பேசறா... இன்னிக்கு சாயந்தரம் ஆஸ்பத்திரிக்கு வந்தவ ரேவதிய எழுப்புன்னு ஒரே ரகளை, நான் முடியாது ஸ்லீப்பிங்டோஸ் கொடுத்துருக்கேன்னேன். காதுலேயே வாங்காம பேஷன்டுகிட்ட போய் அப்படியே வெறிச்சுப்பார்த்தா. எழுப்பு... எல்லாம் எழுந்திருப்பான்னா... அப்புறம் என்கிட்ட அந்த விஷ்வா எனக்குத்தான் சொந்தம். அதை அவ எழுந்தா சொல்லுன்னு சொல்லிட்டுப்போனா..."

“அது யார் விஷ்வா?”

“ஒரு பையன் டெய்லி வருவானே... அவன் அம்மாதான் பாவத்தை எல்லாம் நான் வங்கிக்கறேன்னு சொன்னவங்க.”

“ஓ... அஜித்மாதிரி இருக்கற பையனா?”

“அஜித் பையன் இல்ல... அஜித்துக்கு அம்பது வயசாயிடிச்சாம்! தெரியும்ல?”

“நான் சும்மா சாயலுக்கச் சொன்னேன். அந்தப் பையன் அப்ப பேஷன்டோட லவ்வரா?”

“அப்படித்தான் தெரியுது. ஆனா இந்த அராத்து கேஸ் இடையில பூந்து அவன் என் லவ்வர்னு சொல்லுது. விபரீதமா ஏதோ நடக்குதுன்னு மட்டும் தெரியுது. பேஷன்டோட அப்பாவோ என் பொண்ணுக்கு எதுவும் தெரியக்கூடாதுன்னு எனக்கு சொல்லிட்டாரு...”

“அப்படியா விஷயம்? அப்ப இந்தப் பொண்ணு வீட்டுக்குப் போகும்போது ஒரு கூத்து இருக்குன்னு சொல்லு.”

“நிச்சயமா... அது கண்ணு முழிச்சா முதல்ல போன் போட்டுக்கொடு. நான் பேசறேன்னு சொல்லும். எனக்கு என்ன பண்றதுனே தெரியல...” என்று அமலோற்பவமேரி சொன்னபடியே யதார்த்தமாய்த் திரும்பினாள்.

கண்களில் கண்ணீர் பிரவாகத்தோடு அவள் எதிரில் ரேவதி!

———

32

அத்தியாயம்

ரேவதியை நர்ஸ் அமலோற்பவமேரி கொஞ்சம்கூட எதிர்பார்க்கவில்லை.

"ஐயோ மேடம் நீங்களா?" என்று ஓடிவந்தாள். ரேவதியின் கண்ணிரண்டும் கண்ணீரைப் பிழிந்தபடி இருந்தன.

"மேடம் என்ன இது... இப்படி எல்லாம் எழுந்து வரக்கூடாது நீங்க. பெரிய தப்பு பண்ணிட்டீங்க... வாங்க பெட்டுக்குப் போகலாம்..." என்று அவள் தோளையும் கையையும் பிடித்து படுக்கைக்கு அழைத்துச் செல்ல முயன்றாள். ஆனால் ரேவதி சிலையாக நின்றாள்.

அவள் காதில் விழுந்த விஷயங்கள் அவளைச் சிலையாக்கிவிட்டன! அது அமலோற்பவமேரிக்கும் புரிந்தது. தன் பேச்சு புதிய சிக்கலை உருவாக்கிவிடுமோ என்று அவளுக்குள் ஒரு அச்சமும் ஏற்பட்டது.

"மேடம்... ப்ளீஸ் மேடம் வாங்க மேடம் பெட்டுக்குப் போகலாம். உங்களுக்கு இப்படி நிக்கறது நல்லதில்ல மேடம்..." என்று தொடர்ந்து கெஞ்சியதோடு அவளை மெல்ல இழுத்தாள். ஆனால் ரேவதி அசைந்து கொடுக்கவில்லை. மாறாக, "நான் இப்பவே என் அப்பாவைப் பாக்கணும்" என்றாள்.

“அப்பாவையா இப்ப மணி என்னன்னு பாத்தீங்களா? பொழுது விடியட்டும் அவரே உங்கள பார்க்க வந்துடுவார்.”

“இல்ல... இப்பவே நான் என் அப்பாகூட பேசியாகணும்...”

“மேடம் முதல்ல உங்க ரூமுக்கு வாங்க... அப்புறம் மற்ற விஷயங்களைப் பேசலாம்.”

“நோ... இப்பவே உங்க போன்ல அப்பாவுக்கு போன் பண்ணுங்க.”

“மேடம்...”

“ப்ளீஸ்ஸ்ஸ்...”

“சரி, நான் ட்ரை பண்றேன். வாங்க உள்ளேபோய் பேசுவாம். இங்க வேண்டாம்.”

என்று ரேவதியை அழைத்துச் சென்றவள் அவளை படுக்கையில் படுக்க வைத்த நிலையில் ராமநாதனுடைய நம்பரை அழுத்தத் தொடங்கினாள், ஸ்விட்ச் ஆஃப் என்கிற குரல்தான் கேட்டது.

“மேடம் ஸ்விட்ச்ட் ஆஃப் பண்ணியிருக்கார்...”

“இருக்காது. அப்பா எப்பவும் பண்ணமாட்டார்...”

“வேணும்னா ஸ்பீக்கர்போன் போடறேன், கேளுங்க...”

“அமலோற்பவமேரி சொன்னதுபோல் செய்ததில் ரேவதியிடம் ஏமாற்றம். இருந்தாலும் அவள் விடுவதாயில்லை.”

“எங்கம்மாவுக்கு போன் போடுங்க...” என்றாள்.

“நம்பர் என்கிட்ட இல்லையே...”

“நான் சொல்றேன்... நைன் எய்ட்... நைன் எய்ட் த்ரீ ஃபோர்... நைன் எய்ட்த்ரீ போர் செவன்...”

“வேண்டாம் ஸ்ட்ரெய்ன் பண்ணாதீங்க. நீங்க கோமாவுல விழுந்தா அவ்வளவுதான்... ப்ளீஸ்...” அப்போது அந்த

இன்னொரு நர்ஸ் சொன்னதை வைத்து நைட் ட்யூட்டி டாக்டர் கச்சிதமாய் இன்ஜெக்ஷனும் கையுமாய் உள்ளே வந்தார்.

அமலோற்பவமேரிக்கு அப்பாடா என்றிருந்தது.

“என்ன அரட்டை இந்த நேரத்துல... இவங்க பேசவே கூடாதே? எதுக்கு நின்னு பேசறீங்க?” டாக்டர் கட்டளைக் குரலில் பேசியது அமலோற்பவமேரிக்கல்ல... ரேவதிக்கு...

“நோ டாக்டர். நான் நார்மலாதான் ஃபீல் பண்றேன் எனக்கு என் அப்பாகூட பேசணும்போல இருக்கு...”

“இப்ப மணி 11ம்மா! தூங்கி இருப்பாங்க...”

“எனக்காகன்னா அப்பா எழுந்திருப்பார்...”

“அஃப்கோர்ஸ், ட்ரை பண்ணோம் ஸ்விட்ச்ட் ஆஃப்னு வருது.”

“அப்புறம் நாம என்ன செய்யமுடியும்?”

“இல்ல... என் குடும்பத்துல இப்ப பெரிய புயல் வீசிக்கிட்டு இருக்கு. என் குடும்ப அமைதி எனக்கு ரொம்ப முக்கியம். நான் இப்ப உயிர் பிழைச்சதுதான் எல்லாத்துக்கும் காரணம். நான் செத்துப்போயிருந்தா பிரச்சனையே வந்திருக்காது. என்னை தயவுசெய்து கொன்னுடுங்க... ப்ளீஸ்...”

ரேவதி அப்படிச் சொல்வாள் என்று அந்த டாக்டர் எதிர்பார்க்கவேயில்லை.

“என்னம்மா சொல்றே?”

“ஆமா. அவ என்னை வாழவிடமாட்டா. அவ கேரக்டர் அப்படி அவ ஒரு ‘ஹைப்பர் டெம்பர் ஆன்ட்டி ஸ்ட்ரக்சர்’ அவளுக்கே தெரியாம அவளை ஒரு சமயம் என் அப்பா மெடிக்கல் செக் அப் பண்ணினார். அப்ப செக்பண்ண டாக்டர்தான் இப்படி சொன்னார்.”

“சரிம்மா... எதுவா இருந்தாலும் காலைல பேசிக்கலாம். நீ உணர்ச்சிவசப்படறது ரொம்ப ஆபத்து” என்றபடியே அவளுக்கு

தான் கொண்டுவந்த ஊசியைப் போட்டார் டாக்டர். அது ஒரு அழுத்தமான ஸ்லீப்பிங்டோஸ்!

அப்போது அறைக்கதவு திறக்கும் சப்தம்!

எல்லோருமே திரும்பிப் பார்த்தனர். கன்னத்தில் நான்கு நாள் தாடை முடிகளுடன் விஷ்வா நின்றுகொண்டிருந்தான்! எப்போதும் பளிச்சென்று ஜீன்ஸ் பேண்ட் அணிந்து மிடுக்கான உடையுடன் ஒரு அப்டுடேட் வாலிபனாய்க் காட்சி தருபவன், வேஷ்டி சட்டையில் மிக வைதீகமாய்த் தென்பட்டான். நெற்றியில் பரபரவென பூசப்பட்ட விபூதியும் குங்குமமும் அவன் ஏதோ ஒரு கோயிலுக்குப் போய்விட்டு வந்திருப்பதைப்போல் ஒரு உணர்வைத் தந்தன. அவனைப் பார்த்த மாத்திரத்தில் ரேவதியிடம் ஒரு பரபரப்பு!

"விஷ்வா..." என்றாள் மிக பலமான குரலில்... அவனும் வேகமாய் முன்வந்து அவள் கைகளைப் பிடித்தான். டாக்டரும் விலகி நின்றார்.

"ரேவதி... எப்படியிருக்கே? நீ முழிச்சிக்கிட்டு இருப்பேன்னு நான் கொஞ்சம்கூட எதிர்பார்க்கல..."

"விஷ்வா... ஐ ஆம் ஆல் ரைட் விஷ்வா... ஐ ஆம் ஆல் ரைட்...! ஆமா இதென்னடா கோலம்? என் விஷ்வாவா நீ?" அவள் கேட்டவிதமே அலாதியாக இருந்தது.

"நான் எப்பவும் உன் விஷ்வாதான்... அதுல எந்த மாற்றமும் இல்லை... இது தற்காலிகமான ஒரு கோலம். வாஸ்தவத்துல உன்னைப் பார்க்கும்போது எனக்கு இப்ப எவ்வளவு சந்தோஷமா இருக்கு தெரியுமா? எனக்கு இப்ப பெருசா ஒரு வெளிச்சம் தெரியுது ரேவதி..."

"சந்தோஷம்... எனக்கும் இப்ப அதுதான் வேணும். ஆனா என் காதுல என்னென்னவோ விழுந்ததே... உன் அப்பாகூட இறந்துட்டாராமே?"

“அவர் எப்பவோ செத்துட்டார் ரேவதி. ஆனா உடம்பு இப்பதான் செத்தது! சாகும்போதும் அவர் என்னை சும்மாவிடலை. ஒரு பெரிய சலனத்தை உருவாக்கிட்டுத்தான் செத்தார்!”

“என்ன சொல்றே விஷ்வா... சாரிடா, என்னால வரமுடியல. உன்கூட இருந்து உனக்கு ஆறுதல் சொல்ல முடியல.”

“பைத்தியம்... நீ இப்படிப் பேசறதே எவ்வளவு பெரிய விஷயம் தெரியுமா? ரேவதி முழுசா இன்னும் ஒரு மாசம்கூட ஆகல... உனக்கு ஆக்சிடென்ட் நடந்து! இந்த இடைப்பட்ட காலத்துல நம்ப லைஃப்ல எவ்வளவு விசித்திரமான சம்பவங்கள் தெரியுமா? சினிமா தியேட்டர்ல பாப்கார்ன் சாப்டுகிட்டே ஒரு கமர்ஷியல் சினிமா பாக்கும்போது சீனுக்கு சீன் ட்விஸ்ட் இருக்கும்! நான்கூட கேலி செய்வேன்! கொஞ்சம்கூட நம்ப முடியல. நம்பள முட்டாளா நினைக்கறாங்கன்னு... ஆனா தட் ஈஸ் கொயட் பாசிபிள் ரேவதி... நம்ப வாழ்க்கை ஒரு பெரிய உதாரணம்.”

அவன் சொல்லும்போதே ரேவதிக்கு கண்கள் செருகத் தொடங்கின.

“விஷ்வா... தூக்கமா வருதுடா... நீ என்னைவிட்டுப் போ...” என்று முழுவதுமாகக்கூட சொல்லமுடியாமல் கண்களை மூடினாள் ரேவதி. விஷ்வா திரும்பி டாக்டரைப் பார்த்தான்.

“சாரி... ஷி ஈஸ் அண்டர் தி ஸ்லீப்பிங் இன்ஜெக்ஷன்.”

“இல்லேன்னா தூங்க மாட்டேங்கறாளா டாக்டர்?”

“அப்படி எல்லாம் இல்லை. துளிகூட உணர்ச்சிவசப்படக்கூடாது இவங்க. எங்களுக்கு தூங்க வைக்கறதுதான் ஒரே வழி. பை த பை நீங்க எப்படி இந்த நேரம்?”

“வாங்க டாக்டர் உங்க கூடதான் நான் இப்ப ரொம்பப் பேசணும்” என்றவன் திரும்பவும் ரேவதி அருகே சென்றான். துளியும் நெருடல் வெட்கம் இன்றி குனிந்து அவள் நெற்றிமேல் முத்தமிட்டான்! அப்போது அவன் கண்ணிரண்டும் கலங்கிவிட்டன.

அதைப் பார்த்த அமலோற்பவமேரிக்கும் கண்கள் கலங்கின. டாக்டரிடமும் ஒரு இனம்புரியாத நெகிழ்வு.

திரும்பியவன் அவரோடு அவர் அறை நோக்கி நடக்கத் தொடங்கினான்! காரிடாரில் இருவரும் நடந்தபோது அந்த இரவின் கனத்த அமைதியில் அவர்கள் இருவரின் காலடிச் சப்தமும் அவ்வளவு துல்லியமாய் கேட்டன.

அமலோற்பவமேரியும் சிலுவை போட்டுக்கொண்டு பெருமூச்சுவிட்டாள்!

◈◈◈

டாக்டரின் அறை! ஏ.சி.யின் அதீதமான குளிர். உள் நுழைந்து அமர்ந்த நிலையில் குளிர்நிலையைக் குறைத்தார் டாக்டர். எதிரில் அமர்ந்த விஷ்வாவிடம் “சொல்லுங்க மிஸ்டர்...” என்று எடுத்துக் கொடுத்தார்.

சிறிது நேரம் மௌனமாய் இருந்தவன் மெல்ல அதிலிருந்து விடுபட்டு, “டாக்டர் ஐ ஹேவ் எ பேட் நியூஸ் ஃபார் யூ ரேவதியோட அப்பா இப்ப உயிருக்குப் போராடிக்கிட்டிருக்கார்...” என்றான். டாக்டருக்கு யாரோ முதுகுத்தண்டில் உரசியதுபோல் இருந்தது.

“வாட்?”

“யெஸ் டாக்டர்... அவருக்கு இப்ப ஒரு சீரியஸான அட்டமன் ஆபரேஷன் நடந்துகிட்டிருக்கு. 75 சகவிகிதம் பிழைக்க வாய்ப்பு இல்லேன்னு டாக்டர் சொல்லிட்டார்...”

“என்ன சொல்றீங்க சார் நீங்க மதியம்கூட என்கிட்ட பேசினாரே, ரேவதி பத்தித் தெளிவா கேட்டுக்கிட்டாரே?”

“உண்மைதான். நான்தான் சொன்னேனே என் லைஃப் ட்விஸ்ட்டுக்கு மேல் ட்விஸ்ட்டுன்னு... அதுல இது உச்சகட்டம் டாக்டர்.”

“ஆமா எந்த ஆஸ்பத்திரில அவர் அட்மிட் ஆகியிருக்கார்? அப்டமன்ல அப்படி என்ன பிரச்சனை?”

“கத்திக்குத்து டாக்டர்... கிட்டதட்ட கொலை!”

“மைகாட்... யார் குத்தினது?”

“ஒரு திருடன் டாக்டர்!”

“திருடனா?”

“ஆமாம். வீடு புகுந்து திருட வந்திருக்கான் ஒரு திருடன். இவர் பார்த்துட்டார். பிடிக்கப் போயிருக்கார், அப்ப டைனிங் டேபிள்மேல் காய் நறுக்கற கத்தி இருந்திருக்கு அவன் அதை எடுத்துக் குத்திட்டு தப்பிச்சும் ஓடிட்டான்...”

“ஓ வாட் எ க்ரூயூல்... அவனை அப்ப யாரும் பிடிக்கலையா?”

“யார் இருக்கா டாக்டர் பிடிக்க? நான் யார்னு உங்களுக்கு இப்ப நல்லா தெரிஞ்சிருக்கும் என் அப்பா இறந்து முழுசா இன்னும் நாலு நாள்கூட ஆகலை. ஆகையால நான் வீட்டைவிட்டே வெளியே வரலை.”

“அப்ப இந்தத் தகவலெல்லாம்...?”

“ரேவதியோட அத்தையான தேவகிதான் போன்பண்ணிச் சொன்னாங்க.”

“மை குட்நெஸ். ஆனா போலீஸ் கேஸாகி இந்நேரம் டி.வில ஸ்க்ரோலிங் ஓடியிருக்கணுமே?”

“நோ டாக்டர்... போலீசுக்கே போகலை... போகவும் விரும்பல!”

“சுத்த பைத்தியக்காரத்தனம். இப்படியா இர்ரெஸ்பான்சிபிளா இருப்பாங்க. பை த பை டாக்டர் முதல்ல இந்தமாதிரி கேஸை போலீசுக்குப் போகாம அட்டெண்ட் பண்ணமாட்டாங்களே?”

“மிஸ்டர் ராமநாதனுக்கு கொஞ்சம் அதிர்ஷ்டமும் இருக்கு. கரெக்டா ஃபேமிலி டாக்டர் அப்ப வீட்டுக்கு வந்துருக்கார். அதுவும் ஆம்புலன்ஸோட...!”

"இது என்ன கூத்து...? அவருக்கெப்படித் தெரியும்?"

"உங்களமாதிரிதான் நானும். எனக்கு போன் பண்ண அத்தை இது எதுவும் ரேவதிக்குத் தெரியக்கூடாது அப்புறம் அவ குணமானதுலயே அர்த்தம் இல்லாமப் போயிடும்னு சொல்லி அழுதாங்க...?"

"தட்ஸ் ட்ரூ... தட்ஸ் ட்ரூ... நல்லவேளை நீங்க இதை இப்ப சொன்னீங்க. ஆமா ரேவதி சிஸ்டர்பத்தி நீங்க எதையுமே சொல்லலையே?"

டாக்டர் முத்தாய்ப்பாக சுவாதியிடம் வந்து நின்றார்!

"சுவாதிபத்தி சொல்ல என்ன டாக்டர் இருக்கு?"

"அப்ப அவங்க எப்படின்னுல்லாம் உங்களுக்கு எதுவுமே தெரியாதா?"

"என்ன தெரியணும்?"

"ரேவதி அவங்கள நினைச்சுதான் ரொம்ப பயப்படறா. சுவாதி ஒரு ஹைப்பர் டெம்ப்பர் அப்நார்மல் கேரக்டராமே?"

"அதுவா டாக்டர் ஐநோ-ஐநோ! நீங்க ஸ்பெசிஃபிக்கா கேக்கவும் நான் என்னவோ ஏதோன்னு நினைச்சிட்டேன்."

"அவங்களப்பத்தி ஹாஸ்பிட்டல்லயும் நிறைய கம்ப்ளைண்ட்ஸ். அவங்க வந்துட்டுப்போன சி.சி.டி.வி. ஃபுட்டேஜை போட்டுப் பார்த்தேன் நான். நிலம் அதிர நடந்து வர்றாங்க. இங்க ஹாஸ்பிடல்ல ஒரு டாக்டர்கூட அவங்களுக்கு முதல்ல குட் மார்னிங் சொல்லணும்னு எதிர்பாக்கறாங்க. ஷி ஈஸ் அப்நார்மல்தான்!"

"இதுக்கு நான் என்ன சொல்லமுடியும். ரேவதி இந்த விஷயத்துல ரொம்ப ரொம்ப சாஃப்ட். அக்காவோ, வெரி ஹார்ட்"

"உலகத்துல விசித்திரமான மனிதர்கள்னு நிறையப் பேர் இருக்காங்க. ஓநாய்போல உடம்பெல்லாம் முடியோட, இரண்டு உடம்பு ஒட்டிப் பிறந்துருக்கறவங்க, அவ்வளவு ஏன், ஒரு ஆண்

வயித்துல கர்ப்பப்பை இருந்துருக்கு. இப்படி பெக்கூலியரா பல கேஸ்கள் உண்டு. ஆனா மென்ட்லி டிசார்டரா வயலன்டா இருக்கறது ரொம்பவே ஆபத்து. இவங்க சமயத்துல அப்பா அம்மாவையேகூட கொல்ற அளவு போயிடுவாங்க...”

டாக்டர் நடந்துவிட்ட ஒரு நிஜத்தை ஒரு யூகமாகச் சொல்லி சிரித்தார். அப்போது தேவகியிடமிருந்து அவனுக்கு போன்...!

——

33

அத்தியாயம்

தேவகியிடமிருந்து போன் வரவும் விஷ்வா டாக்டரிடம் எக்ஸ்க்யூஸ் கேட்டுக்கொண்டு எழுந்து வெளியில் சென்று பேசத் தொடங்கினான்.

“சாரிம்மா... ஹாஸ்பிடல்ல டாக்டர்கூட இருந்தேன். இப்ப வெளியே வந்துட்டேன்... சொல்லுங்க.”

“இந்த நடுராத்திரில உங்கள தொந்தரவு பண்றதுக்கு மன்னிச்சிடுங்க தம்பி...”

“ஐயோ அத்தை... அதெல்லாம் ஒண்ணுமில்லை. சார் இப்ப எப்படி இருக்கார். முதல்ல அதைச் சொல்லுங்க.”

“அத்தைன்னா கூப்ட்டீங்க?”

“ரேவதிக்கு அத்தைன்னா எனக்கும் நீங்க அத்தைதானே?”

“சந்தோஷம் தம்பி! முதல்ல ரேவதி எப்படி இருக்கா? அதைச் சொல்லுங்க... அவளுக்கு எதுவும் தெரிஞ்சிடக்கூடாது...”

“நோ பிராப்ளம். டாக்டர்கிட்ட நடந்த எல்லாம் சொல்லிட்டேன். டாக்டர் நான் பார்த்துக்கறேன்னுட்டார் இன்ஃபாக்ட் ரேவதி நான் வரும்போது முழிச்சிருந்தா. என்கூட தெளிவா பேசினா. நானும் ஆறுதலா பேசினேன்...”

“அப்பா... இப்பதான் எனக்குக் கொஞ்சம் ஆறுதலா இருக்கு...”

“நீங்க சார் நிலைய சொல்லவே இல்லையே?”

“அபாயக் கட்டத்தை ராமநாதன் தாண்டிட்டான். இப்பதான் ஆபரேஷனை முடிச்சிட்டு டாக்டரும் பேசினார்.”

“தேங்க் காட்...”

“என்ன தேங்க் காடோ...? கடவுளே இல்ல தம்பி. இனி நான் கடவுள நினைக்கக்கூட மாட்டேன்.”

“புரியுதும்மா... ஒண்ணுமாத்தி ஒண்ணு. வாழ்க்கைல எல்லாருக்கு பிரச்சனைகள் வரும். ஆனா பிரச்சனைகள் மட்டுமே வர்ற குடும்பமா இப்ப உங்க குடும்பமும் சரி, என் குடும்பமும் சரி, ஆயிடிச்சு.”

“தம்பி... நான் இப்ப கூப்பிட்டது ரேவதிக்காக மட்டுமில்ல என் தம்பிக்காகவும்தான்...”

“என்ன சொல்றீங்க?”

“கொஞ்சம் எங்க வீட்டுக்கு வரமுடியுமா? நான் நிறைய விஷயத்தை இப்ப உங்ககூட மனம்விட்டுப் பேசணும்.”

“நீங்க இப்ப வீட்லயா இருக்கீங்க...?”

“அப்ப சாரோட ஆஸ்பத்திரில யார் இருக்கா?”

“அந்த ராட்சஸிதான் வேற யார்?”

“அப்படி எல்லாம் சொல்லாதீங்க. அவளாவது இருக்காளே?”

“உண்மைல நடந்தது என்னன்னு உங்களுக்குத் தெரியாது. நான் இங்க தவியா தவிச்சுக்கிட்டு இருக்கேன். பத்மாவும் இங்கு படுத்த படுக்கைல இருக்கா. நடந்த எதுவுமே அவளுக்குத் தெரியாது.”

“ஓ... இப்படி ஒரு பேத்தடிக் சிச்சுவேஷனா? சரி அதிகபட்சம் அரை மணிநேரத்துல நான் வீட்ல உங்க முன்னால இருப்பேன். தைரியமா இருங்க நீங்க நான் வந்துடறேன்.”

விஷ்வா அத்தைக்கு ஆறுதலளித்த கையோடு டாக்டரிடம் திரும்ப வந்தான்.

"டாக்டர்... நான் அவசரமாப் போகணும். பாவம் அங்க ராமநாதன் சாரோட பெருசா யாரும் இல்லை."

"ஐ அண்டர்ஸ்டுட் நீங்க கிளம்புங்க விஷ்வா..."

"டாக்டர் இங்க ரேவதிக்கு மட்டும் நடந்த எதுவும் தெரியக்கூடாது" விஷ்வா நின்று திரும்ப வலியுறுத்தினான்.

"நோ பிராப்ளம். வி டேக் கேர், போய்ட்டு ராமநாதன் சார் நிலையை மட்டும் கொஞ்சம் எனக்குச் சொல்லுங்க... நானும் போன் பண்ணியிருக்கேன்" என்று அவர் சொல்லும்போதே அவர் டேபிள்போனில் சிணுங்கல். காதைக் கொடுக்கவும் ராமநாதன் குறித்த பேச்சுதான். புறப்பட்டுவிட்ட விஷ்வாவை கையை உயர்த்திக்காட்டி அவனைத் தடுத்து நிறுத்திய டாக்டர் அப்படியே பேச்சைத் தொடர்ந்தார்.

"டாக்டர் விஸ்வநாத், நான் இங்க ஆர்.ஆர். ஹாஸ்பிடல் டாக்டர் ரத்னம் பேசறேன்."

"யெஸ் ரத்னம்... சொல்லுங்க..."

"ராமநாதன்னு ஒரு கத்திக்குத்து பேஷண்ட் அட்மிட் ஆகியிருக்காங்களா?"

"ஓ... உங்க காதுக்கு விஷயம் வந்துடிச்சா?"

"அவரோட ஃபேமிலி ஃப்ரெண்ட்தான் சொன்னார். எனக்குப் பெரிய ஷாக்."

"ஆமாம்... எனக்கும் பெரிய ஷாக்! முதல்ல ஒரு ஹார்ட் அட்டாக் பேஷண்ட்ட பாக்கப்போறதாதான் நான் நினைச்சேன். கடைசில கத்திக்குத்துன்னு அது கிரிமினலா போயிடிச்சு! பேஷண்ட் இப்ப அபாயக்கட்டத்தைக் கடந்துட்டார். இனி பிரச்னையில்ல."

“அதுபோதும் எனக்கு. இங்க அவர் டாட்டர் அட்மிட் ஆகியிருக்காங்க. இப்பதான் ரெகவர் ஆகிட்டு வர்றாங்க. இந்த நியூசைக் கேள்விப்பட்டா அவ்வளவுதான்.”

“புரியுது... மிஸ்டர் ராமநாதனோட எனக்கு 30 வருஷ பழக்கம். ஜென்டில்மேன்! இப்ப கொஞ்சம் கெட்ட நேரம். பாவம் குடும்பமே ஹாஸ்பிடல்லதான் இருக்கு.”

“எனிவே தேங்க்ஸ் ஃபார் யுவர் இன்ஃபர்மேஷன் டாக்டர்...”

“நமக்குள்ள எதுக்கு இந்த ஃபார்மாலிட்டீஸ் மிஸ்டர் ரத்னம். நீங்க ரேவதிய ஜாக்கிரதையா பார்த்துக்குங்க. அவ ஒரு தேவதை...”

“ஆமாம்... அவ அக்கா சுவாதிதான் கொஞ்சம் ஹைப்பர் டெம்பர்போல...”

“ஆமா... அவதான் இப்ப இங்க ஹாஸ்பிடல்லயும் இருக்கா. ரொம்ப அமைதியா பொட்டிப் பாம்பா இருக்கா. இப்படி அவ இருந்தாலே சம்திங் ராங்னு அர்த்தம்...”

“அப்படின்னா...?”

“நான் கொஞ்சம் ஓபனாவே சொல்றேனே... ஒரு திருடன் வந்தான் கத்தியால குத்திட்டு ஓடிட்டான்றத எல்லாம் நாம் நம்பத் தயாரா இல்லை. இவதான் எதோ பண்ணி இருக்கா. எல்லாத்தையும் ராமநாதன் முழுசா குணமானபிறகு பேசலாம்னு இருக்கேன்.”

“மைகாட்... இப்படிகூட நடக்க முடியுமா டாக்டர்?”

“நடந்துருக்குனுதான் நான் நினைக்கறேன். நம்பறேன்! நான் இப்ப லாப்படி நடக்க நினைச்சா ராமநாதன்தான் ரொம்ப பாதிக்கப்படுவார். அதனால அமைதியா அவருக்கு உதவி செய்துகிட்டிருக்கேன்.”

“எப்படி டாக்டர் அவளால அங்க இருக்க முடியுது? கொஞ்சம்கூடவா ஒரு கில்டி ஃபீல் இருக்காது?”

“இந்தமாதிரி கேரக்டர்கள்கிட்ட அது இருக்காது. இப்பகூட பிரச்சனை பெரிசானா எப்படி தப்பிக்கலாம்னுதான் பார்ப்பா! தப்பிக்க முடியாதுன்னு தெரிஞ்சா தற்கொலை பண்ணிக்குவா. ஆனா, உண்மைய ஒத்துக்கிட்டு தண்டனையை மட்டும் ஏத்துக்கவேமாட்டா.”

“இப்படியுமா கேரக்டர்ஸ்?”

“ஒரு டாக்டரான நீங்களே இப்படிக் கேட்டா எப்படி? மனுஷ மனசே ஒரு பெரிய மர்மதேசம்தானே? எனிவே தேங்க்ஸ் ஃபார் யுவர் என்கொயரி. த சேம் டைம் ப்ளீஸ் கீப் தி சீக்ரசி! நான் இவ்வளவு சொன்னதுக்குக் காரணமே இவ அங்கேயும் வரலாம். அப்ப நீங்க ஜாக்கிரதையா இருக்கணும்கறதுக்காகத்தான்...”

“ஷ்யுர் டாக்டர்... தேங்க்ஸ் ஃபார் ஷேரிங்...”

“குட் நைட்...”

“குட் நைட் டாக்டர்...” டாக்டர் ரத்னம் ரிசீவரை வைத்தபடியே விஷ்வாவை ஏறிட்டார். விஷ்வா முகத்தில் பலமான பதில் சலனம்.

“என்ன டாக்டர்?”

“ராமநாதன் சார் அபாயக்கட்டத்தைக் கடந்துட்டாராம்!”

“அப்பாடா...தேங்க்யூ டாக்டர்.”

“தப்பா பல விஷயங்கள் நடந்திருக்கும்போல தெரியுதே?”

“என்ன சொல்றீங்க டாக்டர்...”

“கத்திக்குத்துக்குக் காரணம் திருடன்லாம் இல்லை. அனேகமா சுவாதியா இருக்கலாம்னு அந்த டாக்டர் டவுட் பண்றார்...”

“டாக்டர்...”

“நீங்க அதிர்ச்சியடையாதீங்க. அந்த சுவாதி கேரக்டர் அப்படி. இங்க எங்களையும் ஜாக்கிரதையா இருக்கச் சொல்லியிருக்கார்.”

"ஒரு ஹைப்பர் டெம்பர் கேரக்டர்க்கு அப்பா அம்மாகிட்ட கூடவா ஒரு சாஃப்ட் கார்னர் இருக்காது? இதைப்பத்தி இப்ப பேச ஆரம்பிச்சா நேரம்தான் விரயமாகும் மிஸ்டர் விஷ்வா. மனுஷங்கள்ள தேவர்கள் அரகர்கள் மாதிரின்னு ஒரு தெளிவுக்கு நாம்தான் பிரிச்சிக்கணும்.

ஒரு மனுஷன்கறவன் பல தலைமுறைகளோட தொடர்ச்சி அப்பா அம்மா தாத்தா பாட்டி மாமன் மாமின்னு முன்னோர்கள் பாதிப்பும் கலப்பும் கொண்டுதான் குழந்தையாகவே பிறக்கறோம். அப்பறம் வளர்றவிதம், சுற்றுச்சூழல்னு எவ்வளவோ இருக்கு. அதனாலதான் ஒரே வயித்துல பிறக்கற இரட்டையர்கள் கிட்டகூட மாறுபாடுகள்!"

"சுவாதி ஒரு ஆராய்ச்சிக்குரிய கேரக்டர்னு மட்டும் நான் இப்ப சொல்வேன். அப்புறம் அவளை ஒரு குற்றவாளியா பாக்காம நோயாளியா பாத்து நடத்துறது ரொம்ப நல்லது. சுவாதி அப்பா அப்படி நடக்கறவராதான் தெரியறார். அதனால்தான் பிரச்சனை ஒரு கட்டுக்குள்ள இருக்கு..."

"தப்பா சொல்றீங்க டாக்டர்... அவ இப்படி கொலை செய்யற அளவு துணியறதுக்குக் காரணமே அவர்தான். பயந்து பயந்து ரொம்ப இடம் கொடுத்துட்டார்."

"இது உங்க கோணம்! இதுல கொஞ்சம் உண்மையும் இருக்கலாம். ஆனா எனக்கென்னவோ அவர் போற போக்குதான் சரியாப்படுது. தன்னையே தன் மகள் குத்திட்டான்னு தெரிஞ்சும் அவர் மகளைக் காட்டிக்கொடுக்காம ஒரு திருடன் கதை சொல்லியிருக்கார்னா அவரோட பாசத்தையும், பொறுமையையும் எப்படிப் பாராட்டறதுன்னே எனக்குத் தெரியல."

"டாக்டர்..."

"யெஸ்... சுவாதி பல கோணங்கள்ள பார்த்து அணுகப்பட வேண்டியவ, நீங்களும் அதுக்குத் தகுந்தமாதிரி நடந்துக்கவே முயற்சி செய்யுங்க. இங்க ரேவதியைப்பத்திக் கவலைப்படாதீங்க, நான் இருக்கேன்... பார்த்துக்கறேன்..."

விஷ்வா டாக்டரிடம் விடைபெற்றவனாக புறப்பட்டான்.

தன் பலநாள் தாடியை அழுந்த ஒருமுறை தடவிக்கொண்டான். வெளியே அவன் வந்த பைக் மணப்பெண்போல் குனிந்து நின்றிருந்தது. மெல்ல ஏறி அமர்ந்து ஸ்டார்ட் செய்தான்.

‘ஒரு காதல் இப்படி எல்லாம் கூடவா பிரச்னைகளைச் சந்திக்கும்?’

அவனுக்குள் உருவான சலிப்பான கேள்வியோடு அந்த மோட்டார் பைக் ஓடத் தொடங்கியது.

◈◈◈

ஹாஸ்பிடல்!

ஐ.சி.யு.வுக்கு வெளியே அதீத படபடப்போடு நடந்தபடியே இருந்தாள் சுவாதி. அவள் புடைவை முந்தியில் அப்போதுதான் ரத்தக் கறையையும் பார்த்தாள். உடனேயே அதை மறைத்துப் பிடிக்க முயன்றாள். யாராவது தன்னை கவனிக்கிறார்களா என்றும் பார்த்துக்கொண்டே இருந்தாள். அப்போது போலீஸ் ஜீப் ஒன்று வந்ததில் சப் இன்ஸ்பெக்டருடன் ஒரு போலீஸ்காரர் இறங்கிவரத் தொடங்கினார்.

சுவாதிக்கு தன்னைக் கைது செய்யத்தான் வருகிறார்களோ என்று தோன்றியது. வெகுவேகமாய் அங்கிருந்து வெளியேற முயன்றாள்.

எல்லாவற்றையும் சி.சி.டி.வி. கேமரா மூலம் டாக்டர் விஸ்வநாத் பார்த்துக்கொண்டே இருந்தார். வந்த சப் இன்ஸ்பெக்டரும் போலீஸ்காரரும் சரியாக டாக்டர் அறைக்குள் நுழைந்தனர்.

“வாங்க சார்... என்ன உடம்புக்கு?” என்று விஸ்வநாத்தும் பேச்சை அவர்களிடம் ஆரம்பித்தார்.

“அட, நீங்க வேற டாக்டர்... நைட் ட்யூட்டி எங்களுக்கு. ஆந்தைமாதிரி முழிச்சிக்கிட்டு ஊரைச் சுத்திக்கிட்டிருக்கோம்.

உங்க டிஸ்பென்சரில விளக்கெரியவும் என்னவோ ஏதோன்னு வந்தோம். எதாவது எமர்ஜென்சி கேஸா?"

"ஆமாம் சார்..."

"என்ன ஹார்ட் அட்டாக்கா...?"

அந்த இன்ஸ்பெக்டர் நிஜமாலுமே யதார்த்தமாகக் கேட்கிறாரோ இல்லை ஆழம் பார்க்க கேட்கிறாரா என்பது தெரியவில்லை. இருந்தும் அந்த டாக்டர் சமாளிக்கத் தயாரானார்.

"ஹார்ட் அட்டாக்கேதான்" என்றார்.

"இப்பல்லாம் 20 வயசுப் பையனுக்கெல்லாம் அட்டாக் வருது. அந்த அளவுக்கு நாமளும் கெட்டுக் குட்டிச்சுவராயிட்டோம்."

"யெஸ்... யெஸ்..."

"சரி டாக்டர் என் மனைவிக்கு நாலு நாளாவே உடம்பு சரியில்லை. ரொம்ப டயர்டா இருக்குங்கறா. ஏதாவது நல்ல டானிக் இருந்தா கொடுங்களேன். உங்களுக்குத்தான் ரெப்புங்ககிட்ட இருந்து விதவிதமான டானிக்லாம் வந்துருக்குமே?"

அவர் எதற்கு வந்திருக்கிறார் என்பது டாக்டருக்கும் புரிந்துவிட்டது. சிரித்தபடி தன் டேபிளுக்குப் பக்கத்தில் இருந்த ஷெல்பில் இருந்த சில டானிக் பாட்டில்களை எடுத்துக் கொடுத்தார். உடன்வந்த அந்த போலீஸ்காரருக்கும் சில பாட்டில்களை தந்தார். அவர் முகத்தில் போன கரன்ட் திரும்ப வந்ததுபோல் ஒரு பிரகாசம். இலவசங்களுக்கு தமிழ்நாடு எப்படி அடிமைப்பட்டிருக்கிறது என்பதற்கு அவர்கள் இருவருமே ஒரு டெஸ்ட் பீஸ்போலத்தான் தெரிந்தனர். அவர்கள் வெளியேறவும் திரும்பி டி.வி. மானிடரைப் பார்க்கத் தொடங்கினர். அதில் பதுங்கிய நிலையில் சுவாதி ஒரு ஃப்ரேமில் தெரிந்தாள். முகத்தில் மருட்சி. கைகால்களிலும் பதட்டம். கன்னம் கழுத்தில் வியர்வையின் பெருக்கு. ஒரு நர்ஸை அழைத்து சுவாதியை அழைத்துவரச் சொன்னார். அப்படியே ஒரு தம்ளர் பாலும் கொண்டுவரச் சொன்னார். ஒரு ஹெவி டோஸ் தூக்க மாத்திரையைக்

கையில் எடுத்துக்கொண்டார். நர்சும் அவளைத் தேடிக்கொண்டு சென்றாள். டாக்டர் உங்கள ரூமுக்குக் கூப்பிட்டாங்க" என்றாள்.

"எதுக்கு?"

"தெரியலை."

"போ... போலீஸ்காரங்க வந்தாங்கபோல இருக்கே."

"ஆமா... ஆனா அவங்க போய்ட்டாங்க..."

அதைக் கேட்ட நொடி சுவாதியிடம் ஒரு ஆழமான பெருமூச்சு, முகத்து வியர்வையைத் துடைத்துக்கொண்டே டாக்டரின் அறைநோக்கி நடந்தாள்.

உள்ளே டாக்டர் பேப்பர் வெயிட்ட சுற்றிக்கொண்டு உட்கார்ந்திருந்தார். சுவாதியைப் பார்க்கவும் நிமிர்ந்தார். பார்வையிலும் வெறிப்பு. இடையில் பால் வந்தது. அவள் அப்படியும் இப்படியும் திரும்பிய சமயத்தில் ஸ்லீப்பிங் டேப்ளட்டை அதில் போட்டவர் உற்றுப் பார்த்தார்.

"என்ன பாக்டர் ஒருமாதிரி பாக்கீறங்க?"

"பாக்கவைக்கிறே சுவாதி நீ..."

"என்ன சொல்றீங்க டாக்டர்..."

"முதல்ல இந்தப் பாலைக் குடி."

"நோ தேங்க்ஸ்"

"குடின்னா குடிக்கணும். ரொம்ப டென்ஷனா இருக்க, மிட் நைட் வேற, சாப்பிட்டிருக்கமாட்டே..."

"இல்ல நான் சாப்பிட்டுட்டேன்."

"பாலைக் குடிம்மா... போலீஸ் வேற குடைஞ்சிட்டு போறாங்க. உன்னை நான் காப்பத்தணுமா வேண்டாமா?"

டாக்டர் எதார்த்தமா வந்து சென்ற போலீசை பயன்படுத்திப் போட்டுவாங்கத் தொடங்கினார். சுவாதியிடம் படபடப்புகூடத்

தொடங்கியது. அவர் பாலை எடுத்து கையில் கொடுத்தார். அவளோ வெறித்தாள்.

"உம் குடி..."

"குடிக்கறேன் டாக்டர். சத்தியமா நான் என் அப்பாவை வேணும்னு கத்தியால குத்தல. அவர்னா எனக்கு உயிர்! நான் அந்த அத்தை நாயைத்தான் குத்தப்போனேன். அப்பாதான் நடுவுல வந்து..." என்று இழுத்தாள்.

டாக்டர் அவள் சொன்ன உண்மையால் சற்று அதிர்ந்தாலும், "பாலைக் குடிச்சிட்டு நீ சொல்ல வேண்டியத சொல்" என்றார். அந்த இதமான பதில் அவளை மளமளவென்று பாலைக் குடிக்க வைத்தது. அரக்கப்பரக்க குடித்ததில் உதடுகளை மீறி வழிந்தது. அதை ரத்தக்கறை படிந்த புடைவை முந்தியால் துடைத்துக்கொண்டாள். டாக்டர் அந்தக் கறையை உற்றுப்பார்க்கவும் அவளிடம் பதட்டம் கூடியது.

"டென்ஷனாகாதே... என்ன நடந்ததுன்னு நீயே சொல். உனக்கு எந்த ஆபத்தும் வராது. நான் கேரண்டி" என்றார். அவளும் சொல்ல ஆரம்பித்தாள்.

◈◈◈

வீட்டில் கெடிகார பெண்டுலம் நான்கு மணிக்கான நான்கு மணிகளை அடித்து முடிக்க தேவகியும் விஷ்வாவிடம் நடந்த அவ்வளவையும் சொல்லி முடித்திருந்தாள்.

விஷ்வா ஸ்தம்பித்திருந்தான்!

"அவளை கன்ட்ரோல் பண்ணாம எந்த ஒரு நல்லதும் நம்மைச் சுற்றி நடக்க வழியில்லை தம்பி. அப்பனையே குத்தினவளுக்கு நீங்களோ, இல்ல ரேவதியோ ஒரு பொருட்டே கிடையாதே!"

"உண்மைதான் அத்தை..."

"எப்பவும் அவ வியாதியையே காரணம் சொல்றதுல எனக்கு உடன்பாடு இல்ல. அவளை புடிச்சி உள்ளபோட ஒரு நல்ல

சந்தர்ப்பம் இப்ப கிடைச்சிருக்கு. போலீஸ்ல கம்ப்ளைண்ட் கொடுத்துடலாமா?" அத்தையின் கேள்வி விஷ்ணுவை சற்று சிந்திக்கச் செய்தது.

"என்ன யோசிக்கிறிங்க... 'குடும்பமானம் போய் பத்திரிகைல பேர் அடிபடும்'னுல்லாம் பயப்படத் தேவை இல்லை. ஏன்னா அவ என் தம்பிக்கு பிறந்தவளே இல்லை!"

தேவகி இறுதியாகச் சொன்னதை கேட்டு விஷ்வா அதிர்வின் உச்சிக்கே சென்றுவிட்டான்.

——

34

அத்தியாயம்

விஷ்வா அதிர்வோடு தேவகியை ஊடுருவினான். அவன் கண்களில் சுவாதி ராமநாதனின் சொந்த மகள் இல்லையா என்கிற கேள்வி படபடத்தது.

"என்ன விஷ்வா நான் சொன்னத நம்ப முடியலியா?"

"ஆமாம்... இது என்ன புதுதிருப்பம்..."

"திருப்பம்தான்... ஆனா இந்த திருப்பம் எல்லாம் உங்களுக்குதான். எனக்கோ, ராமநாதனுக்கோ, பத்மாவுக்கோ இல்லை."

"அப்ப சுவாதியோட அப்பா, அம்மா யார்?"

"அப்பா யாருங்கறது கடவுளுக்கு மட்டும்தான் தெரியும். அம்மா யாருன்னு தெரியும். அவ எங்க வீட்டு வேலைக்காரி. ஒரு அனாதை! ஆனா அவ இவ பிறந்த சில மாசத்துலயே இறந்துபோயிட்டா... இதெல்லாம் நாங்க டெல்லில இருக்கும்போது நடந்தது."

"இது சுவாதிக்கு தெரியுமா?"

"அது எப்படி தெரியும்... ராமநாதன்தான் எங்ககிட்ட சத்யம் செய்யச்சொல்லி எங்க வாயைப் பூட்டியிருக்கான்."

“அப்ப, இப்ப மட்டும் ஏன் சொன்னீங்க?”

“தாங்க முடியல தம்பி. தாங்க முடியல. நான் ஒண்ணும் தேவபுருஷி இல்ல. சாதாரண பொண்ணுதான் நானும்...”

தேவகியின் விளக்கம் விஷ்வாவை அடுத்து என்ன கேட்பது என்ற கேள்விக்குள் திணறவைத்தது.

“என்ன விஷ்வா யோசனை... நாம போலீசுக்கு போறதுதான் சரியான தீர்வு. அப்பதான் அந்த ராட்சஸியையும் கட்டிப்போட முடியும்...”

தேவகி அவனை உலுக்கத் தொடங்கினாள். விஷ்வாவோ எழுந்து வெளியே சென்றான்.

“எங்க போறீங்க தம்பி...”

“என்ன கொஞ்சம் யோசிக்க விடுங்கம்மா... நான் இந்த திருப்பத்தை கொஞ்சம்கூட எதிர்பார்க்கல. தன் பொண்ணு இல்லன்னு தெரிஞ்சும், அப்படிப்பட்ட பெண்ணாலயே கத்திக்குத்துக்கு ஆளான பிறகும் அவர் அந்த பெண்ணை காப்பாற்ற விரும்பி யாரோ ஒரு திருடன் தன்னை கத்தியால குத்திட்டான்னு ஒரு பொய்யையும் சொல்லியிருக்கார்னா இந்த ரகசியம் இப்பவும் காப்பாத்தப்படணும்னு அவர் விரும்பறார்னுதானே அர்த்தம்.....”

“அதுல என்ன சந்தேகம். அவன்வரைல அந்த ராட்சஸி ஒரு தேவதை. அவ வந்தபிறகுதான் அவனும் வாழ்க்கைல மேல வந்தான். ஒரு சாதாரண மெடிகல் ரெப்ரெசன்டேடிவா வாழ்க்கையை தொடங்கின அவன் இன்னிக்கு ஒரு ஃபார்மாடிவிஷனுக்கு எம்.டி... அன்னிக்கு அவன் முதல் சம்பளம் வெறும் முன்னூறு ரூபா. இன்னிக்கு மாசம் மூணு லட்ச ரூபாயை ஒரு எம்.டி.யா எடுத்துக்கறான். இதுபோக லாபத்துல பங்கு. எல்லாமே இந்த ராட்சஸியாலன்னு பெருமையா சொல்வான். அது அவளுக்கும் தெரியும். சுவாதி ஃபார்மான்னு அவ பேர்லதானே இருக்கு கம்பெனியே...!”

“அப்ப சுவாதி ஒரு கரடுமுரடான பாத்திரமா இருந்தாலும் ராசியானவங்கறதும் ஒரு உண்மைதானே?”

“மண்ணாங்கட்டி... நான் சொல்றேன்... இதுக்கெல்லாம் ஏன் ரேவதி காரணமா இருக்கக்கூடாதுன்னு...”

“இதுவும் சரியான கேள்விதான். இந்த கேள்விய நீங்க கேட்டதில்லையா?”

“குழந்தை இல்லாத எங்களுக்கு சுவாதி வரவும்தான் ரேவதியே பிறந்தான்னு ரேவதிக்கான கிரெடிட்டையே என் தம்பி சுவாதிக்குதானே கொடுக்கறான்!”

“இவ்வளவு கரடுமுரடான ஒரு கேரக்டர் மேல் சாருக்கு எப்படி இப்படி ஒரு பாசம்... நம்பவே முடியலையே?”

“உங்களால நம்ப மட்டும்தான் முடியல... என்னால சகிக்கவே முடியல தம்பி...”

“சரிம்மா. நீங்க போய் அமைதியா கொஞ்ச நேரமாவது தூங்குங்க. நான் ஆஸ்பத்திரிக்கு போய் முதல்ல சார் இப்ப என்ன கண்டிஷன்ல இருக்கார்னு பாக்கறேன்.”

“அங்க அந்த கொலைகாரியும் இருக்காளோ...?”

“சுவாதிய நான் பாத்துக்கறேன்...”

“தும்ப விட்டுட்டு வாலப் பிடிக்கபோறிங்களா டயத்துக்கு கம்ப்ளைண்ட் கொடுக்கலைன்னா அதுவே ஒரு பெரிய தப்பாயிடும் தம்பி”

“புரியுதும்மா... ஒண்ணு மட்டும் நிச்சயம்! நான் எக்காரணத்தைக்கொண்டும் சுவாதிய கல்யாணம் பண்ணிக்கமாட்டேன். இந்த ஜென்மத்துல ரேவதிதான் என் மனைவி. அதே சமயம், சுவாதியையும் கட்டுப்படுத்துவேன் நீங்க கவலைப்படாதீங்க.”

“அவளை கட்டுப்படுத்தறதா, எப்படி தம்பி?”

“நம் வரைல அவ இப்ப ஒரு கொலைகாரி. அவ குடுமி இப்ப நம்ம கைல... இதுபோதுமே அவளை அடக்க...?”

“ஐய்யோ அவ இதுக்கெல்லாம் அடங்கமாட்டா, இப்பகூட ஆஸ்பத்திரில கிரிமினலா ஏதாவது யோசிச்சிகிட்டு இருப்பா.”

“நல்லா யோசிக்கட்டும்... நாம நினைச்சமாதிரி எதுதான் நடந்தது... எனக்கு இப்ப ராமநாதன் சாரோட ரெகவரி முக்கியம். அப்புறம் ரேவதி வீடுவந்து சேர்றது...

இந்த கல்யாண சிந்தனைக்கெல்லாம் இப்ப என்வரைல இடமே இல்லை.

நீங்க போய் ரெஸ்ட் எடுங்க... நான் ஆஸ்பத்திரிக்கு போய் பார்த்துட்டு போன் பண்றேன்.”

“சரி... அதே சமயம் நான் சுவாதிபத்தி சொன்னது ராமநாதனுக்கு இப்ப தெரியவேண்டாம்...”

“நான் பாத்துக்கறேன். நீங்க போய் முதல்ல கொஞ்ச நேரமாவது தூங்குங்க. நான் என் வீட்டுக்குப்போய் குளிச்சிட்டு அப்புறம் சாரை பார்க்க ஆஸ்பத்திரிக்குப் போறேன்...”

வாசலில் நிறுத்தியிருந்த மோட்டார் பைக்கை கிளப்பிக்கொண்டு புறப்பட்டான் விஷ்வா.

◈◈◈

விடிந்ததும் விடியாத காலை!

வீட்டுக்குள் நுழைந்தவனை அன்னபூரணி சோகமாய் பார்த்தாள்.

“என்னாச்சு விஷ்வா... அவர் உயிருக்கு ஆபத்தில்லையே?” என்று கேட்டவளிடம் நடந்த சகலத்தையும் சொல்லி முடித்தான். அன்னபூரணியாலேயே அதை தாள முடியவில்லை.

“என்னடா விஷ்வா இது... சினிமாலதான்டா இப்படி நம்பமுடியாத திருப்பங்கள் இருக்கும். ஆனா இங்க சினிமா தோத்துபோச்சேடா...” என்றாள்.

“வாழ்க்கைய பாத்துதானேம்மா சினிமாவே எடுக்கறாங்க...”

“சரி நீ என்ன செய்யப்போறே?” எனக்கு இப்ப ஒரே சந்தோஷம், ரேவதி குணமாயிட்டு வராங்கறது மட்டும்தான்...”

“ஆமாம்மா... அதே சமயம் அவளுக்கு இந்த திருப்பங்கள் எதுவுமே தெரியாது. தெரியவும்கூடாது.”

“சரியா சொன்னே... இவளை எப்படி சமாளிப்பே?”

“அங்கதாம்மா எல்லாருக்கும் இப்ப குழப்பமே... அவ சரியான விலாங்குமீனா இருக்கா! மிரட்டினா மிஞ்சுவா... பணிஞ்சுபோனா அதைவிட தப்பே இல்லேன்னும் ஆயிடும்.”

“எனக்கு இப்ப ராமாயணமும் அதுல வர்ற கைகேயியும்தான் ஞாபகத்துல வர்றாங்க, கைகேயி இடத்துலதான் இப்ப சுவாதியும் இருக்க, தசரதர் சத்யத்தை மீறி ராமனுக்கு முடிசூட்டியிருக்கலாம். ஆனால் அப்படி நடக்கலை. அவர் சத்யம் அதுக்குத் தடை. அதேசமயம் ராமன் அந்த சத்யத்துக்கு துணையா நின்னான் பாரு... அங்கதான் நமக்கும் ராமாயணமே கிடைச்சது.”

“என்னம்மா நீ... சுவாதி ஒரு கொலைகாரி. கைகேயி எங்க கொலை செய்தா?”

“கத்தியால குத்தினாதான் கொலையா... ராமனை காட்டுக்கு அனுப்புங்கற வார்த்தைகளே தரசதர் வரைல கத்திதானே?”

“ராமாயணப் பிரச்சினையே வேற, இங்க நம்ப பிரச்சினையும் வேற, எப்படி ஒண்ணா சிந்திக்கறே?”

“பிரச்சினை மட்டும்தான் வேற... சிக்கல் கிட்டதட்ட ஒண்ணுதான். கைகேயிக்குதான் நினைச்சது நடக்கணும். சுவாதியும் அப்படிப்பட்டவதானே?”

“இருக்கலாம் தசரதனும் ராமநாதனும் எப்படி ஒண்ணாவாங்க...”

“அங்க புருஷன் இங்க தகப்பன்னு உறவுதான் வேற மன உளைச்சல் ஒண்ணுதான்.”

“அப்ப இங்க ராமன் யார்?”

“வேற யார் நீதான்...”

“நான் எந்த காட்டுக்கு போக...?”

“சுவாதியை கல்யாணம் பண்ணிக்கறதும் காட்டுக்குப் போறதும் ஒண்ணுதானே?”

“அம்மா...”

“என்ன வாயப் பொளக்கறே?”

“பொளக்காம... அவளை நான் கல்யாணம் பண்ணிக்கிட்டா எல்லா சிக்கலும் தீர்ந்துடும்கறியா?”

“இப்ப இருக்கற நிலைல சிக்கல் நிச்சயம் வளராமலாவது இருக்கும்.”

“இதுக்கு தற்கொலை எவ்வளவோ மேலும்மா.”

“இதோ பார். புராணங்கள் இதிகாசங்கள்ளாம் நமக்கு வழிகாட்டத்தான் இருக்கு. அதனாலதான் நானும் ராமாயண உதாரணத்தை சொன்னேன்.

ராமன் அன்னிக்கு காட்டுக்கு போக மறுத்திருக்கலாம். தசரதரும் போடி வெளியேன்னு கைகேயியை காட்டுக்கு அனுப்பியிருக்கலாம். ஆனா நமக்கு இப்படி ஒரு ராமாயணம் கிடைச்சிருக்காது. ராமன் ஒரு சாதாரண மனுஷனா ஆகி அவன் வாழ்க்கையும் ஒரு காவியமாவே சிந்திக்கப்பட்டிருக்காது.”

“திரும்ப திரும்ப ராமாயணமா... என்னதாம்மா சொல்றே நீ?”

“ராமனைப்போல உயர்ந்த முடிவை எடு. எல்லா சிக்கலுக்கும் விடை எனக்கென்னவோ உன் கைலதான் இருக்கிறமாதிரி படுது.”

“அந்தக் கொலைகாரிய ஏத்துக்கச் சொல்றியா, காலம் பூரா அவளோட விருப்பப்படியே நடக்கற ஒரு அடிமையா இருக்கச் சொல்றியா?”

“ஏன் அவளை திருத்தமுடியும்னு நினைக்கமாட்டேங்கறே?”

“அம்மா...”

“கத்தாம யோசி... அவ ஒரு வேலைக்காரி மகளா இருந்தும் அது தெரியாம வளர்த்து, தன்னையே அவ குத்திட்டது தெரிஞ்சும் காட்டிக்கொடுக்காத ராமநாதன் செயலையும் கொஞ்சம் யோசி.

அவர் அன்னிக்கு அப்படி நடக்காம போயிருந்தா இந்த சுவாதி இன்னிக்கு எந்த அனாதை விடுதில எப்படி இருந்திருப்பாளோ? அழகா வேற இருக்கறதால தப்பான வாழ்க்கைகூட வாழ்ந்துகிட்டிருக்கலாமில்லியா?”

“வாட் டு யூ மீன்... அவ ஒரு ப்ராஸ்டிட்யூட்டா இருந்திருப்பான்னு சொல்ல வரியா?”

“நான் நேரா சொல்ல விரும்பல. ஆனா நீ சொல்லிட்டே”

“என்னம்மா நீ இப்படி போட்டு என்னை குழப்பறே... நான் தெரியாமதான் கேக்கறேன். உனக்கு அவளை நினைச்சு கொஞ்சம்கூடவா பயமா இல்லை?”

“நிறையவே பயம் இருக்குடா. அதுக்காக ஒரு பெரிய பாவத்தை செய்ய சொல்றியா நீ?”

“எது பாவம்?”

“இப்ப நீங்க அவளை ஜெயிலுக்கு அனுப்பிட்டீங்கன்னு வை, அப்புறம் அவ வாழ்க்கை என்னாகும்?”

“அவ எக்கேடு கெட்டா எனக்கென்னம்மா...? நானா அவளை ஜெயிலுக்கு அனுப்பப்போறேன். அவ பண்ண தப்புக்கு அவ போகப்போறாம்மா...”

“சரிப்பா... அப்படியே இருக்கட்டும். அப்புறம் அவ வாழ்க்கை எப்படிப்பட்டதா இருக்கும்?”

“நிச்சயம் ஒரு பெரிய கேள்விக்குறியாதான் இருக்கும். முதல்ல ஒரு அனாதை! அப்புறம் வளர்ப்புத் தந்தையை குத்தினவள். அப்புறம் ஜெயில் கைதி வேற, எல்லாத்துக்கும் மேலா கொடூரமான ஒரு குணச்சித்திரம் வேற... சத்யமா என்னால கற்பனைகூட பண்ணமுடியலம்மா...”

“இவ ஒரு பூலான்தேவி மாதிரியோ இல்லை வேற ஒரு புதுவடிவத்துல தப்பான பெண்ணாகவோ ஆக வாய்ப்பு இருக்குதானே?”

“நிச்சயமா?”

“அதை தடுக்கற வாய்ப்பு உன் கைல இருக்கும்போது... அதை நீ பயன்படுத்தினா நீயும் ஒரு ராமன்தானே?”

“அம்மா...”

“என்ன அம்மா எனக்கு பதில் சொல்?”

“ரேவதிய நீ சுத்தமா மறந்துட்டியேம்மா...”

“அவளை நான் மறப்பேனா... நிச்சயமா உன்னோட இந்தத் தியாகத்துக்கு அவ சம்மதிப்பா... சுயநலமா ஒருபோதும் நடந்துக்கமாட்டாப்பா...”

“அதுதான் எல்லாருக்கும் தெரியுமே... அப்புறம் அவளோட வாழ்க்கை?”

“ஒரு ஆண்டாளைப்போல, மீராவைப்போல, ராதாவைப்போல வாழ அவளுக்குத் தெரியும்ப்பா...”

“அப்படிபோடு அரிவாள...! கேடுகெட்ட இந்த சுவாதிக்கு பயந்து இவளை நான் கல்யாணம் பண்ணிக்கணும். அங்க ரேவதி, மீரா, ராதாவாகணுமா? அதாவது அவளை கடவுள்தான் வந்து காப்பாத்தணும். நாம இல்லங்கறே. அப்படித்தானே?”

“இப்படி கேட்டா எப்படி... ஒண்ணை இழந்தாதான் ஒண்ணு கிடைக்கும்கறதுதானே இயற்கை...”

“அம்மா எப்படிம்மா இப்படி எல்லாம் பேசறே?

எல்லா கேள்விக்கும் உன் புராணத்தைகொண்டே பதில் சொல்றியேம்மா. இதுக்கா புராணம் இருக்கு?”

“ஆமாண்டா... வாழ்க்கைல எப்படி வேணா சிக்கல் வரும். அப்ப எப்படி ஒரு மனுஷன் நடந்துக்கணும்னு சொல்றதுதானே புராணம்?”

"அதனாலதான் இதை புளுகுமூட்டைன்னு சிலர் சொல்றாங்க. இப்ப நான் சொல்றேன்."

"பொய்யா இருந்தா காலவெள்ளம் எப்பவோ கொண்டுபோயிருந்திருக்கும்டா. கெட்டிக்காரன் புளுகுக்கே எட்டு நாள்தான் ஆயுசு. ஆனா இந்த புராணங்கள் ஆயிரக்கணக்கான வருஷங்களா அப்படியே இருக்கே?"

"போதும். நீ இனி ஒரு வார்த்தை பேசக்கூடாது. இப்ப நான் சொல்றேன். தெரிஞ்சு கிணத்துல விழ என்னால முடியாது. நான் ஒண்ணும் ராமனாக விரும்பல. ராமனாம் ராமன். மண்ணாங்கட்டி!

ராமாயணம்மாதிரி ஒரு விஷ்வாயணத்தை யாரும் எழுதவும் வேண்டாம். நேரா அந்த சுவாதிகிட்டபோய் நான் உன்ன லவ் பண்ணல. உன் தங்கைதான் என் காதலி. தொடக்கத்துல நான் அசோக்கா நடிச்சதுக்காக என்னை மன்னிச்சிடுன்னு சொல்லிட்டு போய்கிட்டே இருக்கப்போறேன் அவ அப்புறமா என்ன பண்றான்னு பாத்துட்டு அதுக்கேற்ப முடிவுக்கு வரேன்... போதும்டா சாமி ஒரு பிசாசால பட்ற பாடு."

"அப்ப நீ உன் இஷ்டப்படிதான் நடப்பே. அப்படிதானே"

"அம்மா ப்ளீஸ்மா. நான் ரொம்பவே நொந்துபோய் இருக்கேன்மா. அமெரிக்காவுல நானும் ரேவதியும் இப்ப சந்தோஷமா இருக்கவேண்டியவங்க."

"ஆனா வேலைபோய், ரேவதியோட ஆரோக்யம்போய் பெத்த அப்பன்போய், அப்புறம் பல பிளாக்மெயிலுக்கு ஆளாகி நொந்து நூடுல்ஸா இருக்கேம்மா. ஒரு அம்மாவா நீ எனக்கு எதுவும் செய்யவேண்டாம். அமைதியா இரும்மா."

"இவ்வளவு தாங்கிகிட்டே... உன்னால சுவாதியைத்தானா தாங்க முடியாது?"

இறுதியாக அவள் அப்படி கேட்பாள் என்று விஷ்வா எதிர்பார்க்கவில்லை.

"அம்மா..."

“என் பேச்ச கேட்டாதான் நான் உன் அம்மா. இல்லேன்னா புருஷனுக்கு முழுக்குபோட்ட கையோட உனக்கும் போட்டுட்றேன்.”

முத்தாய்ப்பாக அன்னபூரணி கூறி முடிக்க கிழக்கு ஜன்னல் வாயாக ஏழுமணிச் சூரியனின் கதிர்களும் விழுந்து அந்த ஹாலே வெளிச்சமாகிட நெடுநேரம் ஏதும் பேசாமல் நின்ற விஷ்வா பின் மெல்ல “சரிம்மா... உன் இஷ்டப்படியே நடக்கறேன்” என்று செத்த குரலில் சொல்லி முடிக்கவும், ‘நோ’ என்று ஒரு குரல் வாசல்புறம் இருந்து வந்தது.

அது சுவாதியின் குரல்!

அவள்தான் வாசல்படிமேல் ஒரு சிலைபோல நின்றபடியும் இருந்தாள்.

அன்னபூரணிக்கு பகீரென்றது. விஷ்வாவோ மிக நிதானமாய் அவளைப் பார்த்தான். அவளோ மெல்ல உள்ளே வந்தாள். அன்னபூரணியை உற்றுப்பார்த்தாள். கண்களில் கண்ணீர் உருள ஆரம்பித்திருந்தது. அவள் அன்னபூரணியை “அம்மா...” என்று கூப்பிடப் பார்த்தாள். தொண்டை அடைத்தது. வார்த்தை வர மறுத்தது.

அப்படியே சரிந்து கீழே விழுந்து காலைப் பிடித்தாள்! கதறிக்கதறி அழ ஆரம்பித்தாள். அன்னபூரணி தொட்டுத் தூக்கியவளாக “எப்பம்மா வந்தே?” என்று கேட்டாள். அதற்கு சட்டென்று ஒரு பதிலைச் சொல்ல அவளால் முடியவில்லை.

“அம்மா... அம்மா...”

“அழாதே இப்ப எதுவும் ஆயிடலை. விஷ்வா உனக்குத்தான்...”

“இல்ல... இனியும் நான் விஷ்வாவை விரும்பினா கடவுள்கூட என்னை மன்னிக்கமாட்டார். நான்... நான் ஒரு அனாதை! நான் நான் ஒரு கொலைக்காரி... கு... கு... குற்றவாளி...!”

“ஐய்யோ. நீ முதல்லயே வந்து எல்லாத்தையும் கேட்டுட்டியா? கடவுளே இது என்ன புதுக்குழப்பம்...?”

"கு...கு... குழப்பமில்லம்மா, தெளிவு! அய்யோ நீங்கள்ளாம்தான் எவ்வளவு நல்லவங்க... நான்... நான்..." என்று சுவற்றில்போய் முட்டிக்கொள்ளத் தொடங்கினாள். விஷ்வாவுக்கு இது எல்லாமே அடுத்த திருப்பம்! அப்படியே வெளிறிப்போய் நடப்பதை பார்த்துக்கொண்டே இருந்தான். அன்னபூரணி அவளை தடுத்து முடிப்பதற்குள் நெற்றி பிளந்து ரத்தம் வழிய ஆரம்பித்தது.

"என்னம்மா நீ..." என்று தன் சேலை முந்தியை கிழித்து கட்டுப்போட்ட அன்னபூரணி அப்படியே அவளை இறுக்கிக் கட்டிக்கொண்டவளாய் "சுவாதி அமைதியா இரு! உன்மேல் ஒரு தப்பும் இல்லை. எல்லாம் கெட்ட நேரம். அந்த கெட்ட நேரம் இப்ப முடியப்போகுது. இனி எல்லாரும் நல்லா இருக்கப்போறோம்..." என்று ஆறுதலாகப் பேசினாள்.

சிறிது நேரம் அதற்கு எந்த பதிலும் கூறாமல் அப்படியே மார்பில் கிடந்தவள் மெல்ல விலகி விஷ்வா பக்கம் திரும்பினாள். அவன், அவளை மிகப்பரிதாபமாய் பார்த்தான்.

"சாரி விஷ்வா வெரி சாரி... நீ ரொம்ப கிரேட் விஷ்வா! நான் உன்னை உங்களை எல்லாம் ரொம்பவே கஷ்டப்படுத்திட்டேன். நான் ரொம்பவே செல்ஃபிஷ்! இனி உன் வாழ்க்கைல நான் குறுக்கிடமாட்டேன். நான் போலீஸ்ல சரண்டர் ஆகப்போறேன். அதைச் சொல்லத்தான் வந்தேன்." என்று அவள் சொல்லும்போதே மே ஐ கம் இன்..." என்றபடி டாக்டர் விஸ்வநாத் உள் நுழைந்துகொண்டிருந்தார். சுவாதி அவளைப் பார்த்து மருண்டாள். அவரும் முறைத்தார். பின் "நீ இங்கதான் வருவேன்னு ஒரு யூகத்துலதான் வந்தேன்." நல்லவேளை நீ போலீஸ் ஸ்டேஷனுக்கு போகல. இனியும் போகக்கூடாது. போனா அதை உன் அப்பாவால தாங்கிக்கமுடியாது. ஞாபகம் வெச்சுக்கோ" என்றார்.

"இல்ல டாக்டர். நாங்களும் போகவிடமாட்டோம். சுவாதி இப்ப பழைய சுவாதி இல்ல..." என்றாள் அன்னபூரணி.

“ஆமாம்மா... மிஸ்டர் ராமநாதன்தான் அதுக்கும் காரணம்” என்ற டாக்டர் சற்று இடைவெளிவிட்டுத் தொடர்ந்தார். இன்ஃபாக்ட் இவ ஒரு அனாதை குழந்தைங்கற ரகசியம் சுவாதிக்கு எப்பவோ தெரியும். சொல்லப்போனா அதுதான் இவ கேரக்டரையே மாத்தி ஒரு ரிடிகுலஸ் செல்ஃபிஷா மாத்தியிருக்கு. எப்ப கத்தியால குத்தியும் அவர் அந்த ரகசியத்தை சொல்லாம ஸ்டெடியா இருந்திருக்காரோ அந்த ஸ்டெடிநெஸ்தான் சுவாதியை குணப்படுத்தவும் செய்திருக்கு.”– என்று டாக்டர் கூறவும் சுவாதியே அந்த உண்மையை கூறத்தொடங்கினாள்.

“நான் சிக்ஸ்த் படிக்கும்போதே எனக்கு இந்த உண்மை தெரியும். என்னை கான்வென்ட்ல சேர்க்க அப்பா ஆசைபட்டப்போ எதுக்கு இந்த அனாதைக்கு கான்வென்ட்... சாதாரண ஸ்கூல் போதாதுன்னு அத்தை சண்டைபோட்டாங்க. அப்பவே எனக்கு நான் யார்னு தெரிஞ்சிபோச்சு. அதனால எனக்கு பயம்தான் அதிகமாச்சு. எங்க அப்பா என்னை கைவிட்ருவரோன்னு பயந்தேன். ஆனா அவர் ஒரு தடவைகூட என்னை கைவிடலை. நடுவுல ரேவதி வரவும் நான் இன்னும் மாறினேன். வெளிய யார்கிட்டயும் சொல்லவும் முடியல. எனக்கு நானே பகையாகி அதனால சுயநலத்துக்கு மாறினேன். சுயநலம் மட்டும்தான் என்னை காப்பாத்தும். நம்மை பத்தின உண்மை. எப்பவேணா வெளியே தெரிய வரலாம். அதுக்குள்ள லைஃப்ல செட்டில் ஆயிட துடிச்சேன்.”

“ஆனா உண்மைல நான் ரொம்ப கொடுத்து வைச்சவ. என்னை சுத்தி எல்லாருமே ரொம்ப நல்லவங்க. அப்பா, அம்மா, அத்தை, ரேவதி, விஷ்வா நீங்கன்னு எல்லாரும் நல்லவங்க. அதனாலதான் நான் இப்ப திருந்த முடிஞ்சிது.”

“இப்பகூட என்னை காப்பாத்ததான் எல்லாரும் விரும்பறீங்க. அம்மா... உச்சபட்சமா விஷ்வா என்னைதான் கல்யாணம் செய்துக்கணும்னு சொல்லி அதுக்காக உங்க உறவையே பணயம் வெச்சீங்க பாருங்க. அங்க நீங்க என் அப்பாவையே செயிச்சிட்டிங்க...”

“இப்ப சொல்றேன்... என்னால எங்கெல்லாம் யாரெல்லாம் அழுதாங்களோ அவங்க அவ்வளவுபேரும் சிரிக்கணும், சிரிக்க வைப்பேன். அதுதான் இனி என் லட்சியம்.”

வாழ்க்கைல வெற்றிங்கறது எதையும் அடையறதுல இல்லவே இல்லை. விட்டுக்கொடுக்கறதுல மட்டும்தான் அது இருக்கு. அதை நான் இப்ப பூரணமா உணர்ந்துட்டேன். உங்க எல்லார்கிட்டேயும் நான் மனப்பூர்வமா மன்னிப்பு கேட்டுக்கறேன்.

கண்ணீர் மல்க கை கூப்பினாள் சுவாதி. அவள் பேச்சைக் கேட்ட எல்லோருக்கும் ஒரு வகை இன்ப ஸ்தம்பிப்பு!

◈◈◈

சுவாதியுடன் விஷ்வா வீட்டிற்குள் வரவும் அத்தை தேவகிக்கு மனம் வெளிரியது. ஆனால் தேவகியின் காலில் விழுந்து சுவாதி கதறத் தொடங்கவும் தேவகி முகம் ஆச்சரியத்துக்கு மாறியது.

“அத்தை உன்னை கொலையே செய்ய வந்த பாவி நான். என்னை மன்னிச்சிடு. பதிலுக்கு கத்தியாலகூட குத்திடு...” என்று கத்தியை எடுத்து வந்து தரவும் தேவகி உறைந்துவிட்டாள்.

அப்படியே அம்மா பத்மாவின் அறைக்குப் போய் அவள் காலைப் பற்றிக்கொண்டு அழவும் பத்மாவும் நெகிழ்ந்துபோனாள்.

எப்படி இப்படி ஒரு மாற்றம் என்று கேட்காமல் கேட்ட அவர்களுக்கு விஷ்வா சுருக்கமாய் பதில் சொன்னான்.

“எதை நீங்க ரகசியம்னு நினைச்சிங்களோ அது ரகசியம் இல்லை. சொல்லப்போனா அதுதான் சுவாதியோட பிரச்சனை! ஆறாம் வகுப்பு படிக்கும்போதே தானொரு அனாதைன்னு சுவாதிக்கு தெரிஞ்சுபோச்சு. அந்த உணர்வுதான் சுயநலமா அவளை மாத்தியிருக்கு.

ஆனா அவ பயந்தமாதிரி எதுவும் நடக்கலை. குறிப்பா அவளை ஒரு கைதியாக்கி சிறைலபோட ஒரு சந்தர்ப்பம்

கிடைச்சும் ராமநாதன் சார் அதை செய்யல. என் அம்மாவும் நான் சுவாதியதான் கல்யாணம் செய்துக்கணும் அதுதான் சரின்னு சொன்னதெல்லாம்தான் சுவாதியை மாத்தியிருக்கு...

இப்ப சுவாதி ஒரு ராட்சசி இல்லை. தேவதை!" என்ற அவன் விளக்கத்தைத் தொடர்ந்து ஆஸ்பத்திரியில் ராமநாதனும் நடந்ததை எல்லாம் அறிந்து, எனக்கு இனி மாத்திரை மருந்தே வேண்டாம். நான் குணமாகிடுவேன் என்று ஆனந்தக்கண்ணீர் விட்டார். அவர் எதிரில் சுவாதி விஷ்வாவின் கையைப்பிடித்து இழுத்தவளாக, "அப்பா எனக்கு இன்னொரு கடமை பாக்கி இருக்குப்பா. அதை முடிச்சுட்டு வந்தட்றேம்ப்பா..." என்று விஷ்வாவோடு அடுத்து ரேவதி இருக்கும் ஹாஸ்பிடலுக்குத்தான் போய் நின்றாள்.

ரேவதி விஷ்வாவுக்கு போன் போடச்சொல்லி நர்ஸ் அமலோற்பவமேரியை நச்சரித்துக்கொண்டிருக்க, விஷ்வாவும் சுவாதியும் சேர்ந்து வரவும் அவளிடம் திகைப்பு.

சுவாதி முதல் காரியமாக ரேவதியின் கையைப் பிடித்தாள். வருடிக்கொடுத்தாள். ரேவதிக்கு திக்திக்கென்று இருந்தது. அமலோற்பவமேரிக்கும் பெரிதாய் ஏதோ ஒன்று நடக்கப்போவதுபோல் தோன்றியது. சுவாதி திரும்பி விஷ்வாவைப் பார்த்து அருகில் அழைத்தாள். பின் அவன் கையை பிடித்து ரேவதி கையோடு இணைத்தவள் கண்களில் கண்ணீர் துளிர்க்கத் தொடங்கியது.

ரேவதிக்கு அப்பாடா என்று இருந்தது. ஷணத்தில் உடம்பு லேசாகி வானில் பறப்பது போலெல்லாம் பிரமை தட்டியது.

"விஷ்வா... பேசு... ரேவதிகூட மனம்விட்டு பேசு... எல்லாத்தையும் பேசு. இனி எப்பவும் இவ கூடவே இரு. இங்க இவளை நீ பாத்துக்கோ அங்க அப்பாவை நான் பாத்துக்கறேன். ஆல் தி வெரி பெஸ்ட்"என்று சுவாதி சொல்லி முடிக்கவும் கண்ணீர் வழியவும் சரியாக இருந்தது. அப்படியே அமலோற்பவமேரி அருகே சென்றவள், "சிஸ்டர்... நாம போகலாம் அவங்க பேசிக்க

நிறைய விஷயம் இருக்கு" என்று அவள் தோளில் கைபோட்டு அழைத்துச் சென்றவள், "சாரி... நான் உங்ககிட்டல்லாம் கொஞ்சம் அநாகரீகமா நடந்துகிட்டேன்... இனி அப்படி எல்லாம் நடக்கமாட்டேன். வெரி சாரி" என்றாள். அமலோற்பவமேரிக்கு நடப்பது கனவா நனவா என்று குழம்பியது. சுவாதி கண்ணீரைத் துடைத்துக்கொண்டே செல்வதும் ஆச்சரியமளித்தது. அந்த ஆஸ்பத்திரியில் எவ்வளவோ வியாதிகளை பார்த்துவிட்ட அவளுக்கு தெரியாது, ரகசியமும் ஒரு வியாதிதான் என்பது...!

— முற்றும் —

www.ingramcontent.com/pod-product-compliance
Lightning Source LLC
LaVergne TN
LVHW101357051026
849519LV00005BC/1565